The Life in the
Handbook: 2nc

ชีวิตในสหราชอาณาจักร
คู่มือการทดสอบ:
ฉบับพิมพ์ครั้งที่ 2

คำแนะนำสำคัญเกี่ยวกับการทดสอบเพื่อ
“การย้ายถิ่นฐานไปยังสหราชอาณาจักร”
และ“การขอสัญชาติอังกฤษ”

รวมข้อมูลสำหรับศึกษาเพื่อการทดสอบอย่างเป็นทางการ
พร้อมคำแปลภาษาไทย

ใช้เพื่อการทดสอบสำหรับปี พ.ศ. 2014

The essential guide for Thai speakers on the tests for ‘Settlement in the UK’ and ‘British Citizenship’

Includes the official test study materials together with their Thai translation

Valid for tests in 2014

Edited by Saengduean Thompson and Andrew Thompson

Published by Garuda Publications and available from:

Garuda Publications
41 Beech Close
Walton-on-Thames
Surrey KT12 5RQ, UK
Email: Sales@GarudaPublications.com
www.GarudaPublications.com

© Garuda Publications 2014
Mr A J Thompson of 41 Beech Close, Walton-on-Thames, Surrey KT12 5RQ, UK trading as Garuda Publications.

ISBN 978-0-9565738-3-4

รายการสารบัญ (Contents)

Contents in English continue overleaf...

Contents . . .

Preface

To settle permanently in the United Kingdom (UK) or be granted British Citizenship most people now have to pass 'The Life in the UK Test'. The test is taken some 160,000 times a year.

No informaton is available on pass rates since the introduction of new course study material in March 2013. Average pass rates for the old test had risen year on year peaking at 86%. If, as expected, the new test proves harder then pass rates may fall back to a 75% level (a 1 in 4 failure rate). Historically, Thai nationals have performed poorly in the test with an average pass rate of around 50%.

This handbook is intended to help Thais pass the Life in the UK Test first time. The 'official study materials' that the test is based on are reproduced in full in this book so no other study guide is needed.

To prepare for the test the handbook includes information about what to expect together with practice questions and revision material.

Migration is a topical issue in the UK. Successive governments continue to make adjustments to the visa categories and process that lead to settlement in the UK. While this guide contains an outline of the current visa rules people are advised to check the latest position with their advisor or the UK Border and Immigration website.

Also included in this guide are examples of the types of questions that you are likely to be asked if you ever have to attend an interview for a British Passport.

บทแนะนำ

ในการย้ายเข้าถิ่นฐานไปยังสหราชอาณาจักร (UK) เป็นการถาวร หรือการยื่นขอถือสัญชาติอังกฤษ ปัจจุบันนี้บุคคลส่วนใหญ่ต้องผ่าน "การทดสอบชีวิตในสหราชอาณาจักร" ซึ่งจะจัดทดสอบประมาณ 160,000 ครั้งต่อปี

ไม่มีข้อมูลใดๆเกี่ยวกับคะแนนสำหรับเพื่อผ่านการทดสอบนับตั้งแต่มี การนำหลักสูตรใหม่นี้มาใช้ในเดือนมีนาคม 2013 ระดับคะแนนที่ผ่าน การทดสอบโดยเฉลี่ยสำหรับการทดสอบที่ผ่านมามีระดับคะแนนเพิ่มขึ้น ทุกปีกระทั่งสูงสุดจนถึง 86% แต่ถ้าการทดสอบใหม่มีความยากกว่าเดิม ระดับคะแนนก็อาจลดลงเหลือเพียง 75%

(โดยมีอัตราผู้ที่ไม่ผ่านการทดสอบเท่ากับ 1:4) เดิมบุคคลสัญชาติไทยมี
ผลการทดสอบที่ต่ำมากโดยมีคะแนนเฉลี่ยอยู่ที่ประมาณ 50%
คู่มือนี้มีจุดประสงค์เพื่อช่วยให้คนไทยสามารถผ่านการทดสอบชีวิตใน
สหราชอาณาจักรตั้งแต่การทดสอบเพียงครั้งแรก
"ข้อมูลสำหรับการศึกษาเป็นทางการ" ที่ใช้ในการทดสอบนี้ได้ทำขึ้นใหม่
ทั้งหมดไว้ในหนังสือเล่มนี้ และไม่จำเป็นต้องหาคำแนะนำจากที่อื่นๆ

ในการเตรียมตัวเพื่อการทดสอบ คู่มือนี้มีข้อมูลเกี่ยวกับสิ่งที่คาดหวังที่
ท่านควรทราบรวมทั้งคำถามแบบฝึกหัด และการทบทวน

การย้ายถิ่นฐานเป็นปัญหาสำคัญใน UK รัฐบาลรุ่นต่อๆมาได้ทำการ
ปรับปรุงการจัดประเภทของวีซ่าอย่างต่อเนื่องรวมทั้งกระบวนการย้าย
ถิ่นฐานเข้าไปตั้งถิ่นฐานใน UK แม้ว่าคำแนะนำนี้จะมีรายละเอียดเกี่ยวกับ
ระเบียบเกี่ยวกับวีซ่าในปัจจุบันก็ตาม แต่ขอแนะนำให้ผู้ที่
จะย้ายถิ่นฐานตรวจสอบสถานภาพข้อมูลล่าสุดกับที่ปรึกษาหรือ UK
Border and Immigration website

นอกจากนี้ คู่มือนี้ยังรวมตัวอย่างคำถามประเภทต่างๆ ที่ท่านอาจถูกถาม
หากท่านเคยเข้ารับการสัมภาษณ์เพื่อขอหนังสือเดินทางอังกฤษ

วิธีใช้คู่มือฉบับนี้

หน้าที่เป็นภาษาไทยของคู่มือฉบับนี้เป็นการแปลจากหน้าภาษาอังกฤษ
จึงสามารถอ่านเนื้อหาภาษาไทยได้ง่ายและตรงตามหน้าภาษาอังกฤษ

หัวใจสำคัญของคู่มือนี้คือส่วนที่เรียกว่า ข้อมูลการเรียนรู้เพื่อการทดสอบ
(Test Study Materials) ซึ่งทำซ้ำขึ้นใหม่จากฉบับที่พิมพ์เผยแพร่ใน UK
government publication "Life in the United Kingdom: A Guide for
New Resident ฉบับพิมพ์ครั้งที่ 3 ซึ่งเอกสารฉบับนี้เรียกว่า ข้อมูลสำหรั
บศึกษาอย่างเป็นทางการ (Official Study Materials) หรือ "Published
Study Materials" ท่านจะทราบคำถามต่างๆ เกี่ยวกับชีวิตใน
สหราชอาณาจักรจะได้จากเนื้อหาที่จำแนกในบทต่างๆ ของคู่มือฉบับนี้

ปัญหาอย่างหนึ่งก็คือ เอกสารฉบับเดิมนั้นล้าสมัยแล้ว The new
study material จึงมีปัญหาเรื่องนี้ อย่างไรก็ดี ก็ยังขึ้นอยู่กับสิ่งต่างๆ
ที่อาจมีการเปลี่ยนแปลง สำนักงาน Home Office จึงได้แนะนำผู้สมัครว่า

ท่านต้องเข้ารับการทดสอบจาก "published study materials" นี้ และมิใช่เป็นการทดสอบเรื่องกฎหมายหรือระเบียบฉบับล่าสุด

ส่วนที่เป็นข้อมูลสำหรับศึกษาเพื่อการทดสอบมีห้าบทด้วยกัน ซึ่งทำขึ้นจากสิ่งพิมพ์อย่างเป็นทางการของรัฐบาล:

บทที่ 1:   ค่านิยมและหลักปฏิบัติของสหราชอาณาจักร
บทที่ 2:   สหราชอาณาจักร (UK) คืออะไร
บทที่ 3:   ประวัติอันยาวนานและรุ่งโรจน์
บทที่ 4:   สังคมรุ่นใหม่
บทที่ 5:   รัฐบาลของสหราชอาณาจักร
กฎหมายและบทบาทของท่าน

ในการทดสอบจะมีคำถามต่างๆ 4 ประเภท แต่อย่างไรก็ดี คำถามจริงๆ ในการทดสอบจะได้รับการป้องกันไว้เป็นความลับอย่างดี วิธีที่ดีที่สุดคือควรใช้เวลาในการทบทวนการเรียนรู้และทำความเข้าใจ "ข้อมูลสำหรับศึกษาเพื่อการทดสอบ" อย่าได้พยายามที่จะท่องจำคำตอบในคู่มือนี้หรือในคู่มืออื่นๆ

เพื่อช่วยให้ท่านสามารถพิจารณาทบทวนคู่มือฉบับนี้รวมทั้งมีข้อมูลในการพิจารณาทบทวนมากมายหลังจากจบหมวด "ข้อมูลสำหรับศึกษาเพื่อการทดสอบ" เพื่อช่วยให้ท่านสามารถทบทวนเรื่องต่างๆ ได้ คู่มือนี้มีข้อความที่เป็นความจริง ที่เราทำเช่นนี้เพราะว่าเราไม่ต้องการให้ไม่มีจุดใดเป็นการเรียนรู้ในสิ่งที่ผิด นอกจากนี้เรายังได้รวมตัวอย่างการทดสอบภาคปฏิบัติไว้ด้วย

เพื่อช่วยให้ท่านเข้าใจวิธีการทดสอบชีวิตใน UK ที่เป็นไปตามระบบตรวจคนเข้าเมืองของ UK ยังมีหมวดต่างๆ ในคู่มือนี้ที่เป็นเรื่องเกี่ยวกับแนวทางหลักในการย้ายถิ่นฐานไปยัง UK จนกระทั่งขอถือสัญชาติอังกฤษและการได้หนังสือเดินทางอังกฤษ

เกี่ยวกับการทดสอบชีวิตใน UK

ระเบียบการเข้าเมืองของ UK หมายถึง บุคคลใดก็ตามที่จะได้รับอนุญาตให้พำนักเป็นการถาวร (ย้ายถิ่นฐานเป็นการถาวร) หรือขอถือสัญชาติอังกฤษ จะต้องแสดงให้เห็นว่าบุคคลผู้นั้น "มีความรู้ด้านภาษาและชีวิตใน UK" (KOLL) แต่ทั้งนี้ทั้งนั้นก็มีข้อยกเว้นบางประการ

การทดสอบชีวิตใน UK นำมาใช้เมื่อเดือนพฤศจิกายนเพื่อเป็นวิธีที่ผู้ขอถือสัญชาติอังกฤษสามารถแสดงให้เห็นว่าเป็นผู้ที่มีคุณสมบัติตรงตามข้อกำหนดของ KOLL ซึ่งข้อกำหนดนี้ได้ขยายรวมไปถึงการยื่นขอวีซ่าการพำนักเป็นการถาวรคนส่วนมากจะต้องผ่านการทดสอบการใช้ชีวิตในUK ก่อนที่พวกเขาจะสามารถยื่นขอวีซ่าเพื่อพำนักเป็นการถาวรหรือขอถือสัญชาติอังกฤษ

ขอเรียนให้ท่านทราบว่านับตั้งแต่วันที่ 28 ตุลาคม 2013 รวมทั้งเมื่อผ่านการทดสอบการใช้ชีวิตใน UK แล้ว ผู้ที่ต้องการขอวีซ่าเพื่อพำนักเป็นการถาวร (Indefinite Leave to Remain) หรือขอถือสัญชาติอังกฤษก็ต้องสามารถพูดและฟังภาษาอังกฤษระดับ B1 CEFR หรือสูงกว่าหรือมีคุณวุฒิในระดับเทียบเท่า

ผู้เข้าเมืองที่มีทักษะและทักษะสูงตอนนี้ก็ต้องผ่านการทดสอบชีวิตใน UK เช่นเดียวกันถ้าพวกเขาต้องการแสดงให้เห็นว่าตนมีความรู้ด้านภาษาและข้อกำหนดในการใช้ชีวิต (KOLL) เพื่อย้ายถิ่นฐานไปยัง UK

ข้อเท็จจริงสำคัญเกี่ยวกับการทดสอบ

- แบบทดสอบประกอบด้วยคำถามภาษาอังกฤษที่มีตัวเลือกให้เลือกตอบ 24 คำถาม
- คำถามต่างๆ เป็นไปตามการทดสอบชีวิตในประเทศอังกฤษ: คำแนะนำสำหรับผู้มีถิ่นที่ใหม่ ฉบับพิมพ์ครั้งที่ 3 ISBN 9780113413409 (ทำซ้ำขึ้นใหม่ทั้งหมดในคู่มือฉบับนี้)
- คำถามจะถูกเลือกโดยวิธีสุ่มด้วยคอมพิวเตอร์
- ผู้สมัครทำแบบทดสอบโดยใช้คอมพิวเตอร์ที่ศูนย์ทดสอบจัดหาให้
- ผู้สมัครสามารถฟังคำถามได้โดยใช้หูฟังที่ศูนย์ทดสอบจัดหาให้
- ผู้สมัครมีเวลา 45 นาทีในการทำแบบทดสอบ
- คะแนนที่ถือว่าผ่านการทดสอบคือ 75% (ต้องตอบถูก

18 คำถามจากทั้งหมด 24 คำถาม)
- ความพยายามในแต่ละครั้งเพื่อให้ผ่านการทดสอบปัจจุบันเสียค่าใช้ จ่าย£50.00 ปอนด์ (ณ เดือนธันวาคม 2014)
- การทดสอบจะทำขึ้นที่ศูนย์ทดสอบชีวิตใน UK กว่า 60 แห่งทั่ว UK
- อัตราการผ่านการทดสอบในปัจจุบันคือ 70.9% (ณ เดือนพฤศจิกายน 2009)
- ท่านไม่ต้องทดสอบหากท่านอายุต่ำกว่า 18 ปี หรือมากกว่า 65 ปี
- สำหรับผู้ที่มีปัญหาด้านสุขภาพกายหรือสุขภาพจิตก็ได้รับการยกเว้น

เมื่อใดจึงต้องทำการทดสอบ
ทำการทดสอบก่อนที่ท่านจะยื่นขอแปลงสัญชาติเป็นชาวอังกฤษหรือขอ วีซ่าเข้าออก UK โดยไม่มีกำหนด (Indefinite Leave to Remain)

จะจองคิวเข้าทำการทดสอบได้อย่างไร
ตั้งแต่วันที่ 18 กรกฎาคม 2011 การทดสอบจะทำบนระบบออนไลน์ท่าน จำเป็นต้องมีอีเมลแอดเดรสเป็นของตัวเองเพื่อจองคิวการทดสอบ โดย จะเข้าทำการทดสอบที่ศูนย์ทดสอบใดๆ ก็ได้ที่มีอยู่กว่า 60 แห่งใน UK และสามารถดูรายละเอียดต่างๆ ดูได้จากเว็บไซต์ www.lifeintheuktest. gov.uk

ตอนนี้ผู้สมัครต้องลงทะเบียน จองคิว และชำระค่าธรรมเนียมการทดสอบ บนระบบออนไลน์

ในการทำเช่นนี้ ท่านจำเป็นต้อง: ลงทะเบียนสำหรับ life in the UK account เลือกช่วงเวลาทดสอบ และชำระค่าธรรมเนียม

เมื่อท่านลงทะเบียนแล้ว สิ่งสำคัญคือท่านต้องให้รายละเอียดที่ถูกต้อง มิเช่นนั้นอาจทำให้เกิดความล่าช้า ชื่อที่พิมพ์บนหนังสือรับรองเมื่อท่าน ผ่านการทดสอบจะต้องเหมือนกับชื่อที่ท่านลงทะเบียนสำหรับ Life in the UK account

ท่านต้องรออย่างน้อย 7 วันระหว่างที่ท่านจองคิวและสามารถทำการทด สอบได้ (ดังนั้น หากท่านพลาดการทดสอบ ท่านจะต้องรออีกอย่างน้อย 7 วันก่อนที่จะทดสอบอีก) จะไม่มีการคืนค่าธรรมเนียมในกรณีที่มีการยก เลิกการทดสอบน้อยกว่า 7 วันก่อนวันทดสอบ

ชีวิตในสหราชอาณาจักรคู่มือการทดสอบ: ฉบับพิมพ์ครั้งที่ 2

เมื่อท่านจองคิวทดสอบ ท่านต้องตอบคำถามต่อไปนี้

- ชื่อของท่าน
- วันเดือนปีเกิด
- สัญชาติ
- ประเทศที่เกิด
- เมืองที่เกิด
- บัตรประจำตัว (ที่ท่านต้องนำติดตัวไปด้วยเมื่อทำการทดสอบ) – หนังสือเดินทาง ใบอนุญาตขับขี่ที่มีรูปติด เอกสารการเดินทางที่ไ ด้รับการอนุมัติแล้ว เอกสารการเดินทางที่ออกให้โดย Home Office เอกสารการมีถิ่นที่อยู่ใน UK บัตรประจำตัวที่ออกให้โดย Home Office
- ผู้ควบคุมการทดสอบจะให้ท่านยืนยันว่าท่านได้อ่านคู่มือชีวิตในป ระเทศอังกฤษ: คำแนะนำสำหรับผู้มีถิ่นที่อยู่ใหม่ (A Guide for New Residents, ฉบับพิมพ์ครั้งที่ 3) คำตอบที่ท่านควรตอบคือ – ใช่
- ทำไมท่านจึงมาทดสอบ คำตอบคือ – ขอสัญญาติ หรือ ย้ายถิ่นฐาน

นอกจากนี้ท่านจะได้รับแจ้งให้ทราบเกี่ยวกับเอกสารที่ท่านต้องนำติดตัวไ ปด้วยและวิธีการชำระ
ค่าธรรมเนียม

เอกสารที่ต้องนำติดตัวไปเมื่อทำการทดสอบ
ผู้ควบคุมการทดสอบจะขอตรวจบัตรประจำตัวของท่าน ท่านจำเป็น ต้องแสดงเอกสารประจำตัวที่ท่านบอกว่าท่านใช้เมื่อทำการจองคิว ทดสอบ เอกสารที่ยอมรับคือ หนังสือเดินทางจากประเทศของท่าน (ซึ่งอาจเป็นของเก่า) ใบอนุญาตขับขี่ของอังกฤษที่มีรูปติด (หน้าตรงหรือเฉียง) เอกสารการเดินทางออกให้โดย Home Office

บัตรประจำตัวของสหภาพยุโรป เอกสารแสดงสถานภาพของการเข้าเมือ ง หรือใบอนุญาตการมีถิ่นที่อยู่ที่มีข้อมูลชีวภาพ

ศูนย์ทดสอบยังต้องการรหัสไปรษณีย์ตามที่อยู่ของท่าน ท่า นต้องมั่นใจว่าท่านนำบิลค่าแก๊ส ค่าไฟฟ้าหรือค่าน้ำประปา รายการแจ้งยอดเงินของธนาคาร รายการแจ้งยอดเงินในบัตรเครดิต (สำเ นาพิมพ์รายการแจ้งยอดเงินก็สามารถใช้ได้ อย่างไรก็ดีจะต้องมีการประทั บตราและลงชื่อโดยสาขาที่ออกให้) ใบอนุญาตขับขี่ของอังกฤษที่มีรูปถ่า ย หรือจดหมายจาก Home Office ที่มีชื่อและที่อยู่ของท่านระบุไว้

การทดสอบ

เมื่อท่านถึงศูนย์ทดสอบ ผู้ควบคุมการสอบจะตรวจสอบรายละเอียดต่างๆ ที่ท่านกรอกไว้เมื่อท่านจองคิวการทดสอบ

- ชื่อเต็มของท่าน
- วันเดือนปีเกิด
- สัญชาติ ประเทศและสถานที่เกิด
- รหัสไปรษณีย์
- หนังสืออ้างอิงจาก Home Office (ถ้ามี)
- จุดประสงค์ในการเข้ารับการทดสอบ (เพื่อขอมีถิ่นที่อยู่หรือขอถือสัญชาติอังกฤษ)

นอกจากนี้จะตรวจบัตรประจำตัวที่มีรูป และตรวจสอบที่อยู่

ตอนนี้ให้ท่านขอเครื่องช่วยฟังและหูฟังหากท่านต้องการฟังคำถาม

เพื่อทุกอย่างพร้อม การทดสอบจะค่อยๆ ดำเนินไป
อาจมีบางช่วงที่เงียบและช้ามาก

ศูนย์ทดสอบในแต่ละแห่งจะแตกต่างกันบ้างเล็กน้อยในแง่ของประสิทธิภาพในการทำให้ท่านมีความพร้อมที่จะเข้ารับการทดสอบ

ขั้นตอนต่อไปท่านต้อง log on เข้าคอมพิวเตอร์และมีเวลาฝึกลองใช้คอมพิวเตอร์ก่อนที่จะเริ่มทำการทดสอบ ผู้ควบคุมการทดสอบจะบอกท่านว่าเมื่อใดท่านจึงเริ่มการทดสอบได้

เมื่อท่านเริ่มการทดสอบ ท่านมีเวลา 45 นาทีในการทำบททดสอบให้เสร็จ มีคำถามพร้อมตัวเลือก 24 คำถาม ท่านต้องตอบถูก 18 ข้อจึงผ่าน (75%) ผู้สมัครส่วนมากทำการทดสอบเสร็จภายในเวลา 30 นาที

ประเภทของคำถาม

มีคำถามต่างๆ แยกเป็น 4 ประเภท ตัวอย่างคำถาม "อย่างเป็นทางการ" คือ

คำถามประเภทที่ 1
กรุณาเลือกคำตอบที่ถูกต้องเพียงคำตอบเดียวจากตัวเลือก 4 ข้อ
ตัวอย่าง ใครคือนักบุญของสก็อตแลนด์

- St Andrew
- St George
- St David
- St Patrick

(คำตอบ = St Andrew)

คำถามประเภทที่ 2
ข้อความต่อไปนี้ ถูก หรือ ผิด
ท่านต้องอายุอย่างน้อย 21 ปี ก่อนที่ท่านจะสามารถทำหน้าที่ลูกขุน
(คำตอบ = ผิด)

คำถามประเภทที่ 3
กรุณาเลือกคำตอบที่ถูกต้องสองคำตอบจากตัวเลือก 4 ข้อ
(ท่านต้องเลือกคำตอบสองคำตอบ)

ชื่อบ้านสองหลังที่ใช้เป็นรัฐสภาของ UK

- House of the People
- House of the Common
- House of the Lords
- House of Government

(คำตอบ = House of the Common และ House of Lords)

คำถามประเภทที่ 4
กรุณาเลือกข้อความที่ถูกต้องจากตัวเลือกข้อความสองข้อความ

ตัวอย่าง
ข้อความใดถูกต้อง

- Nelson เป็นนายทหารชาวอังกฤษที่มีชื่อเสียง เสียชีวิตใน Battle of Trafalgar
- Nelson เป็นนายทหารชาวอังกฤษที่มีชื่อเสียง เสียชีวิตใน Battle of Waterloo

(คำตอบ = ข้อความแรก คือ Nelson เสียชีวิตใน Trafalgar

หลังจากทดสอบ
เมื่อสิ้นสุดการทดสอบ ท่านจะได้รับหนังสือแจ้งผลการทดสอบ ซึ่งเป็น
การแจ้งให้ท่านทราบว่าท่านผ่านการทดสอบหรือไม่

หากท่านไม่ผ่านการทดสอบ
หนังสือแจ้งผลการสอบสำหรับผู้ที่ไม่ผ่านการทดสอบจะต้องมีข้อความดัง
ต่อไปนี้:

"ข้าพเจ้าเสียใจที่ต้องแจ้งให้ท่านทราบว่า หลังจากท่านเข้าทำการทด
สอบความรู้เกี่ยวกับชีวิตในประเทศอังกฤษในวันนี้ ท่านมีคุณสมบัติยัง
ไม่ถึงระดับที่กำหนดสำหรับการขอวีซ่าเพื่อพำนักเป็นการถาวรตาม
ระเบียบการเข้าเมือง หรือเพื่อการแปลงสัญชาติเป็นพลเมืองอังกฤษ
ตามมาตราที่ 6 ของพระราชบัญญัติสัญชาติของอังกฤษ ปี พ.ศ. 2524
ท่านสามารถทำการทดสอบได้อีก แต่เราขอแนะนำให้ท่านเรียนรู้เรื่อง
ต่างๆ ต่อไปนี้ก่อนที่ท่านจะทดสอบใหม่

นอกจากนี้ท่านควรตรวจสอบว่าท่านมีเวลาในการเข้าออก UK
พอหรือไม่ที่ท่านจะทดสอบใหม่ ท่านควรติดต่อ Immigration Enquiry
Bureau ที่หมายเลขโทรศัพท์ 0870 6067766 หากท่านมีข้อซักถามใดๆ
เกี่ยวกับการขอวีซ่าเพื่อพำนักเป็นการถาวร (leave to remain)
- โรคระบาดร้ายแรง - กาฬโรค (The Black Death)
- การปฏิวัติอันรุ่งโรจน์ (The Glorious Revolution)
- รัฐสวัสดิการ (The Welfare State)
- ฟุตบอล
- การปกครองโดยมีพระมหากษัตริย์เป็นประมุข
- คณะรัฐมนตรี
- เครือจักรภพ
- ฝ่ายตุลาการ
- การขับขี่
- การเป็นเพื่อนบ้านที่ดี

อย่าเพิ่งท้อ ให้เรียนรู้เพิ่มขึ้นและก้าวต่อไป ท่านจะได้รับอนุญาตให้
ทดสอบได้หลายครั้งเท่าที่ท่านต้องการ แม้ว่าท่านจะไม่ทราบ
จำนวนคำถามที่ท่านตอบถูกก็ตาม หรือหมวดที่ท่านตอบไม่ถูก
ก็จะทำให้ท่านสามารถ
ทำได้ดียิ่งขึ้น

หากท่านผ่านการทดสอบ

ผู้สมัครที่ผ่านการทดสอบจะได้รับหนังสือแจ้งผลการผ่านการทดสอบที่ลง
นามและประทับตราโดยผู้ควบคุมการทดสอบ ท่านต้องมั่นใจได้ว่า

- ท่านได้รับหนังสือแจ้งผลการทดสอบที่ถูกต้อง
- ท่านเก็บหนังสือแจ้งผลการทดสอบไว้อย่างปลอดภัย

หนังสือแจ้งผลการทดสอบของท่านเป็นเอกสารสำคัญ ให้เก็บไว้อย่าง
ปลอดภัยเพราะไม่สามารถออกให้ใหม่ในกรณีที่สูญหายหรือเสียหาย

แม้ว่าผลการทดสอบจะส่งไปยัง UK Border and Immigration Agency
ก็ตาม ท่านยังต้องแสดงหนังสือแจ้งผลการทดสอบเมื่อท่านยื่นขอวีซ่า
เพื่อพำนักอยู่เป็นการถาวร หรือขอสัญชาติอังกฤษ

กระบวนการย้ายถิ่นฐานไปยังประเทศอังกฤษ

ปัจจุบันนี้ UK Border and Immigration Agency
รับคำร้องขอวีซ่าปีหนึ่งๆ ประมาณ 2.5 ล้านราย ซึ่งได้รับอนุมัติ 87%

ในปี พ.ศ. 2012 มีคนประมาณ 130,000 คนได้รับอนุมัติให้ย้ายถิ่นฐานไป
ยัง UK ซึ่งเกือบ 40,000 คนที่ได้รับอนุมัติวีซ่าโดยการสมรส

สำหรับ พ.ศ. 2012 มีวีซ่ากว่า 1100 คำร้องที่ได้รับอนุมัติโดยการติดตาม
ครอบครัวให้แก่บุคคลสัญชาติไทย ซึ่งแสดงให้เห็นว่าลดลงอย่างเห็นได้
ชัดจากปีก่อนๆ ที่มากกว่าเป็นสองเท่า การลดลงนี้ส่วนมากเป็นเพราะผล
กระทบของข้อกำหนดด้านภาษาอังกฤษก่อนที่จะเข้าประเทศ ซึ่งกำหนด
ให้ผู้ยื่นคำร้องจำเป็นต้องสามารถพูดและฟังภาษาอังกฤษได้
(โปรดดูรายละเอียดที่จะกล่าวถึงต่อไป) ในปี พ.ศ. 2012
มีรายงานว่ามีชาวไทย 2,136 คนได้รับการอนุมัติให้ย้ายถิ่นฐานไปยัง UK

การขอวีซ่าเพื่อเดินทางไปยัง UK

ข้อมูลปัจจุบันเกี่ยวกับวีซ่า UK สามารถดูได้ที่เว็บไซต์ของ UK Border
Agency www.ukba.homeoffice.gov.uk

มีคนไทยหลายรายที่ในที่สุดก็ได้ย้ายไปตั้งถิ่นฐานใน UK เป็นการถาวร
เคยเดินทางไป UK ด้วยวีซ่าท่องเที่ยวก่อนในตอนแรก

โดยการเดินทางไป UK และกลับประเทศไทยโดยไม่อยู่เกินวีซ่า
ตามที่เราเรียกว่า "over-staying" มักมีส่วนช่วยในการขอวีซ่าในอนาคต
ได้ ระยะเวลาการให้วีซ่าท่องเที่ยวใน UK คือ 6 เดือนแต่ไม่ได้ให้สิทธิใน
การตั้งถิ่นฐานใน UK

ผู้ขอวีซ่าจะถูกถามคำถามจำนวนมาก และอาจมีการเรียกขอเอกสารเพราะ
ว่ามีความเข้าใจในระบบวีซ่าที่ไม่ถูกต้อง ดังนั้นเจ้าพนักงานจึงต้องการ
ทราบในเรื่องต่อไปนี้:
- ท่านทราบเกี่ยวกับ UK
- ท่านมีเหตุผลชัดเจนที่ท่านต้องการเดินทางไปยัง UK
- ท่านเป็นบุคคลที่มีบุคลภาพดี
- ท่านมีความประพฤติดี
- ท่านเชื่อว่าท่านจะไม่อยู่เกินวีซ่า
- ท่านจะไม่ทำงานใน UK หากวีซ่าของท่านไม่อนุญาตให้ท่านทำงาน
- ท่านมีเงินมากพอที่จะใช้จ่ายในการท่องเที่ยว
- ท่านต้องไม่แต่งงานเพื่อบังหน้า
- ความสัมพันธ์ใดๆ ที่ท่านกล่าวอ้างนั้นเป็นความจริง
- เอกสารประกอบของท่านเป็นของจริง

ผู้ขอวีซ่า UK ทุกราย ยกเว้นรายที่ได้รับประโยชน์จากการได้รับการยกเว้น
ซึ่งมีจำนวนจำกัด ต้องให้ข้อมูลทางชีวภาพ (ตัวเลข 10 หลักจากการ
สแกนนิ้วมือและภาพถ่ายดิจิตอล) เป็นส่วนหนึ่งของกระบวนการ

นอกจากนี้บุคคลที่แสวงหาทางให้ได้วีซ่าที่มีอายุนานกว่า 6 เดือนจาก
ประเทศไทยในตอนนี้ก็ต้องมีหนังสือรับรองเพื่อแสดงว่าตนไม่เป็นวัณโรค

แบบฟอร์มการขอวีซ่าอย่างเป็นทางการและคำแนะนำเกี่ยวกับการขอ
วีซ่าสามารถดาวน์โหลดได้ฟรีจาก UK Border Agency
ที่เว็บไซต์ www.ukba.homeoffice.gov.uk

UK Border Agency และสถานทูตอังกฤษ กรุงเทพฯ
ทำงานร่วมกับองค์กรทางการค้าคือ VFS โดยที่ VFS Global เป็นฝ่าย
บริหารจัดการศูนย์การยื่นขอวีซ่าให้แก่ UK Border Agency
ในประเทศไทย ท่านจะสามารถยื่นและกรอกแบบฟอร์มคำร้องขอวีซ่า
รวมทั้งเอกสาร
ประกอบและข้อมูลชีวภาพ (biometric data)ได้ที่นี่

VFS ให้ข้อมูลทั้งภาษาไทยและภาษาอังกฤษ   เว็บไซต์ของ VFS
คือ www.vfs-uk-th.com นอกจากนี้ VFS ยังให้ข้อมูลผ่านทา
งอีเมล์และบริการตอบข้อซักถามทางโทรศัพท์ที่หมายเลข +66
(0)2 800 8050 และค่าใช้จ่ายต่างๆ คิดเป็นเงินบาท ข้อมูลต่างๆ
ที่ให้ได้รับมูลและอนุมัติโดย UK Border Agency

ปัจจุบันนี้ท่านสามารถยื่นขอวีซ่าได้ที่

The Visa Application Centre
ชั้น 1 อาคารรีเจ้นท์เฮาส์
183 ถนนราชดำริ
ลุมพินี ปทุมวัน
กรุงเทพฯ 10330
อีเมล์: info.ukth@vfshelpline.com
โทรศัพท์ +66 (0)2 800 8050

เว็บไซต์ของ UK Border Agency จะอธิบาย
"วิธีการยื่นขอวีซ่าในประเทศไทย" คือ http://www.ukba.homeoffice.
gov.uk/countires/thailand โดยให้ข้อมูลทั้งภาษาไทยและ
ภาษาอังกฤษ

ส่วนรายละเอียดข้อมูลของรัฐบาลอังกฤษเกี่ยวกับความสัมพันธ์ระหว่าง
ประเทศอังกฤษและประเทศไทยสามารถดูได้ที่ www.gov.uk/
government/world/thailand

สถานเอกอัครราชทูตอังกฤษในประเทศไทยตั้งอยู่ที่
สถานเอกอัครราชทูตอังกฤษ
14 ถนนวิทยุ
ปทุมวัน
กรุงเทพฯ 10300

ประเภทคำร้องขอวีซ่าหลักๆ ที่นำไปสู่การย้ายเข้าไปตั้งถิ่นฐานใน UK คือ
- คู่สมรส (spouse)/คู่สมรสเพศเดียวกัน
  (civil partner) ของบุคคลที่ย้ายถิ่นฐาน
- คู่ชีวิตที่มิได้ทำการสมรส (unmarried partner)/คู่ชีวิตเพศเดียวกัน
  (same sex partner) ของบุคคลที่ย้ายถิ่นฐาน

- คู่หมั้น (fiancé)/ผู้ที่จะเป็นคู่สมรสเพศเดียวกัน (proposed civil partner) ของบุคคลที่ย้ายถิ่นฐาน
- บุตรบุญธรรม (Adopted child) ของบุคคลที่ย้ายถิ่นฐาน
- ทหาร (armed forces)
- การพำนักกับครอบครัว (family reunion)

ยังมีอีกหลายประเด็นเกี่ยวกับการขอวีซ่าที่ทำให้สามารถย้ายถิ่นฐานได้

ข้อกำหนดเกี่ยวกับภาษาอังกฤษสำหรับคู่ชีวิต

ข้อกำหนดก่อนเดินทางเข้าประเทศ
ย้อนหลังไปในเดือนพฤศจิกายน 2010 UK Border Agency ได้นำข้อกำหนดเกี่ยวกับภาษาอังกฤษก่อนเข้าประเทศมาใช้สำหรับการขอวีซ่าเพื่อย้ายถิ่นฐานสำหรับคู่สมรสและคู่ชีวิต

ผู้ยื่นขอวีซ่าต้องมีคุณสมบัติเป็นไปตามข้อกำหนดถ้าผู้ขอเป็นบุคคลสัญชาติอื่นนอกเหนือจากชาวยุโรป

เขตเศรษฐกิจและสวิสเซอร์แลนด์ และผู้ที่มีความสัมพันธ์กับชาวอังกฤษหรือบุคคลที่ย้ายมาตั้งถิ่นฐานที่นี่ และการขอในฐานะที่เป็นสามี ภรรยา คู่สมรสเพศเดียวกัน คู่หมั้น ผู้ที่จะเป็นคู่สมรสเพศเดียวกัน คู่ชีวิตที่มิได้ทำการสมรสกัน หรือคู่ชีวิตเพศเดียวกันของบุคคลดังกล่าว คู่สมรสจะต้องผ่านการทดสอบการพูดภาษาอังกฤษด้วย

การทดสอบ คือ Level A1 ของ Common European Framework of Reference (CEFR) "การพูดและการฟัง" ซึ่งเป็นการทดสอบระดับพื้นฐานผู้ยื่นคำร้องส่วนมากต้องผ่านการทดสอบภาษาอังกฤษและแสดงหนังสือรับรองการทดสอบพร้อมกับแบบฟอร์มคำร้อง รายละเอียดผู้ให้บริการที่ได้รับอนุมัติสามารถดูได้จากเว็บไซต์ของ UK Border Agency ที่ www.ukba.homeoffice.gov.uk

ข้อกำหนดในการย้ายถิ่นฐานไปยังประเทศอังกฤษ/การขอสัญชาติ
คุณสมบัติทางด้านภาษาอังกฤษสำหรับการย้ายถิ่นฐานไปยังประเทศอังกฤษนั้นสูงกว่าการขออนุญาตเพื่อพำนักเป็นการถาวร

ตั้งแต่วันที่ 28 ตุลาคม 2013 ข้อกำหนดในการย้ายถิ่นฐานไปยัง UK คือ ผู้ยื่นคำร้องต้องแสดงให้เห็นว่ามีความความรู้ด้านภาษาและชีวิตใน UK (KOLL)

ซึ่งข้อกำหนดนี้มีสองส่วนคือ
1. ต้องสามารถพูดและฟังภาษาอังกฤษได้ในระดับ B1 CEFR หรือสูงกว่า หรือระดับเทียบเท่า
2. ฝ่าย "การทดสอบการใช้ชีวิตในประเทศอังกฤษ"

การขอวีซ่าเพื่อพำนักเป็นการถาวร (Indefinite Leave to Remain)

การอนุญาตให้ย้ายถิ่นฐานไปยังประเทศอังกฤษเรียกว่า "วีซ่าให้พำนักเป็นการถาวร" (Indefinite Leave and Remain) ท่านต้อง มีคุณสมบัติเป็นไปตามข้อกำหนดของระเบียบว่าด้วยการเข้าเมืองในขณะ ที่ท่านยื่นขอย้ายถิ่นฐาน หากท่านกำลังตัดสินใจขอย้ายถิ่นฐานในอนาคต ท่านควรทราบว่าระเบียบว่าด้วยการเข้าเมืองนั้นอาจมีการเปลี่ยนแปลงได้

หลังจากที่ท่านอาศัยอยู่ในประเทศอังกฤษอย่างถูกต้องตามกฎหมายสัก ระยะหนึ่ง (โดยปกติมักใช้เวลา 5 ปี) ท่านสามารถยื่นขออนุญาตในการ ย้ายถิ่นฐานได้ ซึ่งเรียกว่า "การพำนักเป็นการถาวร (Indefinite leave to remain)

Indefinite leave to remain (มักเรียกว่า ILR) คือวีซ่า (การอนุญาต) เพื่อพำนัก (ย้ายถิ่นฐาน) ใน UK ได้เป็นการถาวร โดยปราศจากการ ควบคุมของกองตรวจคนเข้าเมือง

สิทธิของท่านในการขอย้ายถิ่นฐานขึ้นอยู่กับประเภทการเข้าเมืองใน ขณะนั้น ท่านควรอ่านหมวดที่ตรงกับประเภทของท่าน (เช่นเรื่อง การทำงานในประเทศอังกฤษ คู่ชีวิตและสมาชิกในครอบครัวหรือการ ลี้ภัย) เพื่อดูว่าท่านสามารถยื่นขอย้ายถิ่นฐานไปต่อ UK Border and Immigration Agency ได้หรือไม่และจะยื่นได้เมื่อใด โดยดูข้อมูลได้ที่ www.ukba.homeoffice.gov.uk มีขั้นตอนสามขั้นตอนก่อนที่ท่านจะได้รับอนุญาตให้พำนักเป็นการถาวร

ขั้นตอนที่ 1 มีคุณสมบัติตรงตามข้อกำหนดในการย้ายถิ่นฐาน
ท่านต้องพำนักอาศัยอย่างถูกต้องตามกฎหมายในประเทศอังกฤษเป็น

ระยะเวลาหนึ่งก่อนที่ท่านจะขอพำนักเป็นการถาวร ซึ่งขั้นตอนนี้เรียกว่า "ระยะตรวจสอบคุณสมบัติ"

ระยะตรวจสอบคุณสมบัติขึ้นอยู่กับหลักคำร้องขอย้ายถิ่นฐานของท่าน สำหรับประเภทคำร้องส่วนมาก ระยะตรวจสอบคุณสมบัติคือ 5 ปีจะไม่มีระยะตรวจสอบคุณสมบัติสำหรับผู้เคราะห์ร้ายกรณีที่มีการใช้ความรุนแรงภายในประเทศ
ผู้ยื่นคำร้องต้องไม่อยู่ระหว่างการพิสูจน์การกระทำผิดเมื่อตนยื่นขอย้ายถิ่นฐาน

ขั้นตอนที่ 2 แสดงให้เห็นความรู้ทางภาษาอังกฤษของท่านและการทดสอบชีวิตใน UK

ขั้นตอนนี้แบ่งเป็นสองส่วนคือ
1. คุณสมบัติในการพูดและฟังภาษาอังกฤษที่ระดับ B1 CEFR หรือระดับที่สูงกว่า หรือคุณสมบัติที่ระดับเทียบเท่า
2. ผ่านการทดสอบชีวิตใน UK

มีข้อยกเว้นบางประการในการเป็นผู้มีคุณสมบัติตรงตามข้อกำหนดของ KOLL สำหรับการยื่นขอย้ายถิ่นฐานเท่านั้น รวมทั้งการยื่นขอย้ายถิ่นฐานในฐานะที่เป็นผู้เคราะห์ร้ายกรณีที่มีการใช้ความรุนแรงภายในประเทศ การยื่นขอย้ายถิ่นฐานในฐานะที่เป็นคู่สมรสของผู้เสียชีวิต (spouse) คู่ชีวิตที่มิได้ทำการสมรสกันของบุคคลที่เสียชีวิต (bereaved unmarried partner) คู่สมรสเดียวกับของผู้เสียชีวิต (bereaved civil partner) บิดามารดา (parent) ปู่ย่าตายาย (grandparent) หรือผู้อยู่ความอุปการะอื่นๆ ที่ท่านยื่นขอตามเหตุผลของความเห็นใจผู้เกษียณอายุของผู้ที่สามารถเลี้ยงตัวเองได้
ตั้งแต่วันที่ 6 เมษายน 2011 คนเข้าเมืองที่มีทักษะและทักษะสูงต้องผ่านการทดสอบชีวิตในประเทศอังกฤษ หากบุคคลผู้นั้นต้องการแสดงให้เห็นว่าตนมีคุณสมบัติตรงตามข้อกำหนดเกี่ยวกับความรู้ด้านภาษาและการใช้ชีวิต (KOLL) เพื่อย้ายถิ่นฐานไปยัง UK ผู้เข้าเมืองประเภทเหล่านี้การมีคุณสมบัติตรงตามข้อกำหนด KOLL ไม่เพียงแค่ผ่านการทดสอบภาษาอังกฤษสำหรับผู้พูดภาษาอื่น (ESOL) เท่านั้น แต่ยังต้องผ่านการทดสอบและมีคุณวุฒิระดับ B1 CEFR

ขั้นตอนที่ 3   การยื่นขออนุญาตเพื่อการพำนัก (การย้ายถิ่นฐานถาวร) ใน UK

แบบฟอร์มคำร้องสำหรับการย้ายถิ่นฐานและคำแนะนำต่างๆ สามารถขอดูได้ฟรีที่ UK Border Immigration Agency, www.ukba. homeoffice.gov.uk ซึ่งแบบฟอร์มที่ท่านยื่นขอขึ้นอยู่กับประเภทที่ท่านกำลังยื่นขออนุญาตรายละเอียดเกี่ยวกับวิธีและเวลาที่ยื่นได้แจ้งไว้ในแบบฟอร์มแล้ว การยื่นแบบฟอร์มผิดประเภทถือว่าเป็นความผิดพลาดที่ก่อให้เกิดค่าใช้จ่ายสูงเนื่องจากคำร้องของท่านจะต้องถูกปฏิเสธและท่านก็จะไม่ได้รับค่าธรรมเนียมคืน หากท่านชำระค่าบริการเพิ่มเติมท่านก็สามารถทำคำร้องของท่านได้ด้วยตัวเองที่สำนักตรวจคนเข้าเมืองแห่งใดๆก็ได้ที่มีอยู่รอบประเทศ "Lunar House"ใน Croydon London เป็นหน่วยงานที่มีชื่อเสียงมากที่สุด ท่านสามารถรอฟังผลการพิจารณาได้ในวันเดียวกัน แต่เราไม่แนะนำให้ท่านใช้วิธีนี้หากคำร้องของท่านมีความซับซ้อน

ทันทีที่ท่านเดินทางไปถึงประเทศอังกฤษ ท่านควรตรวจสอบว่าข้อกำหนดใดในการขออนุญาตเพื่อพำนักคืออะไร และเริ่มรวบรวมและสะสมข้อมูลที่อาจจำเป็นในอนาคต พิมพ์แบบฟอร์มต่างๆ ที่เกี่ยวข้องและบันทึกคำแนะนำเพื่อการย้ายถิ่นฐานจากเว็บไซต์ของ UK Border Agency และตรวจสอบว่าจำเป็นต้องใช้อะไรบ้าง

ตัวอย่างเช่น
คู่สมรสต้องแสดงให้เป็นภาระที่มีร่วมกันทางด้านการเงินความรับผิดชอบอื่นๆและกิจกรรมทางสังคมตลอดช่วงระยะเวลา 2ปีที่อยู่ด้วยกัน ซึ่งทำได้โดยการแสดงหลักฐานหกรายการจากแหล่งต่างๆ 3 แห่ง
ตามรายการที่ระบุต่อไปนี้ กล่าวคือ บิลโทรศัพท์ บิลค่าแก๊ส หนังสือรับรองการจำนอง บิลค่าน้ำ บิลเรียกเก็บภาษีท้องถิ่นหนังสือรับรองยอดเงินในบัญชี สัญญาเช่า สมุดคู่ฝากของสหกรณ์ออมทรัพย์เพื่อการเคหะ กรมธรรม์ประกันภัย รายการแจ้งยอดเงินในบัตรเครดิต

สิ่งที่เจ้าพนักงานกำลังมองหาในตัวอย่างนี้คือ เอกสารต่างๆ ที่มีชื่อร่วมกันแสดงที่อยู่เดียวกัน ท่านสามารถจัดหาเอกสารตามรายการที่ส่งไปถึงท่านได้ทั้งคู่ ถ้ามีที่อยู่เดียวกัน ดังนั้น หากเอกสารของท่านมีชื่อร่วมกันท่านจำเป็นต้องจัดทำเอกสาร 12 ฉบับตามที่อยู่ที่ท่านอยู่ด้วยกันเป็นระยะเวลานานกว่า 2 ปี

คำร้องต้องสามารถแสดงเอกสารได้ตลอดทั้งปี ดังนั้น ท่านจำเป็นต้องเก็บ
รวบรวมเอกสารเหล่านี้ไว้นับตั้งแต่เนิ่นๆ

คำแนะนำคือ ไม่ต้องจัดหาสิ่งอื่นนอกเหนือจากหลักฐานที่กำหนดไว้ใน
คำแนะนำหากเจ้าพนักงานต้องการข้อมูลเพิ่มเติมพนักงานก็จะขอจาก
ท่านเอง

อย่าให้เกิดข้อผิดพลาดโดยคิดเอาเองว่าข้อกำหนดเกี่ยวกับการขอ
อนุญาตเพื่อพำนักในประเทศอังกฤษเมื่อท่านเข้าประเทศอังกฤษเป็น
ครั้งแรกจะยังเหมือนเดิมเมื่อถึงเวลาที่ท่านยื่นขออนุญาตคราวต่อไป
ซึ่งอาจจะเป็นเวลา 5 ปีหลังจากที่ยื่นครั้งแรก The UK Border
Immigration Agency จะประกาศการเปลี่ยนแปลงต่างๆ บนเว็บไซต์
ล่วงหน้าเป็นเวลาหลายเดือน แต่จะไม่ส่งจดหมายแจ้งการเปลี่ยนแปลง
ใดๆ ไปถึงท่าน

ระยะเวลาที่เร็วที่สุดที่ท่านสามารถยื่นขออนุญาตเพื่อพำนักในประเทศ
อังกฤษคือ 28 วันก่อนที่จะสิ้นสุดระยะตรวจสอบคุณสมบัติ หากท่านยื่น
คำร้องของท่านเร็วกว่านี้ คำร้องของท่านจะถูกปฏิเสธและท่านจะไม่ได้รับ
ค่าธรรมเนียมคืน ดังนั้นต้องมั่นใจว่าท่านยื่นคำร้องก่อนที่วีซ่าของท่านจะ
หมดอายุ

ไม่มีขีดจำกัดเรื่องเวลาเกี่ยวกับการอนุญาตให้พำนักในประเทศอังกฤษแต่
อย่างไรสิ่งสำคัญก็คือท่านต้องไม่อยู่นอกประเทศอังกฤษเป็นเวลามาก
กว่า 2 ปี เพราะอาจทำให้ท่านเสียสิทธิในการพำนักในประเทศอังกฤษ

คู่รัก (แฟน) และครอบครัว
เนื่องจากผู้อ่านส่วนมากของหนังสือฉบับนี้จะยื่นขออนุญาตในฐานะที่เป็น
"คู่รัก (แฟน) และครอบครัว ซึ่งเงื่อนไขในการย้ายถิ่นฐานในปัจจุบันของ
การขออนุญาตตามแนวทางนี้คือ

ตามระเบียบว่าด้วยการเข้าเมืองฉบับใหม่ที่มีผลบังคับเมื่อวันที่ 9
กรกฎาคม 2012 ได้เปลี่ยนแปลงระยะเวลาที่สมาชิกครอบครัวต้องอยู่ใน
UK ก่อนที่จะยื่นขอย้ายถิ่นฐาน ระเบียบนี้ใช้บังคับกับคู่รัก (แฟน) ของ
บุคคลที่ถือสัญชาติอังกฤษที่ย้ายถิ่นฐานไปประเทศอังกฤษแล้วที่อยู่ใน
ประเทศอังกฤษโดยการลี้ภัยหรือได้รับความคุ้มครองทางมนุษยธรรม
หรือที่อยู่ใน UK ในฐานะคนงานในประเภทที่ขึ้นอยู่กับระดับคะแนน

ชีวิตในสหราชอาณาจักรคู่มือการทดสอบ: ฉบับพิมพ์ครั้งที่ 2

หากท่านยื่นขอเข้าประเทศอังกฤษ หรือเพื่อขออนุญาตพำนักอยู่ใน UK ณ หรือหลังจากวันที่ 9 กรกฎาคม 2012 และได้รับอนุมัติแล้ว ท่านจำเป็นต้องอยู่ใน UK เป็นระยะเวลา 5 ปี ก่อนจะมีสิทธิขอย้ายถิ่นฐาน ตอนแรกท่านจะได้รับอนุญาตให้เดินทางเป็นระยะเวลาสองปีครึ่ง แล้วท่านจึงจะสามารถยื่นขอได้อีกสองปีครึ่ง

หากท่านมีคุณสมบัติไม่ตรงตามข้อกำหนดเมื่อครบ 5 ปี ท่านอาจมีสิทธิ ขอย้ายถิ่นฐานเมื่อครบ 10 ปีหากท่านได้รับอนุญาตให้พำนักอยู่ตาม เกณฑ์การย้ายถิ่นฐานของครอบครัวของท่านหรือชีวิตส่วนตัวในกรณี พิเศษ

ในการย้ายถิ่นฐาน ท่านสามารถยื่นขอย้ายถิ่นฐานในฐานะที่เป็นสามี ภรรยา หรือคู่รักเพศเดียวกัน ถ้า

- ท่านอยู่ประเทศอังกฤษครบ 5 ปี โดยมีวีซ่าหรือได้รับอนุญาตให้พำนัก อยู่ใน UK ในประเภทนี้
- ท่านยังคงเป็นสามี ภรรยา หรือคู่สมรสเพศเดียวกันของบุคคลที่ระบุไว้ ในวีซ่าหรือคำอนุญาตให้พำนักอยู่
- การสมรสหรือการอยู่ร่วมกันนั้นยังคงอยู่และเป็นจริง (ไม่ใช่ "การสมรสเพื่อความสะดวก"
- ท่านและคู่รักของท่านมีความประสงค์ที่จะเป็นสามีภรรยากันหรือเป็นคู่ สมรสเพศเดียวกันเป็นการถาวร
- ท่านมีที่พักอาศัยอย่างเพียงพอที่ท่านและบุตรของท่านสามารถพัก อาศัยได้โดยไม่จำเป็นต้องพึ่งเงินของรัฐและอย่างน้อยส่วนหนึ่งของที่ พักนั้น (ตัวอย่างเช่น ห้องนอน) เป็นห้องนอนที่ท่านและคู่รักของท่าน ใช้ร่วมกันเท่านั้น
- ท่านไม่มีความผิดเกี่ยวกับคดีที่ยังไม่สิ้นสุดภายในขอบเขตความหมาย ของ Rehabilitation of Offenders Act 1974 และ
- ท่านมีความรู้ภาษาอังกฤษและชีวิตใน UK อย่างเพียงพอ (ท่านไม่จำ เป็นต้องมีคุณสมบัติตรงตามข้อกำหนดนี้หากท่านอายุเกิน 65 ปี)

การถือสัญชาติอังกฤษ

มีคนเกือบ 200,000 คนได้รับอนุมัติให้ถือสัญชาติอังกฤษในปี พ.ศ. 2012 โดยมีประมาณ 100,000 คนได้สัญชาติในฐานะที่เป็นผู้มีถิ่นที่อยู่ และเกือบ 40,000 คนได้สัญชาติจากการแต่งงาน อัตราการอนุมัติสัญชาติอังกฤษมีอยู่ที่ประมาณ 96%

การถือสัญชาติอังกฤษ ยังเป็นที่รู้จักกันว่า การแปลงสัญชาติอังกฤษ ในฐานะที่เป็นชาวอังกฤษ ท่านมีสิทธิในการพักอาศัยใน UK เป็นการถาวร และท่านสามารถเดินทางเข้า-ออกและพำนักอยู่ใน UK ได้โดยอิสระปราศจากข้อจำกัด

ผู้ยื่นคำร้องขอแปลงสัญชาติต้องมีความรู้ภาษาอังกฤษและชีวิตใน UK (KOLL) ก่อนที่จะยื่นขอสัญชาติ มีคนจำนวนมากที่ต้องมีคุณสมบัติตรงตามข้อกำหนดนี้เพื่อที่จะได้รับอนุมัติให้พำนักใน UK ได้เป็นการถาวร หากท่านผ่านการทดสอบชีวิตใน UK แล้ว ท่านก็ไม่จำเป็นต้องเข้ารับการทดสอบอีก ผู้ยื่นคำร้องชาวไทยก็ต้องมีคุณวุฒิทางภาษาอังกฤษที่ระดับ BI หรือสูงกว่าของ Common European Framework of Reference for Languages (CEFR) ซึ่งรวมถึงการประเมินการพูดและการฟังด้วย

เมื่อจะทำคำร้องขอแปลงสัญชาติ ท่านต้องมีคุณสมบัติตรงตาม KOLL ปัจจุบันก่อน สำหรับบางคนหมายถึง การผ่านการประเมินผลการพูดและการฟัง ส่วนคนอื่นๆ จำเป็นต้องผ่านคุณสมบัติการฟังและการพูดระดับสูงขึ้นกว่าที่พวกเขาแสดงให้เห็นเพื่อการย้ายถิ่นฐาน

ยกเว้นในกรณีที่ท่านสามารถขอสัญชาติอังกฤษตามบรรพบุรุษท่านจะต้องยื่นของแปลงสัญชาติอังกฤษตามเกณฑ์ที่ว่า ท่านอยู่ใน UK มาแล้ว 5 ปี หรือ 3 ปีในฐานะที่เป็นคู่สมรสของชาวอังกฤษ

ท่านต้องมีคุณสมบัติตรงตามข้อกำหนดจึงจะได้อนุมัติสัญชาติอังกฤษ หากท่านไม่มีคุณสมบัติที่กำหนด ท่านก็จะเสียค่าคำร้องฟรี

หากท่านยื่นตามเกณฑ์การอยู่ใน UK เวลา 5 ปีขึ้นไป ท่านต้อง
- อายุ 18 ปีขึ้นไป
- มีสภาพจิตใจปกติ
- มีความประสงค์ที่จะใช้ชีวิตต่อในประเทศอังกฤษ

ชีวิตในสหราชอาณาจักรคู่มือการทดสอบ: ฉบับพิมพ์ครั้งที่ 2

- สามารถสื่อสารเป็นภาษาอังกฤษ Welsh หรือ Scottish Gaelic ในระดับที่เป็นที่ยอมรับได้
- มีความรู้เกี่ยวกับการใช้ชีวิตในประเทศอังกฤษอย่างเพียงพอ (แสดงให้เห็นโดยการผ่านการทดสอบชีวิตใน UK) และ มีคุณสมบัติทางด้านภาษาอังกฤษในระดับ B1 ขึ้นไปของ Common European Framework of Reference for Languages (CEFR) ซึ่งรวมถึงการประเมินผลการพูดและฟังหรือเป็นพลเมืองของประเทศที่พูดภาษาอังกฤษ
- มีความประพฤติดี
- เป็นผู้มีถิ่นที่อยู่ใน UK มาแล้วเป็นเวลาอย่างน้อยห้าปี
- อยู่ใน UK มาแล้วห้าปีก่อนวันที่จะยื่นคำร้อง
- ข้อกำหนดมาตรฐาน: ไม่เคยใช้เวลามากกว่า 450 วันนอก UK ระหว่างช่วงห้าปีที่ผ่านมา
- ที่อยู่และคู่รัก: ไม่เคยใช้เวลามากกว่า 270 วันนอก UK ในช่วงสามปีที่ผ่านมา
- ไม่เคยใช้เวลามากกว่า 90 วันนอก UK ในช่วง 12 เดือนของระยะเวลา 5 ปีที่ผ่านมา
- ไม่เคยประพฤติผิดข้อบังคับว่าด้วยการเข้าเมืองไม่ว่าที่ขั้นตอนใดๆ ระหว่างระยะเวลา 5 ปี
- ไม่อยู่ภายใต้ข้อจำกัดเรื่องเวลาในการเข้าเมือง (หมายความว่ามีสิทธิพำนักใน UK เป็นการถาวร) ระหว่างช่วง 12 เดือน ของระยะตรวจสอบคุณสมบัติการมีถิ่นที่อยู่

หากท่านยื่นคำร้องตามเกณฑ์ของการเป็นคู่สมรสหรือคู่สมรสเพศเดียวกันของชาวอังกฤษ (สมรสกับ หรือเป็นคู่สมรสเพศเดียวกันของชาวอังกฤษ) ข้อกำหนดก็จะเหมือนกัน แต่เพียงท่านต้องอาศัยหรือเคยอาศัยอยู่ใน UK อย่างถูกต้องตามกฎหมายเป็นระยะเวลา 3 ปี ท่านจึงไม่มีข้อจำกัดเกี่ยวกับการเข้าเมือง (กล่าวคือ มีสิทธิพำนักใน UK ได้เป็นการถาวร) แต่ท่านสามารถยื่นคำร้องได้ทันทีเมื่อท่านอยู่ใน UK ครบ 3 ปี

เนื่องจากคู่สมรสและคู่รักที่ยื่นคำร้องจากที่อื่นนอกสหภาพยุโรปจะไม่ "ได้รับอิสระจากข้อจำกัดเรื่องเวลาของการเข้าเมือง" เป็นระยะเวลาอย่างน้อย 5 ปีนับจากวันที่เข้า UK บุคคลเหล่านี้ไม่ได้รับประโยชน์จากระยะเวลาตรวจสอบคุณสมบัติที่สั้นกว่าสำหรับคู่สมรสและคู่สมรสเพศเดียวกัน แต่เพราะว่าข้อกำหนดการมีถิ่นที่อยู่ที่กำหนดระยะสั้นกว่า ทำให้พวกเขาสามารถยื่นขอสัญชาติอังกฤษได้ทันทีที่พวกเขาได้รับอนุญาตให้พำนักใน UK ได้เป็นการถาวร

รัฐบาลอังกฤษจำกัดการพิจารณาคำร้องจากคนที่มีคุณสมบัติไม่เป็นไป ตามข้อกำหนด

การถือสองสัญชาติ

The UK Border Agency กล่าวไว้ว่า"กฎหมายว่าด้วยสัญชาติของอังกฤษ อนุญาตให้ท่านมีสัญชาติได้มากกว่าหนึ่งสัญชาติ ดังนั้นท่านจะสามารถมี หนังสือเดินทางจากประเทศต่างๆ ได้ อย่างไรก็ดี ตามกฎหมายของ บางประเทศ บุคคลหนึ่งๆ จะต้องเสียสัญชาติหนึ่งสัญชาติโดยปริยายถ้า บุคคลนั้นกลายเป็นพลเมืองของประเทศอื่น หากท่านมีข้อสงสัยประการ ใดเกี่ยวกับเรื่องนี้ ท่านควรสอบถามหน่วยงานของประเทศที่ท่านถือ สัญชาติอยู่ผ่านทางสถานเอกอัครราชทูตของประเทศนั้นๆ หรือสำนักข้าหลวงใหญ่ ก่อนที่ท่านจะยื่นคำร้อง

หากประเทศที่ท่านถือสัญชาติอยู่ในปัจจุบันยังคงยอมรับว่าท่านเป็นพล เมืองของประเทศคนหนึ่ง ท่านก็ยังคงมีหน้าที่ในการเป็นพลเมืองของ ประเทศนั้นต่อไปเมื่อท่านอยู่ในอาณาเขตประเทศนั้น กรณีนี้รวมถึงภาระ ผูกพันในการเข้ารับราชการทหาร ท่านควรระลึกว่า หากท่านมีฐานะเป็นผู้ลี้ภัยใน UK ท่านจะสูญเสียสถานภาพนั้นถ้าท่าน แปลงสัญชาติเป็นชาวอังกฤษ"

ในทางปฏิบัติ คนไทยที่ถือสองสัญชาติมีแพร่หลายมีข้อกำหนดว่าคนไทย จะเสียสัญชาติในกรณีที่สละสัญชาติเท่านั้น

การยื่นขอสัญชาติอังกฤษ

ข้อมูลเกี่ยวกับวิธีการยื่นสามารถขอได้ที่เว็บไซต์ของ the UK Border Immigration Agency คือ www.ukba.homeoffice.gov.uk

วิธีการยื่นมีสามวิธีคือ

1. The Nationality Checking Service (NCS)

บริการนี้ดำเนินงานโดยหน่วยราชการส่วนท้องถิ่น ที่จะตรวจสอบให้มั่นใจ ว่าคำร้องของท่านยื่นอย่างถูกต้องและเป็นไปตามข้อกำหนดเกี่ยวกับสิทธิ ของพลเมือง อย่างไรก็ดีหน่วยงานนี้จะไม่ให้คำแนะนำท่านเกี่ยวกับเรื่อง สัญชาติ

บริการนี้มีข้อดีหลายประการ กล่าวคือ
เมื่อปีที่แล้ว มีคำร้องเพียง 2% ที่ทำโดยวิธีนี้ที่ไม่ประสบผลสำเร็จ เมื่อ
เปรียบเทียบกับจำนวนการปฏิเสธ 10% สำหรับคำร้องที่ทำด้วยวิธีอื่น
ท่านสามารถเก็บเอกสารของท่าน (เช่นหนังสือเดินทาง) – อย่างไรก็ดี
อาจมีการขอหนังสือเดินทางตัวจริงก็ได้ในกรณีที่จำเป็น

2. ยื่นทางไปรษณีย์

3. การใช้บริการของเอเย่นต์หรือตัวแทน

The UK Border and Immigration Agency
ระบุว่ามาตรฐานบริการของตนคือ การพิจารณาคำร้องขอสัญชาติอังกฤษ
95% ภายในหกเดือน

พิธี Citizenship Ceremony
หากคำร้องขอสัญชาติอังกฤษได้รับอนุมัติ ท่านจะได้รับจดหมายแจ้งว่า
ท่านได้รับอนุมัติแล้ว และเชิญให้ท่านเข้าร่วมพิธี Citizenship Ceremony

จดหมายดังกล่าวให้เวลาท่าน 14 วันในการกำหนดวันที่จะเข้าร่วมในพิธี
จดหมายดังกล่าวจะรวมรายละเอียดการติดต่อสำหรับหน่วยงานส่วนท้อง
ถิ่นหรือสภาท้องถิ่นที่จัดพิธี พิธีนี้มักจัดขึ้นที่สำนักทะเบียนหรืออาคาร
สาธารณะ ท่านมีเวลา 90 วันนับจากวันที่ส่งจดหมายให้เข้าร่วมพิธี

การจัดพิธีแบบกลุ่มไม่เสียค่าใช้จ่าย ท่านสามารถจัดพิธีเป็นการส่วนตัวก็
ได้ซึ่งเร็วกว่า แต่ท่านต้องชำระค่าธรรมเนียม
เมื่อท่านเข้าร่วมในพิธี เจ้าพนักงานจะตรวจบัตรประจำตัวและยืนยันว่าราย
ละเอียดส่วนตัวต่างๆ นั้นถูกต้อง

ในพิธี ท่านจะต้องสาบานตน หรือให้คำสัตย์ปฏิญาณ (oath
of allegiance) หรือคำยืนยัน (affirmation of allegiance)
และให้คำมั่นสัญญา

การให้คำสัตย์ปฏิญาณ (Oath of allegiance)
ข้าพเจ้า (ชื่อ) ขอสาบานต่อหน้าพระเจ้าว่า ในการถือสัญชาติอังกฤษ
ข้าพเจ้าจะซื่อสัตย์และจงรักภักดีต่อสมเด็จพระราชินีเอลิซาเบธที่สอง
รัชทายาทและผู้สืบสกุลตามกฎหมาย

คำยืนยัน (The affirmation of allegiance)

ข้าพเจ้า (ชื่อ) ขอรับรองด้วยความซื่อสัตย์และจริงใจ และยืนยันว่า
ในการถือสัญชาติอังกฤษ ข้าพเจ้าจะซื่อสัตย์และจงรักภักดีต่อสมเด็จพระ
ราชินีเอลิซาเบธที่สอง รัชทายาทและผู้สืบสกุลตามกฎหมาย

คำรับรอง

ข้าพเจ้าจะจงรักภักดีต่อสหราชอาณาจักรและเคารพสิทธิและเสรีภาพ
ข้าพเจ้าจะสนับสนุนค่านิยมเรื่องประชาธิปไตย
ข้าพเจ้าจะยึดมั่นในกฎหมาย ซื่อสัตย์และปฏิบัติหน้าที่และภาระผูกพัน
ของข้าพเจ้าในฐานะที่เป็นพลเมืองอังกฤษคนหนึ่ง

เมื่อท่านได้ทำคำสาบานตนและคำยืนยันและกล่าวคำรับรองแล้ว
ก็จะมีการบรรเลงเพลงชาติอังกฤษ "God Save the Queen" และท่านจะ
ต้องร้องเพลงที่มีเนื้อเพลงดังนี้

> God save our gracious Queen
> Long live our noble Queen
> God save the Queen
>
> Send her victorious
> Happy and glorious
> Long to reign over us
> God save the Queen

เมื่อสิ้นสุดพิธีนี้ ท่านจะต้องลงนามและลงวันที่ในหนังสือรับรองการแปลง
สัญชาติอังกฤษ นอกจากนี้ท่านจะได้รับเอกสารซึ่งมีแบบฟอร์มคำร้องขอ
หนังสือเดินทางอังกฤษ

การยื่นขอหนังสือเดินทางอังกฤษ

ตอนนี้ก็ถือว่าท่านเป็นพลเมืองอังกฤษแล้ว ท่านสามารถยื่นขอหนังสือเดิน
ทางอังกฤษได้ กระบวนการทำคำร้องและกฎข้อบังคับจะเหมือนกับพล
เมืองอังกฤษทุกคน แบบฟอร์มคำร้องขอหนังสือเดินทางอังกฤษ
สามารถขอรับได้ที่ UK Post Office เกือบทุกที่ ซึ่งจะให้บริการ
"ตรวจสอบและส่ง" ซึ่งไม่แพงและคุ้มค่าที่จะใช้บริการ
ผู้ที่ยื่นขอหนังสือเดินทางอังกฤษเป็นครั้งแรกทุกคนต้องเข้ารับการสัม
ภาษณ์ เมื่อคำร้องของท่านได้รับอนุมัติท่านจะได้รับจดหมายนัดสัมภาษณ์

ท่านต้องมั่นใจว่าท่านนำจดหมายนี้ติดตัวไปสัมภาษณ์ด้วย ระยะเวลารอคิวสัมภาษณ์จะใช้เวลาไม่นาน

หลังจากที่ได้ผ่านกระบวนการต่างๆ เพื่อให้ได้รับสัญชาติอังกฤษ การไปสัมภาษณ์อาจทำให้ท่านรู้สึกว่าต้องเผชิญกับอุปสรรคอีกครั้ง อย่างไรก็ดี จุดมุ่งหมายของการสัมภาษณ์คือ เพื่อป้องกันการปลอมแปลง โดยการตรวจสอบว่าท่านเป็นคนที่ท่านกล่าวอ้างจริงๆ

กระบวนการสัมภาษณ์ทั้งหมดจะใช้เวลาประมาณ 30 นาทีและทำอย่างละเอียด และจะมีการบันทึกไว้เป็นหลักฐาน

ท่านจะถูกถามคำถามต่างๆ เกี่ยวกับข้อมูลที่ท่านกรอกไว้ในคำร้องขอหนังสือเดินทาง บุคคลที่ทำการสัมภาษณ์ท่านจะมีรายงานอ้างอิงที่น่าเชื่อถือได้และข้อมูลการลงทะเบียนของคุณอยู่ตรงหน้าผู้ที่จะสัมภาษณ์คุณ บางทีบุคคลที่ทำการสัมภาษณ์อาจถามท่านเกี่ยวกับเรื่องธนาคารหรือเงินกู้ที่ท่านมีอยู่ก็ได้

การสัมภาษณ์ที่ท่านอาจะถูกถาม

ต่อไปนี้คือคำถามที่ผู้สัมภาษณ์มักถามเกี่ยวกับคำถามต่อไปนี้
- ท่านชื่ออะไร
- บิดามารดาของท่านชื่ออะไร
- วันเดือนปีเกิดของบิดามารดา
- บิดามารดาของท่านเกิดที่ไหน
- ท่านพักอาศัยอยู่ที่ใด
- กรุณาแจ้งที่อยู่
- ขอทราบหมายเลขโทรศัพท์ที่บ้าน
- ท่านมีการจำนองทรัพย์สินหรือไม่
- ท่านจำนองไว้กับใคร
- ท่านเปิดบัญชีธนาคารไว้ที่ไหน
- มีคนอยู่กับท่านกี่คน
- ท่านอยู่กับใคร
- ท่านส่งเอกสารอะไรมาพร้อมคำร้องของท่าน
- ท่านได้รับเอกสารคืนหรือไม่
- วันที่ที่ลงในหนังสือรับรองการแปลงสัญชาติ
- วันเดือนปีเกิดของท่าน

- ชื่อของบุคคลที่ท่านจะให้เราส่งหนังสือเดินทางไปให้
- ชื่อสามี

ผู้ทำการสัมภาษณ์จะไม่บอกท่านว่าท่านสัมภาษณ์ผ่านหรือไม่ ถ้าไม่มีปัญหาใดๆ ก็จะทำการส่งหนังสือเดินทางอังกฤษไปยังท่านโดยเร็ว หลังจากนั้น ทุกอย่างก็เป็นอันเสร็จเรียบร้อย

ข้อมูลสำหรับศึกษาเพื่อทำการทดสอบ

ห้าบทแรกต่อไปนี้มีข้อมูลต่างๆ ที่ถามคำถามในการทดสอบชีวิตใน ประเทศอังกฤษ คือ

- ค่านิยมและหลักปฏิบัติต่างๆ ของ UK
- UK คืออะไร
- ประวัติศาสตร์อันยาวนานและรุ่งโรจน์
- สังคมสมัยใหม่
- รัฐบาลอังกฤษ กฎหมายและบทบาทของท่าน

บทต่างๆ เหล่านี้ได้จัดทำขึ้นใหม่ทั้งหมดซึ่งตีพิมพ์โดย Home Office เรื่อง "Life in the United Kingdom: A Guide for New Residents" ตีพิมพ์ครั้งที่ 3

ค่านิยมและหลักปฏิบัติของ UK

หมวดนี้รวมถึงความรับผิดชอบและสิทธิพิเศษในการเป็นพลเมืองอังกฤษ
หรือผู้มีถิ่นที่อยู่ถาวรของ UK

Britain บริติชเป็นสถานที่ที่วิเศษสุดในการใช้ชีวิตอยู่: สังคมสมัยใหม่และ
เจริญรุ่งเรืองด้วยประวัติศาสตร์อันรุ่งโรจน์ ประชากรของเราเป็นศูนย์กลาง
การพัฒนาทางด้านการเมือง วิทยาศาสตร์อุตสาหกรรมและวัฒนธรรมของ
โลก เรามีความภาคภูมิใจเป็นอย่างยิ่งที่จะต้อนรับผู้ย้ายถิ่นฐานใหม่ ผู้ที่จะ
ช่วยเพิ่มความหลากหลายและความมีชีวิตชีวาให้แก่ประเทศของเรา

การขอมีถิ่นที่อยู่ถาวรหรือเป็นพลเมืองของ UK เป็นการตัดสินใจที่จำเป็น
และถือว่าเป็นความรับผิดชอบประการหนึ่ง ท่านจะต้องตกลงยอมรับความ
รับผิดชอบซึ่งมีอยู่ควบคู่กับการมีถิ่นที่อยู่ถาวร และต้องเคารพกฎหมายค่า
นิยมและประเพณีของประเทศอังกฤษ พลเมืองที่ดีคือสินทรัพย์ที่มีค่าของ
ประเทศอังกฤษ เราขอยินดีต้อนรับผู้ที่แสวงหาเพื่อมีส่วนร่วมในเชิงบวก
ต่อสังคมของเรา

การผ่านการทดสอบชีวิตใน UK เป็นส่วนหนึ่งที่แสดงว่าท่านพร้อมที่จะ
เป็นผู้ย้ายถิ่นฐานถาวรไปยังประเทศอังกฤษ คู่มือนี้จัดทำขึ้นเพื่อช่วยท่าน
ในการเตรียมตัว ซึ่งจะช่วยให้ท่านสามารถประสานเข้ากับสังคมและแสดง
บทบาทในชุมชนท้องถิ่นของเราได้อย่างเต็มที่ นอกจากนี้ยังช่วยให้มั่นใจ
ได้ว่าท่านมีความรู้ทั่วไปเกี่ยวกับวัฒนธรรม กฎหมายและประวัติศาสตร์
ของประเทศอังกฤษอย่างกว้างขวาง

ค่านิยมและหลักปฏิบัติต่างๆ ของ UK

สังคมอังกฤษจัดตั้งขึ้นบนค่านิยมพื้นฐานและหลักปฏิบัติต่างๆ ที่บุคคล
ที่พำนักอาศัยในประเทศอังกฤษต้องเคารพและส่งเสริม ค่านิยมเหล่านี้สะ
ท้อนให้เห็นในความรับผิดชอบ สิทธิ และสิทธิพิเศษในการเป็นพลเมือง
อังกฤษหรือผู้มีถิ่นที่อยู่ถาวรของ UK สิ่งเหล่านี้ขึ้นอยู่กับ
ประวัติศาสตร์ และ ประเพณีและได้รับความคุ้มครองโดยกฎหมาย
จารีตประเพณีและความคาดหวัง ในสังคมของชาวอังกฤษ ไม่มีอะไรที่
มากเกินไปหรือน้อยเกินไป

หลักปฏิบัติเบื้องต้นของชีวิตของชาวอังกฤษคือ:
- ประชาธิปไตย
- กฎข้อบังคับทางกฎหมาย
- เสรีภาพส่วนบุคคล
- การยอมรับคนที่มีศรัทธาและความเชื่อที่แตกต่างกัน
- การมีส่วนร่วมในการใช้ชีวิตในชุมชน

ส่วนหนึ่งของพิธีการเข้าถือสัญชาติโดยพลเมืองใหม่ จะต้องรับรองว่าจะ
ยึดมั่นต่อค่านิยมเหล่านี้
คำรับรองคือ:

"ข้าพเจ้าจะมอบความจงรักภักดีต่อสหราชอาณาจักรและเคารพสิทธิและ
เสรีภาพ ข้าพเจ้าจะส่งเสริมค่านิยมประชาธิปไตย ข้าพเจ้าจะยึดมั่นต่อ
กฎหมายด้วยความซื่อสัตย์และปฏิบัติหน้าที่ในฐานะที่เป็นพลเมืองอังกฤษ
คนหนึ่ง"

หลังจากหลักปฏิบัติเบื้องต้นก็คือ "ความรับผิดชอบและเสรีภาพ"
ซึ่งเป็นสิ่งที่ทุกคนที่อยู่ใน UK มีร่วมกัน และที่เราคาดหวังให้ผู้ที่มีถิ่นที่อยู่
ทุกคนใน UK ต้องเคารพ

หากท่านมีความประสงค์ที่จะเป็นผู้มีถิ่นที่อยู่ถาวรใน UK ท่านควร:
- เคารพและเชื่อฟังกฎหมาย
- เคารพสิทธิของผู้อื่น รวมทั้งสิทธิและความคิดเห็นของคนเหล่านั้น
- ปฏิบัติต่อผู้อื่นด้วยความยุติธรรม
- ดูแลตัวท่านเองและครอบครัวของท่าน
- ดูแลอาณาบริเวณที่ท่านอาศัยและสิ่งแวดล้อม

ในทางกลับกัน UK จะให้:

- เสรีภาพเกี่ยวกับเรื่องความเชื่อและศาสนา
- เสรีภาพในเรื่องการพูด
- เสรีภาพที่จะไม่ถูกเลือกปฏิบัติโดยไม่ยุติธรรม
- สิทธิในการได้รับการพิจารณาคดีด้วยความชอบธรรม
- สิทธิในการมีส่วนร่วมในการเลือกตั้งของรัฐบาล

การเป็นผู้มีถิ่นที่อยู่ถาวร

นับตั้งแต่เดือนธันวาคม 2013 มีการนำข้อกำหนดใหม่มาใช้กับบุคคลที่ยื่น
ขอเป็นผู้มีถิ่นที่อยู่ถาวรหรือเป็นพลเมืองของประเทศอังกฤษ นับตั้งแต่วัน
นั้นในการย้ายถิ่นฐานหรือมีถิ่นที่อยู่ถาวร ท่านจำเป็นต้อง:

• ผ่านการทดสอบชีวิตใน UK และ

• ทำหลักฐานที่เป็นที่ยอมรับได้ว่าท่านสามารถพูดและฟังภาษาอังกฤษ
ได้ที่ระดับ B1 ของ the Common European Framework of Reference
ซึ่งจะเท่ากับ ESOL ที่ระดับ Entry Level 3

ข้อกำหนดในการยื่นคำร้องขอสัญชาติอาจเปลี่ยนแปลงได้ในอนาคตซึ่ง
รายละเอียดเพิ่มเติมสามารถขอรับได้ที่เว็บไซต์ของ the UK Border
Agency และท่านควรตรวจสอบข้อมูลบนเว็บไซต์ดังกล่าวเพื่อดูข้อกำ
หนดที่บังคับใช้ในปัจจุบันก่อนที่ท่านจะยื่นขอย้ายถิ่นฐานหรือยื่นขอ
สัญชาติ
เมื่อท่านผ่านการทดสอบอย่างหนึ่งอย่างใด ท่านสามารถทำคำร้องขอมี
ถิ่นที่อยู่ถาวรหรือขอสัญชาติอังกฤษได้เลย แบบฟอร์มที่ท่านต้องกรอก
และหลักฐานที่ท่านจำเป็นต้องจัดหาขึ้นอยู่กับสถานการณ์ส่วนบุคคลของ
ท่าน ในการยื่นคำร้องจะต้องเสียค่าธรรมเนียม ซึ่งอัตราค่าธรรมเนียมจะ
แตกต่างกันตามประเภทของคำร้อง แบบฟอร์มต่างๆ และรายการค่าธรรม
เนียมสามารถดูได้ที่เว็บไซต์ของ the UK Border Agency ที่ www.
ukba.homeoffice.gov.uk

(ข้อควรทราบ การเปลี่ยนแปลงดังกล่าวข้างต้นมีผลบังคับแล้ว)

การเข้าทดสอบเกี่ยวกับ ชีวิตใน UK

คู่มือนี้ (ชีวิตใน UK (สหราชอาณาจักร): คำแนะนำสำหรั
บผู้มีถิ่นที่อยู่ใหม่ พิมพ์ครั้งที่ 3 ซึ่งในคู่มือฉบับนี้เรียกว่า
"ข้อมูลสำหรับการศึกษา") จะเป็นการเตรียมตัวท่านให้พร้อมเพื่อเข้า
ทดสอบ ชีวิตใน UK บททดสอบจะประกอบไปด้วยคำถามต่างๆ 24
คำถาม เกี่ยวกับเรื่องสำคัญๆ ของการใช้ชีวิตใน UK คำถามต่างๆ
เป็นไปตามส่วนต่างๆ ทั้งหมดของคู่มือ [ข้อมูลเพื่อการศึกษา] คำถามทั้ง
24 ข้อจะแตกต่างกันสำหรับแต่ละคนที่เข้าทำการทดสอบในรอบนั้นๆ

การทดสอบชีวิตใน UK มักทำเป็นภาษาอังกฤษกระนั้นก็ดีอาจมีการจัด
ทดสอบเป็นกรณีพิเศษก็ได้หากท่านมีความประสงค์ที่จะต้องการทดสอบ
เป็นภาษา Welsh หรือ Scottish Gaelic

ท่านสามารถทดสอบได้ที่ศูนย์ทดสอบชีวิตใน UK ที่จดทะเบียนและได้รับอนุมัติเท่านั้น โดยจะมีศูนย์อยู่ประมาณ 60 แห่งกระจายอยู่ทั่ว UK ท่านสามารถจองคิวทดสอบได้ผ่านระบบออนไลน์ ที่ wew.lifeintheuktest.gov.uk ท่านไม่ควรทำการทดสอบที่สถานประกอบการอื่นๆ เนื่องจาก the UK Border Agency จะยอมรับเฉพาะหนังสือรับรองจากศูนย์ที่จดทะเบียนเท่านั้น หากท่านอาศัยอยู่ที่ Isle of Man หรือใน Channel Islands การจัดทดสอบชีวิตใน UK ก็จะแตกต่างกัน

เมื่อท่านจองคิวทดสอบ ท่านต้องอ่านคำแนะนำอย่างละเอียดต้องมั่นใจว่าท่านกรอกรายละเอียดต่างๆอย่างถูกต้องท่านจำเป็นต้องนำบัตรประจำตัวและหลักฐานพิสูจน์ที่อยู่ติดตัวไปด้วย หากท่านไม่นำสิ่งเหล่านี้ติดตัวไปท่านก็จะไม่สามารถเข้าทำการทดสอบ

วิธีใช้คู่มือฉบับนี้ [คำแนะนำในข้อมูลเพื่อการศึกษา]
ทุกอย่างที่ท่านจำเป็นต้องทราบเพื่อให้ผ่านการทดสอบชีวิตใน UK จะรวมอยู่ในคู่มือฉบับนี้ คำถามต่างๆ จะเป็นไปตามหนังสือฉบับนี้ทั้งหมด รวมทั้งคำแนะนำนี้เพื่อให้มั่นใจว่าท่านเรียนรู้หนังสือฉบับนี้ตลอดทั้งเล่ม คู่มือนี้จัดทำขึ้นเป็นลายลักษณ์อักษรเพื่อให้มั่นใจว่าผู้ที่อ่านภาษาอังกฤษที่ ESOL ในระดับ Entry Level 2 หรือสูงกว่านี้จะไม่มีปัญหาเกี่ยวกับเรื่องภาษา

คำศัพท์ท้ายเล่มจะมีคำและข้อความสำคัญๆ
ที่จะเป็นประโยชน์สำหรับท่าน

เช็คความเข้าใจของท่านทำขึ้นเพื่อเป็นแนวทาง ซึ่งจะช่วยให้ท่านสามารถจำแนกสิ่งที่ท่านควรเข้าใจ เพียงทราบเกี่ยวกับสิ่งต่างๆ ที่ให้แสดงไว้ในช่องเหล่านี้ยังไม่พอที่จะทำให้ท่านผ่านการทดสอบ ท่านจำเป็นต้องมั่นใจได้ว่าท่านเข้าใจทุกอย่างในหนังสือ ดังนั้น กรุณาอ่านข้อมูลทั้งหมดอย่างละเอียด

ท่านสามารถหาข้อมูลได้ที่ไหน
ท่านสามารถหาข้อมูลเพิ่มเติมได้จากสถานที่ต่อไปนี้:

เว็บไซต์ของ The UK Border Agency (www.ukba.homeoffice.gov.uk) สำหรับข้อมูลเพิ่มเติมเกี่ยวกับกระบวนการยื่นคำร้องและแบบฟอร์มที่ท่านจำเป็นต้องกรอก

ชีวิตในสหราชอาณาจักรคู่มือการทดสอบ: ฉบับพิมพ์ครั้งที่ 2

เว็บไซต์ของ The Life in the UK test (www.lifeinthe uktest.gov.uk) สำหรับข้อมูลเพิ่มเติมเกี่ยวกับการทดสอบและวิธีจองสถานที่ที่จะทำการทดสอบ

Gov.uk (www.gov.uk) สำหรับข้อมูลเกี่ยวกับหลักสูตร ESOL และวิธีหาสถานที่เปิดหลักสูตรนี้ในเขตของท่าน

ตรวจสอบว่าท่านเข้าใจในเรื่องต่อไปนี้
- ต้นกำเนิดของค่านิยมที่เป็นพื้นฐานของสังคมอังกฤษ
- หลักปฏิบัติเบื้องต้นเกี่ยวกับชีวิตของคนอังกฤษ
- ความรับผิดชอบและเสรีภาพที่มาพร้อมกับการมีถิ่นที่อยู่ถาวร
- กระบวนการเปลี่ยนเป็นผู้มีถิ่นที่อยู่ถาวรหรือเป็นพลเมืองของอังกฤษ

UK คืออะไร

UK (สหราชอาณาจักร) ประกอบด้วยประเทศอังกฤษ สก็อตแลนด์ เวลส์ และไอร์แลนด์เหนือ ส่วนที่เหลือของไอร์แลนด์เป็นประเทศที่เป็นเอกราช ชื่ออย่างเป็นทางการคือ United Kingdom of Great Britain and Northern Ireland คำว่า Great Britain หมายความเฉพาะประเทศอังกฤษ สก็อตแลนด์ และเวลส์ ไม่รวมไอร์แลนด์เหนือ คำว่า Britain, British Isles หรือ British ที่ใช้ในหนังสือเล่มนี้หมายถึงทุกคนที่อยู่ใน UK

มีเกาะมากมายที่เชื่อมโยงอย่างใกล้ชิดกับสหราชอาณาจักร แต่มิได้เป็นส่วนหนึ่งของสหราชอาณาจักร คือ Channel Islands และ Isle of Man ทั้งสองแห่งนี้มีรัฐบาลเป็นของตัวเองเรียกว่า Crown dependencies นอกจากนี้ยังมีอาณาเขตของอังกฤษในต่างประเทศที่อยู่ในส่วนอื่นของโลก เช่น St Helena และ Falkland Islands ซึ่งมีความเชื่อมโยงกับสหราชอาณาจักรแต่ไม่ได้เป็นส่วนหนึ่งของสหราชอาณาจักร

สหราชอาณาจักรควบคุมโดยรัฐบาลที่ตั้งอยู่ในเมือง เวสท์มินสเตอร์ สก็อตแลนด์ เวลส์ และไอร์แลนด์เหนือก็มีรัฐสภาหรือสมัชชาเป็นของตัวเอง ซึ่งมีอำนาจในขอบเขตจำกัด

ตรวจสอบว่าท่านเข้าใจต่อไปนี้:

- ประเทศต่างๆ ที่รวมกันเป็นสหราชอาณาจักร (UK)

ประวัติศาสตร์อันยาวนานและรุ่งโรจน์

เนื้อหาในบทนี้คือ

- อังกฤษยุคแรก (Early Britain)
- ยุคของราชวงศ์ Tudors และ Stuarts (The Tudors and Stuarts)
- อำนาจระดับโลก (A Global Power)
- ศตวรรษที่ 20 (the 20th century)
- อังกฤษ (Britain) ตั้งแต่ปี ค.ศ. 1945

อังกฤษยุคแรก (Early Britain)

คนยุคแรกที่อาศัยในอังกฤษคือพวกที่เก็บของป่าและล่าสัตว์ ซึ่งเราเรียกว่า "ยุคหิน" ส่วนมากในยุคหินนี้ อังกฤษเชื่อมต่อกับทวีปโดยสะพานแผ่นดิน (land bridge) ผู้คนมักเข้ามาและจากไป เพื่อติดตามฝูงกวางและม้าที่พวกเขาล่าได้ อังกฤษเพิ่งแยกตัวออกจากทวีปเป็นการถาวรโดยมีช่องแคบเป็นตัวแบ่ง เมื่อประมาณ 10,000 ปีที่ผ่านมา

เกษตรกรกลุ่มแรกมาถึงอังกฤษเมื่อประมาณ 6,000 ปีที่ผ่านมา บรรพบุรุษของชาวนากลุ่มแรกนี้น่าจะมาจากยุโรปทางตะวันออกเฉียงใต้ คนเหล่านี้สร้างบ้าน สุสาน และอนุสาวรีย์บนบก หนึ่งในอนุสาวรีย์เหล่านี้คือ Stonehenge ซึ่งยังคงยืนตระหง่านอยู่ในบริเวณที่ปัจจุบันนี้เรียกว่า Wiltshire Stonehenge เป็นสถานที่ชุมนุมเป็นกรณีพิเศษสำหรับจัดงานประจำฤดูกาล ส่วนสถานที่อื่นๆ ในช่วงยุคหินก็ยังคงหลงเหลืออยู่ Skara Brae on Orkney ทางออกชายฝั่งทิศเหนือของ สก็อตแลนด์ เป็นหมู่บ้านยุคก่อนประวัติศาสตร์ที่ยังคงได้รับการอนุรักษ์ไว้อยู่ในยุโรปตอนเหนือ และช่วยให้นักโบราณคดีเข้าใจวิถีชีวิตของคนในช่วงปลายยุคหินได้ดียิ่งขึ้น

ประมาณ 4,000 ปีที่ผ่านมา คนเรียนรู้ในการทำสัมฤทธิ์ เราจึงเรียกยุคนี้ว่ายุคสัมฤทธิ์ (bronze age) คนในยุคนี้อาศัยอยู่ในบ้านทรงกลมและฝังคนที่ตายแล้วในสุสานเรียกว่า round barrows คนในยุคสัมฤทธิ์นี้มักเป็นช่างโลหะที่สร้างสิ่งที่ทำด้วยสัมฤทธิ์ และทองคำที่สวยงาม รวมทั้งเครื่องมือ เครื่องประดับและอาวุธ

หลังจากยุคสัมฤทธิ์ก็เป็นยุคเหล็ก ซึ่งคนได้เรียนรู้วิธีการทำอาวุธและเครื่องมือต่างๆ จากเหล็ก คนยังคงพักอาศัยในบ้านทรงกลม อยู่ร่วมกันเป็นกลุ่มเป็นกลุ่มใหญ่ๆ และบางครั้งก็มีแนวป้องกันเรียกว่าป้อมเนิน ป้อมเนินที่ตรึงตาตรึงใจมากที่สุดแห่งหนึ่งที่ยังมีให้เห็นอยู่ในปัจจุบันนี้อยู่ที่ Maiden castle ในแคว้น Dorset ของอังกฤษ คนส่วนใหญ่เป็นเกษตรกร ช่างฝีมือและนักรบ ภาษาที่ใช้เป็นส่วนหนึ่งในกลุ่มภาษา Celtic ภาษานี้ยังคงมีพูดกันอยู่ในปัจจุบันนี้ในบางส่วนของเวลส์ สก็อตแลนด์และไอร์แลนด์ คนในยุคเหล็กมีวัฒนธรรมและเศรษฐกิจที่ทันสมัย พวกเขาทำเหรียญใช้เป็นครั้งแรกในอังกฤษ บางทีก็สลักด้วยชื่อกษัตริย์ในยุคเหล็ก ซึ่งเป็นเครื่องหมายของการเริ่มต้นประวัติศาสตร์อังกฤษ

โรมัน (The Romans)

จูเลียส ซีซาร์ นำชาวโรมันรุกเข้าอังกฤษเมื่อปี 55 ก่อนคริสตกาล ซึ่งไม่ประสบความสำเร็จและเป็นเวลากว่า 100 ปีที่อังกฤษยังคงแยกตัวจากจักรวรรดิโรมัน ในปี AD43 จักรพรรดิ Claudius ได้นำกองทัพโรมันรุกเข้าอังกฤษใหม่อีกครั้ง คราวนี้มีการต่อต้านจากชาวเผ่าอังกฤษบางส่วนแต่โรมันก็ประสบความสำเร็จสามารถครอบครองอังกฤษได้เกือบทั้งหมด หัวหน้าเผ่าคนหนึ่งที่ต่อสู้กับโรมันคือ Boudicca ราชินีของ Iceni ซึ่งปัจจุบันอยู่ในประเทศอังกฤษทางตะวันออก เธอยังคงเป็นความทรงจำของคนในยุคนี้และมีรูปปั้นของเธออยู่ใน Westminster Bridge ในกรุงลอนดอนใกล้รัฐสภา

พื้นที่ซึ่งปัจจุบันนี้เรียกว่า สก็อตแลนด์ ยังไม่เคยพ่ายแพ้ต่อโรมัน และจักรพรรดิ Hadrian ได้สร้างกำแพงทางทิศเหนือของอังกฤษเพื่อปิดกั้น Picts (บรรพบุรุษของชาวสก็อต) ภายในกำแพงก็มีป้อมปราการมากมาย ส่วนที่เป็นกำแพงของ Hadrian รวมถึงป้อมของ Housteads และ Vindolanda ที่ยังคงเหลืออยู่ให้เห็นได้เป็นเขตที่มีชื่อเสียงสำหรับผู้เดินเท้า และอยู่ในเขตมรดกโลกของ UNESCO (United National Educational, Scientific and Cultural Organization)

โรมันยังคงอยู่ในอังกฤษเป็นเวลา 400 ปี พวกเขาสร้างถนนและอาคารสาธารณะ สร้างโครงสร้างทางกฎหมายและนำพืชพันธ์และสัตว์ใหม่ๆ เข้ามา ซึ่งช่วงนี้อยู่ระหว่างศตวรรษที่ 3 และ 4 ที่เริ่มมี ชุมชน คริสเตียนเกิดขึ้นในอังกฤษ

ยุคแองโกล-แซ็กซัน (The Anglo-Saxons)

จักรวรรดิโรมันออกจากอังกฤษใน คริสต์ศักราช 410 เพื่อปกป้องส่วนอื่นๆ ของอาณาจักรโรมันและไม่เคยกลับมาอังกฤษอีกเลย หลังจากนั้นอังกฤษก็ถูกรุกรานโดยชนเผ่าจากยุโรปตอนเหนือ คือ Jutes, Angles และ Saxon ภาษาที่พวกเขาพูดคือพื้นฐานของภาษาอังกฤษสมัยใหม่ที่ใช้ในปัจจุบัน มีการทำสงครามสู้รบกับผู้รุกรานเหล่านี้ เมื่อประมาณคริสต์ศักราช 600 มีการสถาปนาอาณาจักรแองโกล-แซ็กซันในอังกฤษ อาณาจักรเหล่านี้ส่วนใหญ่อยู่ในอังกฤษปัจจุบันนี้ สถานที่ฝังศพของกษัตริย์พระองค์หนึ่งคือที่ Sutton Hoo ใน Suffolk ปัจจุบันนี้ กษัตริย์องค์นี้ถูกฝังพร้อมด้วยทรัพย์สมบัติและเสื้อเกราะ ทุกอย่างถูกวางไว้ในเรือแล้วกลบด้วยดิน ส่วนทางด้านตะวันตกของอังกฤษรวมทั้งส่วนที่เป็นเวลส์ และ สก็อตแลนด์ในปัจจุบันนี้ ยังคงเป็นอิสระไม่ถูกควบคุมโดยพวก แองโกล-แซ็กซัน

ชาวแองโกล-แซ็กซันไม่ได้เป็นชาวคริสเตียนเมื่อพวกเขามาถึงอังกฤษในช่วงแรก แต่ระหว่างช่วงนี้ มีผู้สอนศาสนาเข้ามาในอังกฤษเพื่อสอนศาสนาคริสต์ ผู้สอนศาสนาจากไอร์แลนด์เผยแผ่ศาสนาในทิศเหนือที่มีชื่อเสียงที่สุดคือ St. Patrick ซึ่งกลายเป็นนักบุญอุปถัมภ์ของไอร์แลนด์ (โปรดดูรายละเอียดเกี่ยวนักบุญนี้ ในหน้า 77? ที่จะกล่าวถึงต่อไป) และ St Columbia ซึ่งเป็นผู้ก่อตั้งโบสถ์บนเกาะ Iona ตรงชายฝั่งพื้นที่ที่ตอนนี้คือสก็อตแลนด์ St Augustine เป็นผู้นำนักสอนศาสนามาจากกรุงโรม ซึ่งเผยแผ่นศาสนาคริสต์ทางตอนใต้ St Augustine กลายเป็นพระสันตะปาปาพระองค์แรกแห่ง Canterbury (โปรดดูรายละเอียดเกี่ยวกับพระสันตะปาปาแห่ง Canterbury และโบสถ์ในอังกฤษปัจจุบันนี้ในหน้า 77)

ไวกิงส์ (The Vikings)

พวกไวกิงส์มาจากประเทศเดนมาร์กและนอร์เวย์
พวกเขามาถึงอังกฤษในคริสต์ศักราช 789 เพื่อโจมตีเมืองแถบชายฝั่งและยึดสินค้าและทาสไป แล้วพวกเขาจึงพักอยู่และจัดตั้งชุมชนของตัวเองที่ทางตะวันออกของอังกฤษและสก็อตแลนด์ อาณาจักรแองโกลแซ็กซันในอังกฤษได้ผนวกเข้าภายใต้อำนาจของกษัตริย์ Alfred the Great ซึ่งเอาชนะพวกไวกิงส์ มีพวกรุกรานชาวไวกิงส์จำนวนมากยังคงอยู่ในอังกฤษ โดยเฉพาะอย่างยิ่งทางตะวันออกและเหนือของอังกฤษในบริเวณที่เรียกว่าเป็น Danelaw (มีชื่อหลายชื่อ เช่น Grimsby และ Scunthorpe ซึ่งมาจากภาษาของพวกไวกิงส์) ชาวไวกิงส์ที่ตั้งรกรากที่นั่นรวมตัวเข้ากับชุมชนท้องถิ่นและบางส่วนก็เปลี่ยนเป็นชาวคริสเตียน

กษัตริย์แองโกล-แซ็กซันยังคงปกครองพื้นที่ซึ่งปัจจุบันนี้เรียกว่าอังกฤษ ยกเว้นเพียงระยะเวลาสั้นๆ เมื่อมีกษัตริย์เดนมาร์ก กษัตริย์องค์แรกคือ Cnut หรือเรียกว่า Canute
ทางทิศเหนือเนื่องจากถูกขู่ว่าจะเข้าโจมตีจากพวกไวกิงส์ จึงทำให้คนหันไปอยู่ภายใต้อาณัติของกษัตริย์พระองค์หนึ่งชื่อ Kenneth McAlpin จึงเริ่มใช้คำว่าสก็อตแลนด์พื่ออธิบายประเทศดังกล่าว

ชัยชนะของพวกนอร์แมน (The Norman Conquest)
ในปี ค.ศ. 1066 มีการรุกรานที่นำโดย William ซึ่งเป็นดยุคแห่ง Normandy (ซึ่งปัจจุบันคือฝรั่งเศสตอนเหนือ) ได้เอาชนะ Harold ซึ่งเป็นกษัตริย์ชาวแซ็กซันของอังกฤษในสงคราม The Battle of Hastings Harold ถูกประหารในสงคราม William จึงกลายมาเป็นกษัตริย์ของอังกฤษและชื่อว่า William the Conqueror สงครามนี้เป็นการระลึกถึงผลงานผ้าปักที่เรียกว่า Bayeux Tapestry ซึ่งยังคงมีให้เห็นได้ในประเทศฝรั่งเศสในปัจจุบันนี้

The Norman Conquest เป็นการที่กองทัพต่างชาติบุกโจมตีอังกฤษประสบความสำเร็จเป็นครั้งสุดท้าย และนำไปสู่การเปลี่ยนแปลงมากมายในโครงสร้างของรัฐบาลและโครงสร้างทางสังคมในอังกฤษ
ภาษาฝรั่งเศสแบบชาวนอร์แมน เป็นภาษาของชนชั้นปกครองชนชั้นใหม่ มีอิทธิพลต่อการพัฒนาภาษาอังกฤษที่เรารู้จักกันในทุกวันนี้ ช่วงแรกๆ ชาวนอร์แมนสามารถควบคุม Wales แต่ Wales ค่อยๆชนะและได้อาณาเขตคืน ชาวสก็อตและนอร์แมนต่อสู้กันตามชายแดนระหว่างอังกฤษและสก็อตแลนด์ ชาวนอร์แมนยึดที่ดินบางส่วนที่บริเวณชายแดนแต่ไม่ได้รุกรานสก็อตแลนด์
William ได้ส่งคนของเขาไปทั่วอังกฤษเพื่อจัดทำรายชื่อ เมืองและหมู่บ้านทั้งหมด คนที่อาศัยอยู่ที่นั่น ซึ่งเป็นเจ้าของที่ดินและสัตว์ที่เป็นของคนเหล่านี้ก็มีการบันทึกด้วย บันทึกที่ทำนี้เรียกว่า Domesday Book ซึ่งยังคงมีอยู่จนถึงทุกวันนี้ และแสดงให้เห็นภาพสังคมในอังกฤษหลังจากที่เกิด Norman Conquest

ตรวจสอบความเข้าใจของท่านในเรื่องต่อไปนี้
- ประวัติศาสตร์ของ UK ก่อนยุคโรมัน
- ผลกระทบของโรมันที่มีต่อสังคมอังกฤษ
- กลุ่มต่างๆ ที่รุกรานอังกฤษหลังจากพวกโรมัน
- ความสำคัญของการรุกรานของชาวโรมันในคริสต์ศักราช 1066

ยุคกลาง (The Middle Ages)

สงครามในประเทศและต่างประเทศ

เป็นช่วงระยะเวลาหลังจาก Norman Conquest
จนกระทั่งประมาณปีคริสต์ศักราช 1485 ซึ่งเรียกว่ายุคกลาง (หรือ
medieval period) ซึ่งเป็นเวลาที่เกิดสงครามอย่างต่อเนื่อง

พวกอัศวินชาวอังกฤษต่อสู้กับขุนนางชาวเวลส์ สก็อต และไอริช
เพื่อควบคุมที่ดินของตน ส่วนในเวลส์ ชาวอังกฤษสามารถกำหนดอำน
าจปกครองได้เอง ในปี ค.ศ. 1284 กษัตริย์ Edward I ของอังกฤษนำ
the Statute of Rhuddlan มาใช้ ซึ่งผนวกเวลส์เข้ากับราชวงศ์อัง
กฤษ ได้มีการสร้าง Hug castle รวมทั้ง Conwy and Caernarvon
เพื่อดำรงไว้ซึ่งอำนาจนี้ ในช่วงกลางศตวรรษที่ 15 การก่อกบฏครั้งสุด
ท้ายของชาวเวลส์ประสบความพ่ายแพ้จึงมีการนำเอากฎหมายอังกฤษและ
ภาษาอังกฤษมาใช้

ในสก็อตแลนด์ กษัตริย์อังกฤษประสบความสำเร็จน้อย ในปี ค.ศ. 1314
ชาวสก็อต นำโดย Robert the Bruce เอาชนะอังกฤษในสงคราม Battle
of Bannockburn และอังกฤษก็ยังไม่สามารถเอาชนะสก็อตแลนด์ได้

เมื่อตอนต้นของยุคกลาง ไอร์แลนด์เป็นประเทศที่เป็นเอกราช ชาวอังกฤษ
มายังไอร์แลนด์เป็นครั้งแรกเป็นกองทัพเพื่อช่วยกษัตริย์ไอริชและอยู่เพื่อ
ช่วยสร้างถิ่นฐานของตนเอง ใน ค.ศ.1200 อังกฤษปกครองพื้นที่ของไอร์
แลนด์ซึ่งเรียกว่า Pale ที่อยู่รอบๆ Dublin มีขุนนางสำคัญบางคนอยู่ใน
ส่วนอื่นๆ ของไอร์แลนด์ยอมรับอำนาจของกษัตริย์อังกฤษ

ระหว่างช่วงยุคกลาง กษัตริย์อังกฤษก็ต่อสู้ในสงครามในต่างประเทศมาก
มาย มีอัศวินหลายคนมีส่วนร่วมในสงครามครูเซส (Crusades) ซึ่ง
ชาวคริสเตียนเชื้อสายยุโรปต่อสู้เพื่อควบคุมดินแดนอันศักดิ์สิทธิข
องพระเจ้า กษัตริย์อังกฤษก็ต่อสู้ในสงครามอันยาวนานกับฝรั่งเศส
ซึ่งเรียกว่าสงครามร้อยปี (the Hundred Years of War) (แม้ว่าจริงๆ
แล้วยาวนานถึง 116 ปีก็ตาม) สงครามคราวหนึ่งที่มีชื่อเสียงมากที่สุดของ
สงครามร้อยปีคือ Battle of Agincourt ในปี ค.ศ. 1415 ซึ่งกษัตริย์เฮนรี่ที่
5 ต้องใช้ทหารอังกฤษจำนวนมากมายเพื่อเอาชนะฝรั่ง
เศส อังกฤษจึงออกจากฝรั่งเศสเมื่อปี ค.ศ. 1450

กาฬโรค (The Black Death)
ชาวนอร์มันสใช้ระบบการถือกรรมสิทธิ์ในที่ดินซึ่งเรียกว่า ระดับศักดินา (feudalism) กษัตริย์ให้ที่ดินแก่ขุนทางเป็นการตอบแทนที่ขุนนางช่วยในการทำสงคราม เจ้าของที่ดินต้องส่งคนงานชายจำนวนหนึ่งของตนรับราชการทหาร คนชนบทบางคนก็มีที่ดินเป็นของตนเองแต่ส่วนมากมักเป็นทาส คนเหล่านี้ได้รับที่เล็กๆจากขุนนางเพื่อใช้เพาะปลูกอาหาร ในทางกลับกัน พวกเขาต้องทำงานให้ขุนนางและไม่สามารถย้ายไปไหน ระบบเดียวกันนี้พัฒนาขึ้นในทางใต้ของสก็อตแลนด์ ทางเหนือของสก็อตแลนด์และไอร์แลนด์ มีเพียงสมาชิกของ "สกุล" เดียวกันที่เป็นเจ้าของที่ดิน (ครอบครัวใกล้ชิด)

ในปี ค.ศ. 1348 มีโรคที่มีลักษณะเหมือนโรคระบาดเข้ามาแพร่ในอังกฤษซึ่งเรียกว่ากาฬโรค หนึ่งในสามของประชากรของอังกฤษเสียชีวิตและในสก็อตแลนด์และเวลส์มีสัดส่วนการเสียชีวิตใกล้เคียงกัน ซึ่งนับว่าเป็นภัยหายนะสำคัญอย่างหนึ่งเท่าที่เคยเกิดขึ้นในอังกฤษหลังจากที่เกิดกาฬโรคประชากรน้อยลง ซึ่งหมายความว่ามีความจำเป็นในการปลูกธัญพืชน้อยแรงงานก็ขาดแคลนและพลเมืองก็เริ่มเรียกร้องค่าแรงเพิ่มมีชนชั้นใหม่ทางสังคมเกิดขึ้น รวมทั้งเจ้าของที่ดินขนาดใหญ่ (ซึ่งต่อไปในที่นี้เรียกว่า "ผู้ดี") และคนต่างก็ทิ้งชนบทไปอาศัยในเมือง ในเมืองนั้น การสร้างความมั่งคั่งนำไปสู่การพัฒนาชนชั้นกลางที่แข็งแกร่ง

ในไอร์แลนด์ กาฬโรคคร่าชีวิตคนจำนวนมากใน Pale และเพียงไม่นานพื้นที่ที่ถูกควบคุมโดยอังกฤษก็มีขนาดเล็กลง

การเปลี่ยนแปลงทางกฎหมายและการเมือง
ในช่วงยุคกลาง รัฐสภาเพิ่มพัฒนาเป็นสถาบันอย่างเช่นที่เป็นอยู่ในทุกวันนี้ ที่มาของรัฐสภาสามารถดูย้อนกลับไปถึงคณะที่ปรึกษาของกษัตริย์ซึ่งรวมขุนนางสำคัญๆและผู้นำ ศาสนจักร

มีขีดจำกัดบางอย่างเกี่ยวกับอำนาจของกษัตริย์จนกระทั่งปี ค.ศ. 1215 ในปีนั้น King John ถูกบังคับโดยขุนนางของพระองค์เองให้เห็นชอบกับการเรียกร้องต่างๆ มากมาย ผลก็คือทำให้เกิดกฎบัตรเกี่ยวกับเรื่องสิทธิที่เรียกว่า Magna Carta (ซึ่งหมายถึงกฎบัตรใหญ่) Magna Carta กำหนดแนวคิดที่ว่า พระมหากษัตริย์ก็ต้องอยู่ภายใต้กฎหมายเป็นการป้องกันสิทธิของขุนนาง และจำกัดอำนาจของกษัตริย์ในการเก็บภาษี หรือทำหรือเปลี่ยนแปลงกฎหมาย ในอนาคตพระมหากษัตริย์ต้องให้

ขุนนางมีส่วนร่วมในการตัดสินใจ
ในอังกฤษ จะมีการเรียกประชุมรัฐสภาเพื่อให้พระมหากษัตริย์หารือกับขุน
นางของตน โดยเฉพาะอย่างยิ่งเมื่อพระมหากษัตริย์ต้องการหาเงิน
จำนวนคนที่เข้าร่วมในการประชุมสภาจะเพิ่มขึ้นและแบ่งเป็นสองส่วน
ซึ่งเรียกว่าสภา (Houses) ขุนนาง เจ้าของที่ดินรายใหญ่และบาทหลวงจะ
ต้องนั่งในที่ประชุมสภาขุนนาง (Houses of Lords) ส่วนอัศวินซึ่งมักเป็น
เจ้าของที่ดินขนาดเล็กและคนที่ร่ำรวยจากเขตและเมืองต่างๆ ได้รับเลือก
ให้เข้าร่วมในการประชุมสภาสามัญ (House of Commons) เฉพาะประ
ชาชนส่วนน้อยเท่านั้นที่สามารถร่วมในการเลือกตั้งสมาชิกของสภาสามัญ

ได้มีการรัฐสภาในลักษณะเดียวกันนี้พัฒนาขึ้นใน สก็อตแลนด์
ซึ่งมีสามสภาเรียกว่า Estates กล่าวคือ the lord, the common และ
the clergy

ลักษณะเช่นนี้ต้องใช้เวลาในการพัฒนาในระบบกฎหมาย หลักเกณฑ์ที่ใ
ช้ในการตัดสินคดีคือเริ่มให้อิสระแก่รัฐบาล ในอังกฤษ ผู้พิพากษาพัฒนา
"กฎหมายจารีตประเพณี" โดยกระบวนการที่เกิดขึ้นก่อน (กล่าวคือ
หลังจากที่มีการตัดสินใจมาแล้ว) ในสก็อตแลนด์ ระบบกฎหมายมีกา
รพัฒนาที่แตกต่างกันเล็กน้อยและ มีการ "จัด"กฎหมายเป็นหมวดหมู่
(เป็นลายลักษณ์อักษร)

ลักษณะเด่น
ในยุคกลาง เราจะเห็นพัฒนาการของวัฒนธรรมและลักษณะประจำ
ชาติหลังจาก Norman Conquest พระมหากษัตริย์และขุนนางพูด
ภาษาฝรั่งเศส-นอร์แมน และประชาชนยังคงพูดภาษาแองโกล-แซ็กซัน
ทั้งสองภาษานี้ค่อยๆ ผสมผสานเข้าด้วยกันเป็นภาษาอังกฤษหนึ่งภา
ษา บางคำเป็นภาษาอังกฤษสมัยใหม่ ตัวอย่างเช่นคำว่า "park" และ
"beauty" ซึ่งต่างก็เป็นคำของ ฝรั่งเศส-นอร์แมน อีกตัวอย่างหนึ่งคือ
คำว่า "apple" "cow" และ "summer" ซึ่งมาจากคำของแองโกล-
แซ็กซัน ในภาษาอังกฤษยุคกลาง มักมีคำสองคำที่มีความหมาย
คล้ายคลึงกันมาก ในปี ค.ศ. 1400 ในอังกฤษ เอกสารราชการต่างๆ
ต้องทำเป็นภาษาอังกฤษ และกลายมาเป็นภาษาที่นิยมใช้ในราชสำนัก
และรัฐสภา

ในปีก่อนที่จะถึงปี ค.ศ. 1400 Geoffrey Chaucer ได้เขียนบทกวีเป็น
ภาษาอังกฤษเกี่ยวกับกลุ่มคนที่กำลังจะไป Canterbery เพื่อแสวงบุญ

คนเหล่านี้ตัดสินใจบอกกันและกันเกี่ยวกับเรื่องการเดินทาง และบทกวีดังกล่าวบรรยายเกี่ยวกับนักเดินทางและเรื่องที่พวกเขาเล่า กวีบทนี้เรียกว่า The Canterbury Tales เป็นหนังสือเล่มแรกที่ William Caxton เป็นผู้นำไปตีพิมพ์ ซึ่งเป็นคนแรกในอังกฤษที่พิมพ์หนังสือโดยใช้แท่นพิมพ์ มีหลายเรื่องที่ยังคงเป็นที่นิยมอยู่ บางเรื่องก็นำไปแสดงเป็นละครและรายการโทรทัศน์

ในสก็อตแลนด์ มีคนจำนวนมากยังคงพูดภาษา Gaelic และภาษาสก็อตส์ก็ได้รับการพัฒนา มีกวีหลายคนเริ่มเขียนเป็นภาษาสก็อตส์ ตัวอย่างหนึ่งคือ John Barbour
ซึ่งเขียนเรื่อง The Bruce about the Battle of Bannockburn

นอกจากนี้ ในช่วงยุคกลางเราจะมองเห็นการเปลี่ยนแปลงประเภทของอาคารในอังกฤษ มีการสร้างปราสาทขึ้นในหลายสถานที่ในอังกฤษและไอร์แลนด์ ซึ่งส่วนหนึ่งก็เพื่อใช้ป้องกัน ปัจจุบันนี้มีหลายแห่งที่ปรักหักพัง แต่ถึงกระนั้นก็ดี บางแห่งเช่น Windsor และ Edinburgh ก็ยังคงใช้งานได้ นอกจากนี้ยังมีการสร้างวิหารขนาดใหญ่ ตัวอย่างเช่น Lincoln Cathedral และยังมีโบสถ์หลายแห่งที่ยังคงใช้เพื่อการสักการะบูชา
โบสถ์หลายแหล่งมีหน้าต่างเป็นกระจกสี บ่งบอกเรื่องราวเกี่ยวกับพระคัมภีร์ไบเบิลและเรื่องราวของนักบุญ คริสเตียนต่างๆ ตัวอย่างเช่น กระจกใน York Minister เป็นสถานที่ที่มีชื่อเสียงแห่งหนึ่ง

ระหว่างช่วงนี้ อังกฤษเป็นประเทศทำการค้าที่สำคัญ ขนแกะของอังกฤษกลายเป็นสินค้าส่งออกที่สำคัญมาก คนต่างเดินทางจากต่างประเทศมายังอังกฤษเพื่อทำการค้าและทำลาย มีคนที่มีทักษะพิเศษเฉพาะมากมายเช่น ช่างทอจากฝรั่งเศส วิศวกรจากเยอรมัน ผู้ผลิตแก้วจากอิตาลีและผู้ก่อสร้างคลองจากฮอลแลนด์

สงครามดอกกุหลาบ (The Wars of the Roses)
ในปี ค.ศ. 1455 มีสงครามกลางเมืองเกิดขึ้นเพื่อตัดสินว่าใครควรเป็นกษัตริย์อังกฤษ เป็นการต่อสู้ระหว่างผู้สนับสนุนของครอบครัวสองครอบครัว คือครอบครัวของ House of Lancaster และ House of York สงครามนี้เรียกว่าสงครามดอกกุหลาบ (The Wars of the Roses) เพราะว่าสัญลักษณ์ของเมือง Lancaster คือกุหลาบสีแดง และสัญลักษณ์ของ York คือกุหลาบสีขาว สงครามสิ้นสุดลงด้วยการสู้รบที่เรียกว่า the Battle of Bosworth Field ในปี ค.ศ. 1485 King

Richard III แห่ง House of York ถูกปลงพระชนม์ในสงครามและ
Henry Tudor หัวหน้าของ House of Lancaster ได้เป็น
King Henry VII พระองค์ได้ทำการสมรสกับหลานสาวของ
King Richardm ชื่อ Elizabeth of York
และครอบครัวทั้งสองจึงรวมตัวกัน เฮนรี่เป็นกษัตริย์พระองค์แรกของ
House of Tudor สัญลักษณ์ของ House of Tudor คือกุหลาบสีแดงที่
มีกุหลาบขาวแซมอยู่ข้างในซึ่งเป็นสัญลักษณ์ของ House of York และ
Lancaster ซึ่งกลายเป็นพันธมิตร

ตรวจสอบความเข้าใจของท่านในเรื่องต่อไปนี้

- สงครามที่เกิดขึ้นในช่วงยุคกลาง
- รัฐสภาเริ่มพัฒนาขึ้นอย่างไร
- วิธีการถือกรรมสิทธิ์ในที่ดินทำได้อย่างไร
- ผลกระทบของกาฬโรค
- พัฒนาการของภาษาอังกฤษและวัฒนธรรม
- สงครามดอกกุหลาบและการจัดตั้ง House of Tudor

ราชวงศ์ Tudors และ Stuarts

ความขัดแย้งทางศาสนา

หลังจากที่ได้รับชัยชนะในสงครามดอกกุหลาบ King Henry VII ต้องการ
ให้มั่นใจได้ว่าอังกฤษยังมีความสงบสุขและตำแหน่งพระมหากษัตริย์มี
ความมั่นคง พระองค์จึงมีพระประสงค์ที่จะเสริมความแข็งแกร่งให้กับการ
บริหารราชการส่วนกลางของอังกฤษและลดอำนาจของขุนนางพระองค์
ทรงสร้างเงินสำรองทางการเงินของระบบราชาธิปไตย เมื่อพระองค์สิ้น
พระชนม์ โอรสของพระองค์คือ Henry VIII ก็ยังสืบต่อนโยบายเกี่ยวกับ
อำนาจส่วนกลางต่อไป

King Henry VIII เป็นพระมหากษัตริย์ที่มีชื่อเสียงมากที่สุดในการละเมิด
ข้อกำหนดของคริสตจักรกรุงโรม และทำการสมรสถึงหกครั้ง
ชายาหกพระองค์ของ King Henry VIII

Catherine of Aragon – Catherine เป็นเจ้าหญิงสเปน ทั้งสองมี
โอรสและธิดาด้วยกันหลายองค์ แต่มีเพียงพระองค์เดียวคือ Mary
ที่รอดชีวิต เมื่อ Catherine อายุมากเกินไปที่จะให้กำเนิดทายาทอีก

Henry จึงตัดสินใจหย่าจากเธอ ด้วยหวังว่าชายาองค์อื่นจะให้กำเนิดบุตรชายเพื่อเป็นรัชทายาทของพระองค์

Anne Boleyn – Anne Boleyn เป็นชาวอังกฤษพระองค์และ Henry มีธิดาด้วยกันหนึ่งองค์ชื่อ Elizabeth Anne ไม่ค่อยมีชื่อเสียงในประเทศและถูกกล่าวหาว่ามีชู้ พระองค์ถูกประหารชีวิตที่ the Tower of London

Jane Seymour – Henry เสกสมรสกับ Jane หลังจากที่ประหารชีวิต Anne แล้ว พระองค์ให้กำเนิดโอรสตามที่ Henry ต้องการ ชื่อว่า Edward แต่พระองค์ก็สิ้นพระชนม์ไม่นานหลังจากที่เขาเกิด

Anne of Cleves – Anne เป็นเจ้าหญิงชาวเยอรมัน Henry เสกสมรสกับพระองค์เพื่อเหตุผลทางการเมือง แต่หลังจากนั้นก็หย่าขาดกัน

Catherine Howard – Catherine เป็นญาติของ Anne Boleyn พระองค์ถูกกล่าวหาว่ามีชู้และถูกประหารชีวิตเช่นกัน

Catherine Parr – Catherine เป็นหม้ายที่เสกสมรสกับ Henry เมื่อเธออายุมากแล้ว มีชีวิตอยู่หลังจากที่ Henry สิ้นพระชนม์และสมรสใหม่อีกครั้ง แต่ก็สิ้นพระชนม์ไม่นานหลังจากนั้น

การหย่าขาดจากชายาคนแรก Henry ต้องขออนุมัติจากพระสันตะปาปา เมื่อพระสันตะปาปาปฏิเสธ Henry จึงจัดตั้ง Church of England ในคริสตจักรใหม่นี้ พระมหากษัตริย์ซึ่งไม่ใช่พระสันตะปาปามีอำนาจที่จะแต่งตั้ง
บิชอปและสั่งว่าประชาชนควรกราบไหว้บูชาเช่นใด

ในช่วงเวลาเดียวกันนั้น มีการปฏิรูปเกิดขึ้นทั่วยุโรป ซึ่งเป็นการเคลื่อนไหวต่อต้านอำนาจของพระสันตะปาปา และแนวความคิดและหลักปฏิบัติของคริสตจักรโรมันแคทอลิก พวกโปรเตสแตนท์ก็จัดตั้งคริสตจักรของตนเอง พวกเขาอ่านคัมภีร์ไบเบิลเป็นภาษาของตนเองแทนที่จะอ่านเป็นภาษาละติน พวกเขาไม่สวดให้นักบุญหรือสวดที่แท่นบูชา และพวกเขาเชื่อว่าความสัมพันธ์ของตัวคนที่มีต่อพระเจ้าเป็นสิ่งสำคัญมากกว่าการอยู่ใต้อำนาจของโบสถ์ แนวความคิดของโปรเตสแตนท์มีความแข็งแกร่งมากใน อังกฤษ เวลส์ และสก็อตแลนด์ระหว่างศตวรรษที่ 16

อย่างไรก็ดี ในไอร์แลนด์ อังกฤษพยายามที่จะสนับสนุนกลุ่มผู้นิยม
โปรเตสแตนท์ (ควบคู่ไปกับการนำระบบกฎหมายอังกฤษเกี่ยวกับการรับ
มรดกที่ดินของอังกฤษมาใช้) ซึ่งนำไปสู่การก่อกบฏจากหัวหน้าเผ่าชาว
ไอริช และหลังจากนั้นก็เกิดการสู้รบรุนแรง

ระหว่างราชวงศ์ของ King Henry VIII เวลส์ผนวกเข้ากับอังกฤษอย่าง
เป็นทางการโดย the Act for the Government of Wales ชาวเวลส์ส่ง
ผู้แทนเข้าสู่สภาสามัญ และ ได้มีการปฏิรูประบบกฎหมายของเวลส์ใหม่

ผู้ที่สืบราชสมบัติต่อจาก Henry VII คือโอรสของพระองค์เองชื่อ
Edward VI ซึ่งเป็นโปรเตสแตนท์หัวรุนแรง   ระหว่างราชวงศ์ของเขา
ได้มีการเขียน Book of Common Prayer ขึ้นเพื่อใช้ในโบสถ์ของอังกฤษ
รูปแบบของหนังสือนี้ยังคงใช้อยู่ในโบสถ์บางแห่งในปัจจุบันนี้
Edward สิ้นพระชนม์ที่อายุ 15 หลังจากที่ปกครองประเทศเพียง 6 ปี
และน้องสาวร่วมบิดาเดียวกัน Mary ขึ้นเป็นราชินี Mary เป็นคาทอลิก
และลงโทษชาวโปรเตสแตนท์ (ด้วยเหตุนี้ เธอจึงได้รับฉายาว่า "Bloody
Mary") Mary เสียชีวิตหลังจากที่ครองราชย์เพียงระยะเวลาสั้นๆ และราช
วงค์ต่อไปคือน้องสาวร่วมบิดาคือ Elizabeth ซึ่งเป็นบุตรสาวของ
Henry VIII และ Anne Boleyn

ราชินีเอลิซาเบธ (Queen Elizabeth)
Queen Elizabeth I เป็นชาวโปรเตสแตนท์ พระองค์จัดตั้ง Church of
England ขึ้นใหม่ให้เป็นโบสถ์ของทางราชการและมีกฎหมายเกี่ยวกับ
ประเภทของบริการทางศาสนาและบทสวดที่ควรใช้ แต่ Elizabeth ไม่
ถามว่าความเชื่อที่แท้จริงของประชาชนคืออะไร เธอสืบทอดการค้นหา
ความสมดุลระหว่างทัศนคติของคาทอลิกและพวกโปรเตสแตนท์หัวรุน
แรง ด้วยวิธีนี้เธอหลีกเลี่ยงความขัดแย้งทางศาสนาที่รุนแรงภายในอังก
ฤษ Elizabeth กลายเป็นราชินีที่มีชื่อเสียงมากที่สุดในประวัติศาสตร์
อังกฤษ โดยเฉพาะอย่างยิ่งหลังปี ค.ศ. 1588 เมื่ออังกฤษเอาชนะ
Spanish Armada (กองเรือขนาดใหญ่) ซึ่งสเปนส่งมาเพื่อเอาชนะอังกฤ
ษและฟื้นฟูนิกายโรมันคาทอลิก
การปฏิรูปในสก็อตแลนด์และ Mary ราชินีแห่งสก็อต
สก็อตแลนด์ได้รับอิทธิพลจากแนวคิดของโปรเตสแตนท์มาก ในปี ค.ศ.
1560 รัฐสภาสก็อตที่นับถือนิกาย
โปรเตสแตนท์ที่มีอำนาจมากกว่าได้ยกเลิกอำนาจของพระสันตะปาปาใน
สก็อตแลนด์และบริการต่างๆ เกี่ยวกับศาสนาโรมันคาทอลิกลายเป็นเรื่อง

ผิดกฎหมาย มีการจัดตั้งโบสถ์โปรเตสแตนท์ของสก็อตแลนด์และเลือกตั้ง
ผู้นำ ไม่เหมือนในอังกฤษ เพราะนี่ไม่ใช่โบสถ์ของรัฐ

ราชินีแห่งสก็อตแลนด์ Mary Stuart (คนมักเรียกว่า "Mary Queen of
Scots") ก็เป็นคาทอลิก พระองค์กลายเป็นราชินีเมื่อมีพระชนมายุได้เพียง
หนึ่งสัปดาห์หลังจากที่พระราชบิดาของเธอสิ้นพระชนม์ พระองค์ใช้ชีวิต
ในวัยเด็กส่วนใหญ่อยู่ในฝรั่งเศส เมื่อพระองค์กลับมายังสก็อตแลนด์ พระ
องค์ทรงเป็นศูนย์กลางการช่วงชิงอำนาจระหว่างกลุ่มต่างๆ เมื่อพระราช
สวามีของพระองค์ถูกฆาตกรรม Mary ถูกต้องสงสัยว่ามีส่วนพัวพันและ
ได้หนีไปอังกฤษ พระองค์จึงมอบบัลลังก์ให้แก่โอรสชาวโปรเตสแตนท์
ของพระองค์ คือ James VI of Scotland Mary เป็นญาติของ Elizabeth
และได้แต่หวังว่า Elizabeth จะช่วยเธอ แต่ Elizabeth สงสัยว่า Mary
กำลังต้องการควบคุมบัลลังก์อังกฤษ เธอจึงถูกจองจำเป็นเวลา 20 ปี
จนกระทั่งในที่สุด Mary ก็ถูกประหารชีวิตด้วยข้อหาว่าวางแผนลอบ
ทำร้าย Elizabeth I

การสำรวจ กวีนิพนธ์ และบทละคร
ในช่วงสมัยของ Elizabeth ในอังกฤษขณะนั้นเป็นช่วงเวลาที่ลัทธิ
รักชาติ กำลังขยายตัว คือประชาชนมีความรู้สึกภาคภูมิใจในการเป็นคน
อังกฤษ นักสำรวจชาวอังกฤษแสวงหาเส้นทางทางการค้าใหม่ๆ และ
พยายามขยายการค้าของอังกฤษเข้าไปยังอาณานิคมของสเปนในทวีป
อเมริกา Sir Francis Drake หนึ่งในผู้บัญชาการในการเข้าตี Spanish
Armada เขาเป็นหนึ่งในผู้ก่อตั้งประเพณีทางการเดินเรือของอังกฤษขึ้น
เรือของเขาชื่อว่า Golden Hind

เป็นเรือลำหนึ่งที่แล่นเรือ "เดินเรือรอบโลก" เป็นครั้งแรกไปทั่วโลก ในยุค
สมัยของ Elizabeth I ผู้ตั้งรกรากชาวอังกฤษเริ่มสร้างอาณานิคมเป็นครั้ง
แรกทางชายฝั่งตะวันออกของอเมริกา การสร้างอาณานิคมนี้ โดยเฉพาะ
อย่างยิ่งโดยคนที่ไม่เห็นด้วยกับทัศนคติทางศาสนาของกษัตริย์สอง
พระองค์ต่อมา มีมากขึ้นอย่างศตวรรษต่อมา

ช่วงเวลาของ Elizabeth ยังเป็นที่จดจำว่ามีบทกวีและละครเกิดขึ้นมาก
มาย โดยเฉพาะอย่างยิ่งละครและบทกวีของ William Shakespeare

William Shakespeare (ค.ศ. 1564-1616)

Shakespeare ถือว่าเป็นนักเขียนที่ยิ่งใหญ่ที่สุดที่ใช้ภาษาอังกฤษ
Shakespeare เกิดใน Stratford-upon-Avon ประเทศอังกฤษ เขา
เป็นนักเขียนบทละครและบทกวีและละครมากมาย ละครที่มีชื่อเสีย
งมากที่สุดของเขาคือ A Midsummer Night's Dream, Hamlet,
Macbeth และ Romeo and Juliet นอกจากนี้เขายังนำเหตุการณ์เก่าๆ
ที่สำคัญจากอดีตมาทำเป็นละคร แต่เขาไม่ได้ให้ความสำคัญเพียง
พระราชาและพระราชินีเท่านั้น เขาเป็นคนหนึ่งที่วาดรูปชายหญิงชาว
อังฤษธรรมดาๆ Shakespeare เป็นผู้มีอิทธิพลอย่างมากต่อการใช้ภาษา
อังกฤษและคิดค้นคำใหม่ๆ มากมายที่ยังคงใช้อยู่ทุกวันนี้ข้อความจาละคร
และบทกวีของเขาที่ยังคงมีการกล่าวอ้างอยู่เสมอ คือ:

- "Once more unto the breach" (Henry V)
- "To be or not to be" (Hamlet)
- "A rose by any other name" (Romeo and Juliet)
- "All the world's a stage (As you like it)"
- The darling buds of May (Sonnet 18 – Shall I Compare Thee
  To a Summer's Day)

มีคนจำนวนมากยกย่องให้ Shakespeare เป็นนักเขียนบทละครที่ยิ่งใหญ่
ที่สุดในช่วงนั้น ละครและบทกวีของเขายังคงนำมาแสดงและศึกษาใน
อังกฤษและประเทศอื่นๆ จนถึงทุกกันนี้ The Globe Theatre ในลอน
ดอนเป็นโรงละครที่เลียนแบบขึ้นใหม่ในลอนดอนที่มีการแสดงผลงาน
ละครของเขา

James VI และ I

Elizabeth I ไม่เคยเสกสมรสและไม่มีโอรสหรือธิดาที่จะสืบบัลลังก์
เมื่อพระองค์เสียชีวิตในปี ค.ศ. 1603 ทายาทของพระองค์คือญาติที่ชื่อว่า
James VI of Scotland เขากลายเป็น King James I
แห่งประเทศอังกฤษ เวลส์ และไอร์แลนด์ แต่สก็อตแลนด์ยังคงเป็น
ประเทศที่แยกต่างหาก

คัมภีร์ไบเบิลของ King James (The King James bible)

ผลงานชิ้นหนึ่งของราชวงศ์ King James คือการนำคัมภีร์ไบเบิลมาแปล
ใหม่เป็นภาษาอังกฤษ คำแปลนี้เรียกกันว่า "King James Version" หรือ
"Authorized Version" นี้ไม่ใช่คัมภีร์ไบเบิลภาษาอังกฤษเล่มแรก แต่เป็น
รูปแบบที่ยังคงนำมาใช้ในโบสถ์โปรเตสแตนท์หลายแห่งในปัจจุบันนี้
ไอร์แลนด์

ระหว่างยุคนี้ ไอร์แลนด์เป็นประเทศคาทอลิกอย่างสมบูรณ์ที่สุด Henry VII และ Henry VIII ขยายอำนาจของอังกฤษไปควบคุมนอก "the Pale" และจัดตั้งหน่วยงานของอังกฤษทั่วประเทศ Henry VIII ได้ขึ้นครอง

ตำแหน่งเป็นกษัตริย์แห่งไอร์แลนด์ (King of Ireland) มีการนำกฎหมายอังกฤษมาใช้และหัวหน้าในท้องถิ่นต่างๆ ก็ต้องปฏิบัติตามคำสั่งของผู้บริหารงานมณฑลแทนพระองค์ (Lord Lieutenants) ในดับลิน Dublin

ระหว่างรัชกาลของ Elizabeth I และ James I ประชาชนจำนวนมากในไอร์แลนด์คัดค้านการปกครองโดยรัฐบาลโปรเตสแตนท์ในอังกฤษ มีการก่อกบฏหลายครั้งหลายคราว รัฐบาลอังกฤษสนับสนุนชาวโปรเตสแตนท์ของสก็อตและอังกฤษให้ตั้งรกรากใน Ulster ซึ่งเป็นจังหวัดหนึ่งอยู่ทางตอนเหนือของไอร์แลนด์ เข้าควบคุมที่ดินจากเจ้าของที่ดินชาวคาทอลิก การตั้งถิ่นฐานในลักษณะนี้เรียกว่าเป็นพื้นที่เพาะปลูกผู้ตั้งถิ่นฐานใหม่จำนวนมากมาจากทางตะวันตกเฉียงเหนือของสก็อตแลนด์และมีการมอบที่ดินอื่นๆ ให้แก่บริษัทต่างๆ ที่ตั้งอยู่ในลอนดอน หลังจากนั้น James จัดให้มีพื้นที่เพาะปลูกในลักษณะคล้ายคลึงกันนี้ในส่วนอื่นๆ ของไอร์แลนด์ การทำเช่นนี้มีผลกระทบต่อเนื่องอย่างรุนแรงในระยะยาวสำหรับประวัติศาสตร์ของอังกฤษ สก็อตแลนด์และไอร์แลนด์

การปรากฏตัวของรัฐสภา

Elizabeth I เป็นผู้ที่มีทักษะสูงในการบริหารจัดการรัฐสภา ระหว่างรัชสมัยของพระองค์ พระองค์ประสบความสำเร็จในการสร้างสมดุลระหว่างความปรารถนาและทัศนคติของเธอที่มีต่อทัศนคติของ House of Lords และของ House of Commons ซึ่งมีทัศนคติเป็นโปรเตสแตนท์มากขึ้น

James I และโอรสของพระองค์คือ Charles I เป็นผู้ที่มีความชำนาญด้านการเมือง ทั้งสองเชื่อในหลักของ "เทวสิทธิ์ของพระมหากษัตริย์ (Divine Right of Kings)" กล่าวคือ ความคิดที่ว่าพระมหากษัตริย์ได้รับแต่งตั้งโดยตรงจากพระเจ้าให้ทำหน้าที่การปกครอง คนเหล่านี้คิดว่าพระมหากษัตริย์ต้องสามารถกระทำการต่างๆ ได้โดยไม่ต้องขออนุญาตจากรัฐสภา เมื่อ Charles I สืบราชสมบัติของอังกฤษ เวลส์ และไอร์แลนด์ และสก็อตแลนด์ เขาจึงพยายามที่จะปกครองให้สอดคล้องกับหลักการนี้ เมื่อเขาสามารถทำให้รัฐสภาเห็นด้วยกับนโยบายศาสนาและนโยบายต่างประเทศ เขาจึงพยายามปกครองโดยมีรัฐสภาเลย เป็นเวลา 11 ปี เขา

มีวิธีต่างๆในการหาเงินโดยไม่ต้องขออนุมัติจากรัฐสภาแต่ในที่สุดก็เกิดปัญหาในสก็อตแลนด์ที่เรียกร้องให้เขานำระบบรัฐสภามาใช้อีก

การเริ่มต้นของสงครามกลางเมืองของอังกฤษ

Charles I ต้องการให้ประชาชนสักการะบูชาโบสถ์ของอังกฤษ เพื่อรวมพิธีกรรมต่างๆ และนำหนังสือสวดมนตร์ฉบับแก้ไขปรับปรุงใหม่มาใช้ เขาพยายามแสดงหนังสือสวดมนตร์นี้ให้แก่ Presbyterian Church ในสก็อตแลนด์และการทำเช่นนี้ก่อให้เกิดการก่อความไม่สงบอย่างรุนแรง มีการจัดตั้งกองทหารสก็อตและ Charles ไม่สามารถหาเงินที่เขาต้องการสำหรับกองทหารของเขาเองโดยที่ไม่ขอความช่วยเหลือจากรัฐสภา ในปี ค.ศ. 1640 เขาขอเงินทุนจากรัฐสภา มีคนในรัฐสภาหลายคนที่เป็นสมาชิกนิกายโปรเตสแตนท์ที่เรียกว่า Puritans เป็นพวกเคร่งครัดในหลักศาสนาและการสักการะบูชา พวกเขาไม่เห็นด้วยกับมุมมองทางศาสนาของพระมหากษัตริย์ และไม่ชอบการปฏิรูป Church of England ของพระองค์ รัฐสภาจึงปฏิเสธที่จะให้เงินที่กษัตริย์ร้องขอ แม้ว่าหลังจากที่กองทัพสก็อตเข้ารุกรานอังกฤษก็ตาม

มีการก่อกบฏเริ่มเกิดขึ้นอีกในไอร์แลนด์ เพราะว่าชาวโรมันคาทอลิกกล่าวอำนาจที่มีมากยิ่งขึ้นของพวก Puritans รัฐบาลจึงใช้โอกาสนี้เรียกร้องให้กองทัพอังกฤษเข้าควบคุม เป็นการเปลี่ยนแปลงที่ถ่ายโอนอำนาจส่วนมากจากพระมหากษัตริย์ไปยังรัฐสภาในการโต้ตอบการเรียกร้องดังกล่าวCharles I จึงเข้าไปยัง House of Commons และพยายามจับตัวผู้นำรัฐสภาห้าคน แต่ก็มีคนเตือนให้พวกเขารู้ตัวก่อนพวกเขาจึงไม่อยู่ที่นั่น (และไม่มีใครย่างเท้าเข้ามาในรัฐสภาอีกนับจากนั้น) สงครามกลางเมืองระหว่างพระมหากษัตริย์และรัฐสภาไม่สามารถหลีกเลี่ยงได้และเริ่มปะทุขึ้นในปี ค.ศ. 1642 ประเทศแบ่งแยกเป็นสองส่วนคือ คนที่สนับสนุนพระมหากษัตริย์คือพวกนักรบ (หรือเรียกว่า the Cavaliers) และคนที่สนับสนุนรัฐสภา (หรือเรียกว่า the Roundheads)

Oliver Cromwell และสาธารณรัฐอังกฤษ

กองทัพของพระมหากษัตริย์พ่ายแพ้ในสงคราม Battles of Marston Moor and Naesby ในปี ค.ศ. 1646 เห็นชัดเจนว่ารัฐสภาชนะสงคราม Charles ถูกจำคุกโดยกองทัพของรัฐสภา เขายังคงไม่เต็มใจที่จะทำข้อตกลงใดๆ กับรัฐสภา และในที่สุดในปี ค.ศ. 1649 เจาจึงถูกประหารชีวิต อังกฤษประกาศตัวเองเป็นสาธารณะรัฐเรียกว่า เครือจักรภพ (Commonwealth) ไม่มีพระมหากษัตริย์อีกต่อไป เวลานั้นก็ยังไม่ปรากฏ

ชัดว่าประเทศจะปกครองอย่างไร แต่ปัจจุบันนี้มีกองทัพเข้ามาควบคุม
มีนายพลคนหนึ่งชื่อว่า Oliver Cromwell ถูกส่งตัวไปยังไอร์แลนด์
ที่เพิ่งเริ่มมีการปฏิวัติในปี ค.ศ. 1641 และยังคงดำเนินอยู่ และที่นั่นก็ยังมี
กองทหารที่จงรักภักดี Cromwell ประสบความสำเร็จในการกำหนดอำนาจ
ของรัฐสภาอังกฤษแต่การทำเช่นนี้ด้วยความรุนแรงที่แม้กระทั่งทุกวันนี้
Cromwell ยังคงเป็นบุคคลสำคัญที่ทำให้เกิดความขัดแย้งในไอร์แลนด์

ชาวสก็อตไม่เห็นด้วยกับการประหารชีวิต Charles I
และประกาศให้บุตรชายของเขาคือ Charles II ขึ้นเป็นพระมหากษัตริย์
เขาครองราชย์เป็นกษัตริย์ของสก็อตแลนด์และเป็นผู้นำกองทัพสก็อตเข้า
ไปยังอังกฤษ Cromwell เอาชนะกองทัพนี้ในสงคราม the Battles of
Dunbar and Worcester ส่วน Charles II หนีจาก Worcester ซ่อนตัว
อยู่ในป่าต้นโอ๊คอยู่พักหนึ่ง และในที่สุดก็หนีไปยุโรปตอนนี้รัฐสภาควบคุม
สก็อตแลนด์รวมทั้งอังกฤษและเวลส์

หลังจากการรณรงค์หาเสียงในไอร์แลนด์และได้รับชัยชนะเหนือ Charles
II ที่ Worcester Cromwell ได้รับการยอมรับว่าเป็นผู้นำ
สาธารณรัฐใหม่ เขาได้รับตำแหน่งผู้อารักขาพระนคร (Lord Protector)
และปกครองจนกระทั่งเสียชีวิตในปี ค.ศ. 1658 เมื่อครอมเวลล์เสียชีวิต
บุตรของของเขาคือ ริชาร์ด กลายเป็นผู้รักษาพระนครแต่ไม่สามารถควบ
คุมกองทัพหรือรัฐบาลได้ แม้ว่าอังกฤษจะกลายเป็นสาธารณรัฐมาเป็น
เวลา11ปี เมื่อไม่มีโอลิเวอร์ ครอมเวลล์แล้ว ก็ไม่มีผู้นำหรือระบบรัฐบาลที่
ชัดเจน มีคนมากมายในประเทศที่ต้องการความมั่นคง คนเริ่มคุยกันเกี่ยว
กับความจำเป็นที่ต้องมีพระมหากษัตริย์

การฟื้นฟู

ในปี ค.ศ. 1660 รัฐสภาได้เชิญให้ชาร์ลที่สองกลับจากการถูกเนรเทศใน
ประเทศเนเธอร์แลนด์ เขาได้ครองบัลลังก์เป็นกษัตริย์ชาร์ลส์ที่สองแห่ง
อังกฤษ เวลส์ สก็อตแลนด์ และไอร์แลนด์ ชาร์ลส์ที่สองแสดงให้เห็นชัด
เจนว่าเขา "ไม่ต้องการเดินทางอีกแล้ว" เขาเข้าใจว่าเขาไม่สามารถทำใน
สิ่งที่เขาต้องการได้ แต่บางครั้งจำเป็นต้องเห็นด้วยกับรัฐสภา โดยทั่วไป
รัฐสภาก็สนับสนุนนโยบายของเขา ได้มีการจัดตั้ง Church of England
ให้เห็นคริสตจักรอย่างเป็นทางการอีกครั้ง ทั้งชาวโรมันคาทอลิกและ
Puritans ต่างก็ไม่เข้าไปข้องเกี่ยวกับอำนาจ
ระหว่างรัชสมัยของชาร์ลส์ที่สอง ในปี ค.ศ. 1665
มีกาฬโรคระบาดครั้งใหญ่ในลอนดอน มีประชาชนเสียชีวิตนับพันๆ คน

โดยเฉพาะอย่างยิ่งในเขตยากจน ปีต่อมาก็มีอัคคีภัยครั้งใหญ่ทำลายล้าง พื้นที่ส่วนใหญ่ของเมือง รวมทั้งโบสถ์หลายแห่ง และโบสถ์ของเซนต์พอล ได้มีการสร้างโบสถ์ของเซนต์พอลขึ้นใหม่ในลอนดอน ซึ่งออกแบบโดย สถาปนิกผู้มีชื่อเสียงชื่อ Sir Christopher Wren Samuel Papys เขียน เกี่ยวกับเหตุการณ์เหล่านี้ในบันทึกประจำวันที่ภายหลังมีการตีพิมพ์และยัง คงมีให้อ่านอยู่ในปัจจุบัน

The Habeas Corpus Act กลายเป็นกฎหมายในปี ค.ศ. 1679 ซึ่งเป็นผล งานชิ้นสำคัญมากชิ้นหนึ่งของฝ่ายนิติบัญญัติที่ยังคงมีความสำคัญ อยู่ในปัจจุบัน Habeas corpus เป็นคำภาษาละตินแปลว่า "ท่านต้องนำคนไปสู่ศาล" พระราชบัญญัตินี้รับประกันว่าไม่มีใครตกเป็น นักโทษโดยไม่ชอบด้วยกฎหมาย นักโทษทุกคนมีสิทธิฟังคำพิจารณาคดี ของศาล"

Charles II มีความสนใจเรื่องกฎหมาย ระหว่างรัชสมัยของเขาได้มีการจัด ตั้งราชสมาคมเพื่อส่งเสริม "ความรู้ธรรมชาติ"ซึ่งเป็นสมาคมทาง วิทยาศาสตร์ที่เก่าแก่ที่สุดในโลกที่ยังหลงเหลืออยู่ สมาชิกสมาคมใน ช่วงแรกๆ คือ Sir Edmund Halley ซึ่งสามารถทำนายการกลับมาของ ดาวหางได้อย่างแม่นยำ ซึ่งเราเรียกว่า ดาวหางฮัลเล่ย์ (Halley's Comet) และสมาชิกท่านอื่นคือ Sir Isac Newton

Isaac Newton (ปี ค.ศ. 1643-1727)

เซอร์ไอแซค นิวตัน เกิดใน ลินคอร์นไชร์ ทางตะวันออกของประเทศ อังกฤษไอแซคนิวตัน สนใจเรื่องวิทยาศาสตร์เป็นครั้งแรกเมื่อเขาศึกษา อยู่ที่มหาวิทยาลัยเคมบริดจ์ เขากลายเป็นบุคคลสำคัญในด้านนี้ ผลงาน ตีพิมพ์ที่มีชื่อเสียงที่สุดของเขาคือ Philosophiae Naturalis Principia Mathematica ("หลักคณิตศาสตร์ของปรัชญาธรรมชาติ") ซึ่งแสดงวิธี การใช้แรงโน้มถ่วงกับจักรวาลทั้งหมด นอกจากนี้นิวตันยังแสดงให้เห็นว่า แสงสีขาวเกิดขึ้นจากสีของรุ้ง ผลการค้นคว้ามากมายของเขายังคงมีความ สำคัญต่อวิทยาศาสตร์สมัยใหม่

กษัตริย์คาทอลิก

Charles II ไม่มีรัชทายาทที่ถูกต้องตามกฎหมาย พระองค์เสียชีวิตในปี ค.ศ. 1685 และน้องชายของพระองค์คือ James ซึ่งเป็นชาวโรมันคาธอ ลิคขึ้นเป็นกษัตริย์เจมส์ที่สองในประเทศอังกฤษ เวลส์ และไอร์แลนด์และ กษัตริย์เจมส์ที่สองของสก็อตแลนด์ เจมส์ชอบคนที่นับถือนิกายโรมันคา

ทอลิก และอนุญาตให้คนเหล่านั้นเป็นข้าราชการทหารซึ่งจริงๆ แล้วตาม
พระราชบัญญัติว่าด้วยรัฐสภาห้ามไม่ให้ทำเช่นนั้นเขาไม่ขอความเห็นชอบ
จากรัฐสภาและได้จับบาทหลวงบางคนของ Church of England คนใน
ประเทศอังกฤษต่างก็ห่วงว่าเจมส์ต้องการทำให้อังกฤษกลายเป็นประเทศ
คาทอลิกอีกครั้ง อย่างไรก็ดี ทายาทของพระองค์คือบุตรสาวทั้งสองคน
ซึ่งทั้งคู่ยึดมั่นต่อโปรเตสแตนท์ และผู้คนก็คิดว่าเขาต้องการให้มีกษัตริย์
เป็นโปรเตสแตนท์อีก แล้วชายาของเจมส์ก็มีบุตรชาย จึงดูเหมือนว่า
กษัตริย์พระองค์ต่อไปจะไม่ใช่โปรเตสแตนท์แล้ว

การปฏิวัติอันรุ่งโรจน์
ธิดาคนโตของ James II คือ Mary ได้ทำการสมรสกับญาติของเธอชื่อ
William of Orange เป็นผู้ปกครองชาวโปรเตสแตนท์ของประเทศ
เนเธอร์แลนด์ ในปี ค.ศ.1688 มีผู้ที่นับถือนิกายโปรเตสแตนท์คนสำคัญ
ขอให้ William บุกประเทศอังกฤษและประกาศตัวเป็นกษัตริย์เมื่อ William
ไปถึงอังกฤษก็ไม่มีการต่อต้านใดๆ James หนีไปประเทศฝรั่งเศสและ
William ก็ขึ้นครองบัลลังก์เป็น William II แห่งสก็อตแลนด์ William
ปกครองประเทศร่วมกับ Mary ภายหลังเหตุการณ์นี้เรียกว่า
"การปฏิวัติอันรุ่งโรจน์" เพราะว่าไม่มีการต่อสู้กันในประเทศอังกฤษและ
เป็นเพราะว่ามีการรับประกันอำนาจของรัฐบาลเป็นการสิ้นสุดการที่กษัตริย์
ปกครองประเทศตามความประสงค์ของตนเอง James II ต้องการกอบ
กู้บัลลังก์คืนและบุกเข้ายังไอร์แลนด์ด้วยความช่วยเหลือของกองทัพฝรั่ง
เศส William เอาชนะ James II ในสงคราม Battle of the Boyne
ในไอร์แลนด์เมื่อปี ค.ศ.1690 ซึ่งยังมีการเฉลิมฉลองวันครบรอบเหตุการ
ณ์ครั้งนี้ในไอร์แลนด์เหนืออยู่ทุกวันนี้ William รบชนะได้ไอร์แลนด์กลับ
มาอีกครั้งและ James หนีกลับไปฝรั่งเศส มีข้อจำกัดมากมายต่อโบสถ์
โรมันคาทอลิกในไอร์แลนด์ และนิกายคาทอลิกของชาวไอริชก็ไม่
สามารถมีเข้ามีส่วนในรัฐบาลนอกจากนี้ยังมีการสนับสนุน James
ในสก็อตแลนด์ ได้มีความพยายามที่จะใช้กำลังก่อการกบฏเพื่อสนับสนุน
James ประสบความพ่ายแพ้อย่างรวดเร็วที่ Killiecrankie ชาวสก็อต
ทั้งหมดต้องการให้ยอมรับ William เป็นกษัตริย์อย่างเป็นทางการโดยการ
ทำพิธีสาบานตน ตระกูล MacDonald แห่ง Glencoe เข้าพิธีสาบานตน
ช้าและถูกสังหารทั้งหมด ความทรงจำเรื่องการฆาตกรรมหมู่นี้ทำให้
ชาวสก็อตบางส่วนไม่เชื่อใจรัฐบาลใหม่

บางคนยังเชื่อว่า James เป็นกษัตริย์ที่ทรงไว้ซึ่งความยุติธรรมโดยเฉพาะ
อย่างยิ่งในสก็อตแลนด์ บางคนก็ร่วมกับเขาในการเนรเทศไปฝรั่งเศส ใน

ขณะที่บางส่วนก็ให้ความสนับสนุนแบบลับๆ กลุ่มที่ให้ความสนับสนุน
James เป็นที่รู้จักกันว่าจาโคไบท์ (Jacobites)

ตรวจสอบความเข้าใจของท่านในเรื่องเหล่านี้

* ระหว่างยุคนี้ ศาสนาเปลี่ยนแปลงไปอย่างไรและเพราะเหตุใด
* ความสำคัญของบทกวีและละครในยุคของ Elizabeth
* เกี่ยวกับการที่อังกฤษมีส่วนเกี่ยวข้องในไอร์แลนด์
* พัฒนาการของรัฐสภาและเฉพาะในช่วงประวัติศาสตร์เมื่ออังกฤษเป็น
  สาธารณรัฐ
* เพราะเหตุใดจึงมีการฟื้นฟูระบบราชาธิปไตย
* การปฏิวัติอันรุ่งโรจน์ (Glorious Revolution) เกิดขึ้นได้อย่างไร

อำนาจระดับโลก (A Global Power)

ระบบราชาธิปไตยของเครือจักรภพ – ร่างพระราชบัญญัติว่าด้วยสิทธิพื้นฐานของพลเมือง (Bill of Rights)

ในพิธีราชาภิเษกของ William และ Mary ได้มีการอ่านปฏิญญาว่าด้วย
สิทธิพื้นฐานของพลเมือง ซึ่งเป็นการยืนยันว่าพระมหากษัตริย์ไม่สามารถ
เรียกเก็บภาษีหรือบริการงานยุติธรรมโดยมิได้รับความเห็นชอบจากรัฐสภา
การถ่วงดุลอำนาจระหว่างพระมหากษัตริย์และรัฐสภาตอนนี้มีการเปลี่ยน
แปลงอย่างถาวร ร่างพระราชบัญญัติว่าด้วยสิทธิพื้นฐานของพลเมืองปี
ค.ศ. 1689 เป็นการยืนยันสิทธิของรัฐสภาและขีดจำกัดอำนาจของ
พระมหากษัตริย์รัฐสภาควบคุมคนที่จะเป็นพระมหากษัตริย์และประกาศว่า
พระมหากษัตริย์และราชินีต้องเป็นโปรเตสแตนท์ โดยจะมีการเลือกตั้งรัฐ
สภาใหม่อย่างน้อยทุกสามปี (หลังจากนี้เปลี่ยนเป็นเจ็ดปีและปัจจุบันนี้
เป็นห้าปี) ทุกๆ ปี พระมหากษัตริย์ต้องขอให้รัฐสภาจัดหาเงินทุนให้แก่
กองทัพและกองทัพเรือ

การเปลี่ยนแปลงเหล่านี้เพื่อให้สามารถปกครองประเทศได้อย่างมีประสิท
ธิภาพ พระมหากษัตริย์จำเป็นต้องมีที่ปรึกษา หรือรัฐมนตรีที่สามารถรับ
รองเสียงส่วนมากในสภาสามัญ (House of Commons) และสภาขุนนาง
(House of Lords) มีคนสองกลุ่มใหญ่ในรัฐสภาซึ่งเรียกว่า Whigs และ
Tories (พรรคอนุรักษ์นิยมรุ่นใหม่บางครั้งก็เรียกว่า Tories) นี่คือจุดเริ่มต้น
การเมืองในระบบพรรค
นอกจากนี้ ช่วงนี้ยังเป็นช่วงที่มีความสำคัญสำหรับการพัฒนาสื่อมวลชล

อิสระ (หนังสือพิมพ์และสิ่งพิมพ์อื่นๆ ที่ไม่ถูกควบคุมโดยรัฐบาล) ตั้งแต่ปี ค.ศ. 1695 หนังสือพิมพ์ได้รับอนุญาตให้ประกอบกิจการได้โดยไม่ต้องขอใบอนุญาตจากรัฐบาล จึงเริ่มมีการตีพิมพ์หนังสือพิมพ์เผยแพร่เป็นจำนวนมากขึ้น

มีกฎหมายต่างๆ ผ่านการอนุมัติหลังจากการปฏิวัติอันรุ่งโรจน์นับว่าเป็นจุดเริ่มต้นของสิ่งที่เรียกว่า "ราชาธิปไตยภายใต้รัฐธรรมนูญ" สถาบันกษัตริย์ยังคงมีความสำคัญมาก แต่ไม่สามารถยืนยันนโยบายหรือการกระทำบางอย่างถ้ามิได้รับความเห็นชอบจากรัฐสภา หลังจากที่ William III รัฐมนตรีค่อยๆ มีความสำคัญมากกว่ากษัตริย์แต่นี่ไม่ใช่ประชาธิปไตยในแง่ของยุคปัจจุบัน จำนวนคนที่มีสิทธิลงคะแนนเสียงเลือกสมาชิกรัฐสภายังคงมีน้อยมาก เฉพาะคนที่เป็นเจ้าของทรัพย์สินที่มีมูลค่าเท่านั้นที่สามารถลงคะแนนเสียง ส่วนสตรีไม่มีสิทธิลงคะแนนเสียงเลยในเขตเลือกตั้งบางเขตถูกควบคุมโดยครอบครัวที่มั่งคั่งเพียงครอบครัวเดียว ลักษณะเช่นนี้เรียกว่า "เขตเลือกตั้งใต้อิทธิพล (pocket boroughs)" เขตเลือกตั้งอื่นๆ ยากที่จะมีผู้ลงคะแนนเสียงซึ่งเรียกว่า "เขตเลือกตั้งที่ไม่เหมาะสม (rotten boroughs)"

การขยายตัวของประชากร

ช่วงนี้เป็นช่วงเวลาที่ประชาชนจำนวนมากเดินทางออกจากหองกฤษและไอร์แลนด์ เพื่อย้ายถิ่นฐานไปยังอาณานิคมใหม่ในอเมริกาและที่อื่นๆแต่ก็มีคนอื่นๆ มาอยู่ในอังกฤษ ชาวยิวกลุ่มแรกที่มาอังกฤษตั้งแต่ยุคกลางได้ตั้งถิ่นฐานในลอนดอนในปี ค.ศ. 1656 ระหว่างปี ค.ศ. 1680-1720 มีผู้ลี้ภัยจำนวนมากเรียกว่า Huguenots ที่ลี้ภัยมาจากฝรั่งเศส คนเหล่านี้เป็นชาวโปรเตสแตนท์และถูกลงโทษเกี่ยวกับเรื่องศาสนา มีหลายคนได้รับการศึกษา มีทักษะความชำนาญและทำงานเป็นนักวิทยาศาสตร์ ทำงานธนาคารหรือทอผ้าหรืองานช่างฝีมืออื่นๆ

พระราชบัญญัติหรือสนธิสัญญาของสหภาพในสก็อตแลนด์

ผู้สืบบัลลังก์ของ William และ Mary คือราชินี Anne ไม่มีรัชทายาทที่รอดชีวิตอยู่ เหตุนี้จงทำให้เกิดความไม่แน่นอนต่อการ สืบสันตติวงศ์ในอังกฤษ เวลส์ และไอร์แลนด์และในสก็อตแลนด์ พระราชบัญญัติสหภาพ หรือที่เรียกว่า สนธิสัญญาสหภาพในสก็อตแลนด์ จึงได้รับความเห็นชอบในปี ค.ศ.1707 เป็นการสร้างราชอาณาจักร ของบริเทนใหญ่ (Kingdom of Great Britain)แม้ว่าสก็อตแลนด์เป็นประเทศที่เป็นเอกราชได้ไม่นาน แต่ก็ยังคงรักษาระบบกฎหมายและการศึกษา และคริสตจักร

เพรสไบทีเรียน (Presbyterian Church) ของตนไว้

นายกรัฐมนตรี (The Prime Minister)

เมื่อราชินี Anne สิ้นพระชนม์ในปี ค.ศ. 1714 รัฐสภาเลือกชาวเยอรมันชื่อ George I ให้เป็นพระมหากษัตริย์ในลำดับต่อไปเพราะว่าเขาเป็นญาติชาวโปรเตสแตนท์ที่ใกล้ชิดที่สุดของราชินี Anne กลุ่มจาโคไบท์ชาวสก็อตพยายามที่จะผลักดันให้โอรสของ James II ขึ้นครองบัลลังก์แต่ก็พ่ายแพ้อย่างรวดเร็ว

เนื่องจาก George I พูดภาษาอังกฤษได้ไม่ดีเท่าที่ควร จึงทำให้เขาต้องพึ่งรัฐมนตรีมากขึ้น รัฐมนตรีที่มีความสำคัญมากที่สุดในรัฐสภาเรียกว่านายกรัฐมนตรี บุคคลแรกที่เรียกตำแหน่งนายกรัฐมนตรีคือ Sir Robert Walpole ซึ่งเป็นนายกรัฐมนตรีตั้งแต่ปี ค.ศ. 1721 ถึง 1742

การก่อกบฏของกลุ่ม clans (The rebellion of the clans)

ในปี ค.ศ. 1745   มีความยายามอีกครั้งที่จะผลักดันกษัตริย์ราชวงศ์ Stuart กลับสู่บัลลังก์แทน George I

Charles Edward Stuart (Bonnie Prince Charlie) เป็นหลานของ James II ได้มายังสก็อตแลนด์ พระองค์ได้รับความสนับสนุนโดยสมาชิกของกลุ่ม clansmen จากที่ราบสูง สก็อตและจัดตั้งกองทัพ Charles ประสบความสำเร็จในช่วงแรกๆ แต่ก็พ่ายแพ้แก่กองทัพของ George II ในสงคราม the Battle of Culloden ในปี ค.ศ. 1746 โดย Charles หนีกลับไปยุโรป

กลุ่ม clans สูญเสียอำนาจและอิทธิพลหลังจากสงคราม Culloden บรรดาหัวหน้าเผ่ากลายเป็นเจ้าของที่ดินถ้าพวกเขาเห็นด้วยกับกษัตริย์อังกฤษและสมาชิกกลุ่ม clans กลายเป็นผู้เช่าที่ต้องจ่ายค่าที่ดินที่พวกเขาใช้

กระบวนการที่เริ่มขึ้นนี้เรียกว่า "การกวาดล้างที่ราบสูง (Highland Clearances)" เจ้าของที่ดินชาวสก็อตจำนวนมากทำลายฟาร์มขนาดเล็กของตน (เรียกว่า "ที่ดินผืนเล็กๆ (crots)" เพื่อให้เป็นที่ว่างเปล่าสำหรับฝูงแกะและฝูงวัวควายขนาดใหญ่ การขับไล่กลายเป็นเรื่องธรรมดามากในช่วงต้นศตวรรษที่ 19 ในช่วงนี้มีชาวสก็อตจำนวนมากที่ออกจากประเทศไปยังอเมริกาเหนือ

Robert Burns (ค.ศ. 1759-96)

เป็นที่รู้จักในสก็อตแลนด์ว่าเป็น "ยอดกวี" Robert Burns เป็นกวีชาวสก็อต เขาแต่งบทกวีเป็นภาษาสก็อต ภาษาอังกฤษผสมกับคำภาษาสก็อต และภาษาอังกฤษมาตรฐาน นอกจากนี้เขายังแก้ไขปรับปรุงเพลงพื้นบ้านโดยการเปลี่ยนแปลงหรือเพิ่มเติมเนื้อเพลง ผลงานที่ดีที่สุดของ Burns คือเพลง Auld Lang Syne ซึ่งร้องโดยประชาชนใน UK และประเทศอื่นๆ เมื่อพวกเขาเฉลิมฉลองเทศกาลปีใหม่ หรือที่เรียกกันในสก็อตแลนด์ว่า ฮอกมาเน "Hogmanay"

ยุคเรืองปัญญา (The Enlightenment)

ระหว่างศตวรรษที่ 18 มีการพัฒนาแนวความคิดใหม่เกี่ยวกับเรื่องการเมือง ปรัชญา และวิทยาศาสตร์ ซึ่งมักเรียกว่า "ยุคเรืองปัญญา หรือ The Enlightenment" มีนักคิดที่มีชื่อเสียงหลายคนของยุคนี้เป็นชาวสก็อต ตัวอย่างเช่น Adam Smith พัฒนาแนวคิดเกี่ยวกับเศรษฐกิจซึ่งยังคงมีการกล่าวถึงอยู่ในทุกวันนี้ แนวความคิดของ David Hume เกี่ยวกับธรรมชาติของมนุษย์ยังคงมีอิทธิพลต่อนักปรัชญา นอกจากนี้ยังมีการคิดค้นทางวิทยาศาสตร์ เช่น ผลงานของ James Watt เกี่ยวกับเรื่องพลังไอน้ำซึ่งช่วยความก้าวหน้าในการปฏิรูปอุตสาหกรรมหลักการสำคัญที่สุดอย่างหนึ่งของยุคเรืองปัญญาคือ ทุกคนควรมีสิทธิทางการเมืองและความเชื่อทางศาสนาของตัวเอง และรัฐไม่ควรพยายามที่จะควบคุมคนเหล่านี้ หลักการนี้ยังคงเป็นหลักการสำคัญของ UK จนกระทั่งปัจจุบันนี้

การปฏิวัติทางอุตสาหกรรม (The Industrial Revolution)

ก่อนศตวรรษที่ 18 เกษตรกรรมเป็นแหล่งการจ้างงานแหล่งใหญ่ที่สุดในอังกฤษ มีการผสมผสานทางอุตสาหกรรมมากมาย ซึ่งคนสามารถทำงานผลิตสินค้าจากบ้านได้เช่นการผลิตเสื้อผ้าและผ้าลูกไม้ การปฏิวัติทางอุตสาหกรรมเป็นการพัฒนาอุตสาหกรรมของอังกฤษอย่างรวดเร็วในช่วงศตวรรษที่ 18 และ 19 อังกฤษเป็นประเทศแรกที่มีการเปลี่ยนแปลงทางอุตสาหกรรมครั้งใหญ่ ที่เป็นเช่นนี้เพราะว่ามีการพัฒนาเครื่องจักรและการใช้พลังไอน้ำ เกษตรกรรมและการผลิตสินค้ากลายเป็นงานที่ใช้เครื่องจักร สภาพเช่นนี้ทำให้สิ่งต่างๆ มีประสิทธิภาพมากขึ้นและสามารถทำการผลิตได้มากขึ้น ถ่านหินและวัตถุดิบอื่นๆ จำเป็นต้องใช้เป็นพลังงานสำหรับโรงงานใหม่ๆ มีคนจำนวนมากย้ายจากชนบทและเริ่มทำงานในเหมืองและอุตสาหกรรมการผลิต

พัฒนาการของกระบวนการของ Bessemer สำหรับการผลิตเหล็กปริมาณ
มากนำไปสู่การพัฒนาอุตสาหกรรมการต่อเรือและสร้างทางรถไฟ งานการ
ผลิตกลายมาเป็นแหล่งจ้างงานหลักในอังกฤษ

Richard Arkwright (ค.ศ. 1732-92)

Arkwright เกิดเมื่อปี ค.ศ. 1732 เคยผ่านการฝึกและทำงานเป็นช่างตัด
ผมเขาสามารถไดร์ผมและทำวิกผมได้ เมื่อวิกผมได้รับความนิยมน้อยลง
เขาจึงเริ่มทำงานด้านสิ่งทอ เขาปรับปรุงเครื่องสางใยแบบเดิม การสางใย
คือกระบวนการเตรียมเส้นใยเพื่อการปั่นให้เป็นเส้นด้ายและผ้านอกจากนี้
เขายังพัฒนาโรงปั่นด้ายที่ขับเคลื่อนด้วยกำลังม้าที่ใช้เครื่องจักรเพียง
เครื่องเดียว ซึ่งเพิ่มประสิทธิภาพการผลิต หลังจากนั้นเขาใช้เครื่องจักร
ไอน้ำเพื่อให้กำลังเครื่องจักร Arkwright ยังเป็นที่จดจำโดยเฉพาะ
ในเรื่องประสิทธิภาพและวิธีการสร้างผลกำไรที่เขาดำเนินกิจการโรงงาน

เครือข่ายการขนส่งที่ดียิ่งขึ้นเป็นสิ่งจำเป็นในการขนส่งวัตถุดิบและสิน
ค้าที่ผลิต มีการสร้างคลองเพื่อเชื่อมต่อกับโรงงานต่างๆ ไปยังเขต
เมืองและท่าเรือต่างๆ โดยเฉพาะอย่างยิ่งในเขตอุตสาหกรรมใหม่ตอน
กลางและตอนเหนือของอังกฤษ

สภาพการทำงานระหว่างช่วงปฏิวัติทางอุตสาหกรรมนั้นเสื่อมโทรมมาก
ไม่มีกฎหมายใดๆ ป้องกันคนงานที่มักถูกบังคับให้ทำงานเป็นเวลานานๆ
ในสภาพที่เป็นอันตราย เด็กก็ต้องทำงานและได้รับการปฏิบัติเหมือนผู้
ใหญ่ ซึ่งบางครั้งก็ได้รับการปฏิบัติด้วยความหยาบคาย

ช่วงนี้ยังเป็นช่วงที่อาณานิคมในต่างประเทศมีมากขึ้น กัปตัน James
Cook ได้จัดทำแผนที่ชายฝั่งออสเตรเลียและจัดตั้งอาณานิคมบางแห่งขึ้น
ที่นั่นอังกฤษสามารถควบคุมแคนาดาและบริษัททางตะวันออกของอินเดีย
ซึ่งเดิมจัดตั้งขึ้นเพื่อทำการค้า โดยสามารถควบคุมพื้นที่ส่วนใหญ่ของ
อินเดีย เริ่มมีการจัดตั้งอาณานิคมทางตอนใต้ของแอฟริกา

อังกฤษยังคงทำการค้ากับทั่วโลกและเริ่มนำสินค้าเข้ามาในประเทศมาก
ขึ้น น้ำตาลและยาสูบนำเข้ามาจากอเมริกาเหนือ และเวสท์อินดีส์ สิ่งทอ
ชาและเครื่องเทศนำเข้ามาจากอินเดียและพื้นที่ที่ปัจจุบันนี้เรียกว่าอินโด
นีเซีย การค้าและการตั้งถิ่นฐานในต่างประเทศบางครั้งก็นำอังกฤษเข้าสู่
ความขัดแย้งกับประเทศอื่นๆ โดยเฉพาะอย่างยิ่งฝรั่งเศส ซึ่งกำลังขยาย
ตัวและทำการค้าในลักษณะเดียวกันกับในด้านต่างๆ ของโลก

Sake Dean Mahomet (ค.ศ. 1759-1851)

Mahomet เกิดเมื่อปี ค.ศ. 1759 และเติบโตในแคว้นเบงกอลของประเทศ
อินเดีย เขารับราชการทหารใน
เบงกอลและมาประเทศอังกฤษในปี ค.ศ. 1782
แล้วจึงย้ายไปยังไอร์แลนด์ และหนีไปกับหญิงสาวชาวไอริชชื่อ Jane
Daily ในปี ค.ศ. 1786 กลับสู่อังกฤษเมื่อปลายศตวรรษ ใน ค.ศ.
1810 เขาเปิดร้านชื่อ Hindoostane Coffee House ที่ถนนจอร์จ
ในกรุงลอนดอน นับว่าเป็นครั้งแรกที่มีการเปิดร้านอาหารอินเดียสไตล์
ฝรั่ง (curry house) ในอังกฤษ Mahomet และภรรยาของเขายังแนะนำ
"การสระผม" ซึ่งเป็นศิลปะการนวดศีรษะของชาวอินเดียให้แก่อังกฤษด้วย

การค้าทาส (The slave trade)

การขยายตัวและความมั่งคั่งทางการค้าบางส่วนเกิดขึ้นโดยการค้าทาส
ที่กำลังขยายตัว แม้ว่าการเป็นทาสจะผิดกฎหมายภายในอังกฤษ แต่ใน
ช่วงศตวรรษที่ 18 ก็มีการจัดตั้งอุตสาหกรรมค้าทาส ในต่างประเทศ ซึ่ง
ควบคุมโดยอาณานิคมของอังกฤษและอเมริกัน
ในเบื้องต้นทาสมาจากแอฟริกาตะวันตกซึ่งเดินทางโดยเรือของอังกฤษใน
สภาพที่เลวร้าย ทาสเหล่านั้นถูกนำไปยังอเมริกาและแคริเบียน พวกเขา
ต้องทำงานในไร่ยาสูบและไร่อ้อย สภาพการดำรงชีวิตและการทำงาน
สำหรับทาสก็ลำบากมาก มีทาสจำนวนมากที่พยายามหนี และบางส่วนก็
ปฏิวัติต่อต้านเจ้านายเพื่อคัดค้านการถูกปฏิบัติด้วยความรุนแรง
อย่างไรก็ดี มีประชาชนในอังกฤษที่คัดค้านการค้าทาส กลุ่มแรกที่ต่อต้าน
การค้าทาสอย่างเป็นทางการจัดตั้งขึ้นโดย Quakersในช่วงปลายศตวรรษ
 1700s และเรียกร้องให้รัฐสภาออกคำสั่งห้ามค้าทาส

William Wilberforce ชาวคริสเตียนนิกาย evangelic
และสมาชิกรัฐสภา เป็นผู้มีบทบาทในการเปลี่ยนแปลงกฎหมาย พร้อมกับ
กลุ่ม abolitionists อื่นๆ (คือบุคคลที่สนับสนุนการเลิกทาส) เขารับช่วง
ในการปรับเปลี่ยนความคิดสาธารณะต่อการค้าทาส ในค.ศ.1807การค้า
ทาสในเรืออังกฤษหรือจากท่าเรืออังกฤษถือว่าผิดกฎหมาย และใน ค.ศ.
1833 มีการประกาศใช้พระราชบัญญัติ Emancipation Act ซึ่งปลดปล่อย
ทาสทั่วจักรวรรดิอังกฤษกองทัพเรือหยุดอนุญาตเรือบรรทุกทาสจาก ประ
เทศอื่นๆปล่อยทาสให้เป็นอิสระและลงโทษผู้ที่ค้าทาสหลังจากค.ศ.1833
มีคนงานชาวอินเดียและชาวจีนกว่า 2 ล้านคนถูกว่า จ้างแทนทาสที่ได้รับ
อิสรภาพ พวกเขาทำงานในไร่อ้อยในแถบ แคริบเบียน ในเหมืองแร่ ใน
แอฟริกาใต้ สร้างทางรถไฟในแอฟริกาตะวันออก และกองทัพใน เคนย่า

สงครามแห่งอิสรภาพของอเมริกัน (The American War of Independence)

ในปี ค.ศ. 1760s มีอาณานิคมอังกฤษจำนวนมากในอเมริกาเหนือ อาณานิคมเหล่านี้มีความมั่งคั่งและส่วนใหญ่จะควบคุมกิจการต่างๆ ของอาณานิคมเอง มีครอบครัวที่เป็นประชาชนในอาณานิคมจำนวนมาก ย้ายไปอเมริกาเหนือเพื่อให้มีเสรีภาพทางศาสนา พวกเขามีการศึกษาดี และสนใจแนวความคิดเรื่องเสรีภาพ รัฐบาลอังกฤษต้องการเก็บภาษีอาณานิคม นักอาณานิคมเห็นว่าการทำเช่นนี้เป็นการคุกคามเสรีภาพของพวกเขาและพูดว่าไม่ควรเรียกเก็บภาษีโดย ไม่มีตัวแทนในรัฐสภาของอังกฤษ รัฐสภาพยายามประนีประนอมปัญหานี้โดยการยกเลิกภาษีบางอย่างแต่ ความสัมพันธ์ระหว่างรัฐบาลอังกฤษและอาณานิคมก็ยังคงแย่ลงอย่างต่อเนื่อง มีการต่อสู้กันเกิดขึ้นระหว่างอาณานิคมและกองกำลังอังกฤษ ในปี ค.ศ. 1766 มีอาณานิคมอเมริกัน 13 แห่งประกาศเอกราชของตน โดยระบุว่าประชาชนมีสิทธิจัดตั้งรัฐบาลของตัวเอง ในที่สุดประชาชนในอาณานิคมก็เอาชนะกองทัพอังกฤษได้และอังกฤษจึงยอมรับการประกาศอิสรภาพของอาณานิคมในปี ค.ศ. 1783

สงครามกับฝรั่งเศส (War with France)

ระหว่างศตวรรษที่ 18 อังกฤษทำสงครามกับฝรั่งเศสหลายครั้ง ใน ค.ศ. 1789 มีการปฏิวัติในประเทศฝรั่งเศสและรัฐบาลใหม่ของฝรั่งเศสจึงประกาศสงครามกับอังกฤษทันที Napoleon นโพเลียน เป็นจักรพรรดิของฝรั่งเศสคนแรก ซึ่งยังคงทำสงครามต่อเนื่อง กองทัพเรืออังกฤษ รบกับกองทหารของฝรั่งเศสร่วมกับสเปน ชนะสงคราม Trafalgar ใน ค.ศ. 1805 นายพลเรือเอก Nelson เป็นผู้นำกองทัพอังกฤษรบที่ Trafalgar และถูกสังหารในสงครามดังกล่าว มีการสร้างเสาของ Nelson ในจัตุรัส Trafalgar กรุงลอนดอนเป็นอนุสาวรีย์เพื่อรำลึกถึงเขา เรือของเราชื่อว่า HMS Victory เปิดให้เยี่ยมชมได้ใน Portsmouth ในปี ค.ศ. 1815 สงครามฝรั่งเศสสิ้นสุดลงโดยการที่จักรพรรดินโพเลียนพ่ายแพ้ให้แก่ Duke of Wellington ในสงครามวอเตอร์ลู (Battle of Waterloo) Wellington ได้รับการขนานนามว่าเป็น ท่านดยุคกระดูกเหล็ก (Iron Duke) และหลังจากนั้นก็ได้เป็นนายกรัฐมนตรี

ธงของสหภาพ (The Union Flag)

แม้ว่าไอร์แลนด์ยังคงมีพระมหากษัตริย์เป็นประมุขเหมือนอังกฤษและเวลส์ตั้งแต่รัชสมัยของ Henry VIII แต่ก็ยังคงเป็นประเทศที่แยกต่างหาก ในปี ค.ศ. 1801 ไอร์แลนด์ได้รวมเข้ากับอังกฤษ สก็อตแลนด์และ

เวลส์หลังจากพระราชบัญญัติสหภาพ ปี ค.ศ. 1800 จึงทำให้เกิด
สหราชอาณาจักรแห่งเกรทบริเทนและไอร์แลนด์ สัญลักษณ์อย่างหนึ่ง
ของการรวมตัวกันระหว่างอังกฤษ สก็อตแลนด์ เวลส์ และไอร์แลนด์คือ
ธงของทางราชการแบบใหม่เป็นธงของสหภาพ ซึ่งมักเรียกว่า Union
Jack ซึ่งแสดงการรวมรัฐต่างๆ ธงนี้เป็นรูปกากบาทซึ่งเกี่ยวข้องกับ
อังกฤษ สก็อตแลนด์และไอร์แลนด์ และยังคงใช้เป็นธงของทางราชการ
ของ UK ในปัจจุบันนี้

ธงสหภาพประกอบด้วยกากบาทสามรูป
1. รูปกากบาทของ St. George ซึ่งเป็นนักบุญอุปถัมภ์ของอังกฤษคือ
   กากบาทสีแดงบนพื้นสีขาว
2. รูปกากบาทของ St. Andrew ซึ่งเป็นนักบุญอุปถัมภ์ของ สก็อตแลนด์
   คือกากบาทสีขาวรูปทแยงบนพื้นสีน้ำเงิน
3. รูปกากบาทของ St. Patrick ซึ่งเป็นนักบุญอุปถัมภ์ของไอร์แลนด์
   คือกากบาทสีแดงรูปทแยงบนพื้นขาว

นอกจากนี้ยังมีธงราชการของเวลส์ ซึ่งเป็นรูปมังกรของเวลส์ รูปมังกร
ของเวลส์มิได้ปรากฏบนธงของสหภาพเพราะว่าเมื่อ
มีการสร้าง ธงสหภาพเป็นครั้งแรกในปี ค.ศ. 1606
จากธงของสก็อตแลนด์และอังกฤษ เวลส์ได้ผนวกเข้ากับอังกฤษแล้ว

ยุควิคตอเรีย (The Victorian Age)
ในค.ศ. 1837 Queen Victoria กลายเป็นพระราชินีของ UK
เมื่อพระชนมายุเพียง 18 พรรษา และครองราชย์จนกระทั่ง ค.ศ. 1901
ซึ่งรวมแล้วเกือบ 64 ปี ในวันที่เขียนหนังสือฉบับนี้ (ค.ศ. 2013) รัชกาล
นี้เป็นรัชการที่ยาวนานที่สุดของกษัตริย์อังกฤษ รัชสมัยของพระองค์เรียก
ว่าเป็นยุควิคตอเรีย (Victorian Age) ณ เวลานั้น อังกฤษขยายอำนาจและ
อิทธิพลในต่างประเทศ ภายใน UK ชนชั้นกลางกลายเป็นชนชั้นที่มีมาก
ขึ้นอย่างเห็นได้ชัด และมีกลุ่มผู้ปฏิรูปจำนวนหนึ่งเคลื่อนไหวให้มีการปรับ
ปรุงสภาพความเป็นอยู่ของผู้ยากจน

จักรวรรดิอังกฤษ (The British Empire)
ระหว่างยุควิคตอเรีย จักรวรรดิอังกฤษขยายตัวครอบคลุมอินเดียทั้งหมด
ออสเตรเลียและพื้นที่ส่วนใหญ่ของแอฟริกา จึงกลายเป็นจักรวรรดิที่ใหญ่
ที่สุดเท่าที่เคยเห็น โดยมีประชากรโดยประมาณมากกว่า 400 ล้านคน

มีคนจำนวนมากได้รับการสนับสนุนให้ออกจาก UK
ไปตั้งรกรากในต่างประเทศ ระหว่างปี ค.ศ. 1853–1913
มีพลเมืองอังกฤษกว่า 13 ล้านคนออกจากประเทศ
ยังคงมีประชาชนจากที่ต่างๆ ของโลกมายังอังกฤษ ตัวอย่างเช่น
ระหว่างปี ค.ศ. 1870-1914 มีชาวรัสเซียประมาณ 120,000 คนและชาว
โปแลนด์ที่นับถือศาสนายิวเดินทางมาอังกฤษเพื่อหนีจากการถูกลงโทษ
ซึ่งมีจำนวนมากที่ตั้งถิ่นฐานในบริเวณสุดเขตตะวันออกของลอนดอน
แมนเชสเตอร์และลีดส์ คนจากจักรวรรดิรวมทั้งอินเดียและแอฟริกาก็มา
อาศัย ทำงานและศึกษาในอังกฤษ

การค้าและอุตสาหกรรม (Trade and Industry)
อังกฤษยังคงเป็นประเทศที่ทำการค้าที่สำคัญ รัฐบาลเริ่มส่งเสริมนโยบาย
การค้าเสรี ยกเลิกการเรียกเก็บภาษีหลายอย่างจากสินค้าส่งออก ตัวอย่าง
ประการหนึ่งของการยกเลิกภาษีนี้คือ การยกเลิกกฎหมายเกี่ยวกับธัญพืช
ในปี ค.ศ. 1846 เพื่อเป็นการป้องกันการนำเข้าธัญพืชราคาถูก การปฏิรูปนี้
ช่วยพัฒนาอุตสาหกรรมของอังกฤษ เพราะว่าตอนนี้วัตถุดิบสามารถนำเข้า
ที่ราคาถูกมากยิ่งขึ้น

สภาพการทำงานในโรงงานก็ดีขึ้น ในปี ค.ศ.1847 เวลาทำงานของผู้หญิง
และเด็กนั้นจำกัดโดยกฎหมายให้ทำได้เพียงวันละ 10 ชั่วโมง มีการสร้าง
บ้านพักอาศัยที่ดีขึ้นให้คนงาน

เครือข่ายการขนส่งก็ได้รับการปรับปรุง ทำให้สามารถขนส่งสินค้าและคน
ไปทั่วประเทศได้ง่ายยิ่งขึ้น เพียงก่อนที่ Victoria จะมาครองบัลลังก์ บิดา
และบุตรคือ George และ Robert Stephenson ก็บุกเบิกเครื่องจักรรถไฟ
และมีการขยายทางรถไฟสำคัญๆ ในยุควิคตอเรียนี้เช่นกัน มีการสร้างทาง
รถไฟทั่วจักรวรรดิ นอกจากนี้ยังมีความก้าวหน้าสำคัญๆ ในด้านอื่นๆ เช่น
การสร้างสะพานโดยวิศวกร เช่น Isambard Kingdom Brunel

Isambard Kingdom Brunel (ค.ศ. 1806-59)
Brunel เดิมมาจาก Portsmouth ประเทศอังกฤษ เขาเป็นวิศวกรที่สร้าง
อุโมงค์สะพาน เส้นทางรถไฟ และเรือเขารับผิดชอบการก่อสร้างทางรถ
ไฟ the Great Western Railway ซึ่งเป็นทางรถไฟสายสำคัญแห่งแรกที่
สร้างในอังกฤษ วิ่งตั้งแต่สถานี Paddington ในกรุงลอนดอนไปยังทาง
ตะวันตกเฉียงใต้ของอังกฤษ และ West Midlands และ เวลส์
ซึ่งสะพานของ Brunels หลายแห่งยังคงใช้ งานอยู่ในปัจจุบันนี้

อุตสาหกรรมของอังกฤษนำไปสู่โลกในศตวรรษที่ 19 UK ผลิตเหล็กถ่าน
หินและผ้าฝ้ายในพื้นที่กว่าครึ่งหนึ่งของโลก UK กลายมาเป็นศูนย์กลาง
บริการทางการเงิน รวมทั้งการประกันภัยและการธนาคาร ในค.ศ. 1851
มีการเปิดงานนิทรรศการครั้งใหญ่ใน Hyde Park ในพระราชวัง Crystal
Palace ซึ่งเป็นอาคารขนาดใหญ่ทำด้วยเหล็กและกระจก นิทรรศการ
มีการแสดงตั้งแต่เครื่องจักรขนาดใหญ่และสินค้าหัตถกรรมต่างๆ
มีประเทศต่างๆ จากทั่วโลกจัดโชว์สินค้าของตน แต่ส่วนมากเป็นสินค้าที่
ทำในอังกฤษ

สงครามไครเมีย (The Crimean war)
ตั้งแต่ปี ค.ศ. 1853 ถึง 1856 อังกฤษร่วมกับตุรกีและฝรั่งเศสทำสงคราม
กับรัสเซียในสงครามไครเมีย เป็นสงครามครั้งแรกที่มีการเผยแพร่ข้อมูล
ข่าวสารอย่างกว้างขวางโดยสื่อต่างๆ ผ่านการออกข่าว เรื่องเล่า และ
ภาพถ่าย สภาพความเป็นอยู่แร้นแค้นมากและมีทหารจำนวนมากที่ล้ม
ตายจากความเจ็บป่วยที่ได้รับในโรงพยาบาลมากกว่าบาดเจ็บในสงคราม
Queen Victoria จึงมอบเหรียญที่ระลึก Victoria Cross ระหว่างช่วง
สงครามนี้เพื่อให้เกียรติการกระทำที่กล้าหาญเยี่ยงวีรบุรุษของทหาร

ฟลอเรนซ์ ไนติงเกล (Florence Nightingale)
(ค.ศ. 1820-1910)
ฟลอเรนซ์ ไนติงเกล เกิดในประเทศอิตาลีเป็นบุตรสาวของบิดามารดา
ชาวอังกฤษ เมื่ออายุ 31 ปี เธอฝึกเป็นพยาบาลในประเทศเยอรมัน ในปี
ค.ศ. 1854 เธอเดินทางไปตุรกีและทำงานในโรงพยาบาลของทหารรักษา
ทหารที่ต่อสู้ในสงครามไครเมีย เธอและเพื่อนพยาบาลของเธอปรับปรุง
สภาพในโรงพยาบาลและลดอัตราการเสียชีวิต ในปี ค.ศ. 1860 เธอจัด
ตั้งโรงเรียนฝึกอบรมพยาบาลชื่อว่าโรงเรียนไนติงเกลที่โรงพยาบาล
St.Thomasในกรุงลอนดอน เป็นโรงเรียนฝึกพยาบาลเป็นแห่งแรกและยัง
คงมีอยู่ทุกวันนี้ โดยการใช้หลักปฏิบัติที่ฟลอเรนซ์เคยใช้ คนมักเรียกเธอ
ว่าเป็นผู้ก่อตั้งระบบการพยาบาลสมัยใหม่

ไอร์แลนด์ในศตวรรษที่ 19
สภาพบ้านเมืองของไอร์แลนด์ยังไม่ดีเท่าที่ของ UK ประชากรสองในสาม
ยังคงต้องพึ่งพาการทำไร่เพื่อหาเลี้ยงชีพมักทำไร่บนที่ดินแปลงขนาดเล็ก
มาก มีคนจำนวนมากต้องพึ่งมันฝรั่งมาประกอบอาหาร ในช่วงกลาง
ศตวรรษการปลูกมันฝรั่งไม่ประสบความสำเร็จ ทำให้ไอร์แลนด์ต้องประสบ
กับภาวะอดอยาก คนนับล้านเสียชีวิตจากโรคและขาดอาหาร คนที่เหลือ

กว่า 1.5 ล้านออกจากไอร์แลนด์ บ้างก็อพยพถิ่นฐานไปยังสหรัฐอเมริกา บ้างก็มายังอังกฤษ ในปี ค.ศ. 1861 มีประชากรจำนวนมากที่เป็นชาวไอริชอยู่ในเมืองต่างๆ ของอังกฤษเช่น ลิเวอร์พูล ลอนดอน แมนเชสเตอร์ และกลาสโกว์

การเคลื่อนไหวของกลุ่มผู้รักชาติชาวไอริชขยายตัวอย่างมากตลอดศตวรรษที่ 19 บางกลุ่มเช่น Fenians ต้องการเสรีภาพที่สมบูรณ์แบบ ส่วนบางกลุ่มเช่น Charles Stuart Parnell สนับสนุน "การปกครองตนเอง (Home Rule)" ซึ่งไอร์แลนด์สามารถอยู่ใน UK ได้แต่มีรัฐสภาเป็นของตัวเอง

สิทธิในการลงคะแนนเสียง (The right to vote)

เนื่องจากชนชั้นกลางในเขตอุตสาหกรรมและเมืองที่มั่งคั่งเริ่มมีอิทธิพลมากขึ้นพวกเขาเริ่มเรียกร้องอำนาจทางการเมืองมากยิ่งขึ้น พระราชบัญญัติการปฏิรูป (The Reform Act) ค.ศ. 1832 ทำให้คนจำนวนมากมีสิทธิลงคะแนนเสียงมากขึ้น พระราชบัญญัติยกเลิกเขตเลือกตั้งภายใต้อิทธิพล (pocket boroughs) และเขตเลือกตั้งที่ไม่เหมาะสม (rotten boroughs) แบบเก่า และให้มีที่นั่งในรัฐภาแก่เขตและเมืองต่างๆ มากขึ้น มีการเปลี่ยนแปลงอำนาจทางการเมืองอย่างถาวรจากชนบทไปสู่เขตแต่การลงคะแนนเสียงยังคงขึ้นอยู่กับกรรมสิทธิ์ของทรัพย์สิน ซึ่งหมายความว่าสมาชิกของชนชั้นคนทำงานก็ยังคงไม่สามารถลงคะแนนเสียงได้

การเคลื่อนไหวเริ่มเรียกร้องสิทธิในการลงคะแนนเสียงสำหรับชนชั้นคนทำงานและบุคคลอื่นๆ ที่ไม่มีทรัพย์สิน นักรณรงค์ที่เรียกว่า Chartists ยื่นคำร้องต่อรัฐสภา ช่วงแรกๆ ดูเหมือนว่าจะไม่สำเร็จ แต่ในปี ค.ศ. 1867 ก็มีพระราชบัญญัติการปฏิรูปเกิดขึ้นอีก ทำให้ชาวชนบทมีที่นั่งในรัฐสภามากขึ้นและลดจำนวนทรัพย์สินที่คนจำเป็นต้องมีก่อนที่จะมีสิทธิลงคะแนนเสียง อย่างไรก็ดี ผู้ชายส่วนมากก็ยังไม่มีสิทธิลงคะแนนเสียงและผู้หญิงไม่มีสิทธิลงคะแนนเสียงเลย

นักการเมืองตระหนักดีว่าจำนวนผู้ลงคะแนนเสียงที่เพิ่มมากขึ้นหมายความว่าพวกเขาจำเป็นต้องชวนให้คนไปลงคะแนนเสียงสำหรับพวกเขาถ้าพวกเขาไม่แน่ใจว่าจะได้รับการเลือกตั้งเข้ารัฐสภา พรรคการเมืองเริ่มสร้างองค์กรเพื่อให้สามารถเข้าถึงผู้มีสิทธิลงคะแนนเสียงทั่วไป การให้สิทธิออกเสียงเลือกตั้งแก่พลเมืองทั้งมวล (สิทธิในการลงคะแนนเสียงของผู้ใหญ่ เด็ก ชายและหญิงทุกคน) ในศตวรรษต่อมา

เช่นเดียวกับส่วนที่เหลือของยุโรป ผู้หญิงในศตวรรษที่ 19
ของอังกฤษมีสิทธิน้อยกว่าผู้ชาย จนกระทั่ง ค.ศ. 1870 เมื่อผู้หญิงสมรส
รายได้ ทรัพย์สินและเงินของเธอจะกลายเป็นของสามีโดยอัตโนมัติ
พระราชบัญญัติรัฐสภาในปี ค.ศ. 1870 และ 1882 ให้สิทธิแก่ภรรยาในก
ารเก็บรายรับและทรัพย์สินของตนไว้ ในช่วงปลายศตวรรษที่ 19 และ 20
มีสตรีรณรงค์และประท้วงเรียกร้องสิทธิกันมากขึ้น และโดยเฉพาะอย่างยิ่ง
สิทธิในการลงคะแนนเสียง โดยการรวมตัวกันเคลื่อนไหวเพื่อสิทธิในการ
ออกเสียงเลือกตั้งของสตรี และกลายมาเป็นที่รู้จักกันว่า "suffragettes"

Emmeline Parkhurst (ปี ค.ศ. 1858-1928)
Emmeline Parkhurst เกิดในแมนเชสเตอร์ใน ค.ศ. 1858 เธอจัดตั้ง
Women's Franchise League ในปี ค.ศ. 1889 ซึ่งต่อสู้เพื่อให้สตรีที่
สมรสแล้วมีสิทธิในการออกเสียงในการเลือกตั้งในท้องถิ่น ในปี ค.ศ.
1903 เธอช่วยจัดตั้งสหภาพการเมืองและสังคมสตรี (Women's Social
and Political Union หรือ WSPU) ซึ่งเป็นกลุ่มแรกที่มีสมาชิกที่เรียกว่า
"suffragettes" กลุ่มนี้ใช้วิธีอารยะขัดขืน (civil disobedience) เป็น
ส่วนหนึ่งของการประท้วงเพื่อให้ผู้หญิงมีสิทธิออกเสียงเลือกตั้งพวกเธอ
ล่ามโซ่ตัวเองเข้ากับทางรถไฟ พังหน้าต่างและวางเพลิง มีผู้หญิงหลาย
คนรวมทั้ง Emmeline พร้อมใจกันอดอาหารในปี ค.ศ. 1918 ผู้หญิง ที่
อายุครบ 30 ปี ได้รับสิทธิในการออกเสียงเลือกตั้งและสิทธิในการมีส่วน
ร่วมในรัฐสภาส่วนหนึ่งได้รับการยอมรับการสนับสนุนผู้หญิงที่มีต่อความ
พยายามในการก่อสงครามระหว่างช่วงสงครามโลกครั้งที่หนึ่งไม่นานก่อน
ที่ Emmeline จะเสียชีวิตในปี ค.ศ.1928ผู้หญิงก็ได้รับสิทธิในการออก
เสียงเลือกตั้งเมื่ออายุครบ 21 ปี เหมือนผู้ชาย

อนาคตของจักรวรรดิ
แม้ว่าจักรวรรดิอังกฤษยังคงขยายตัวจนกระทั่ง ค.ศ. 1920
ได้มีการหารือในในช่วงศตวรรษที่ 19 เกี่ยวกับทิศทางในอนาคตของจั
กรวรรดิ ผู้สนับสนุนการขยายตัวเชื่อว่าจักรวรรดิให้ประโยชน์ต่ออังกฤ
ษโดยผ่านการค้าและการพาณิชย์ที่ขยายตัวมากขึ้น ส่วนคนอื่นๆ คิดว่า
จักรวรรดิขยายตัวมากเกินไปและมักเกิดข้อขัดแย้งในพื้นที่หลายส่วนข
องจักรวรรดิ เช่น บริเวณชายแดนทางตะวันออกเฉียงเหนือของอินเดีย
หรือแอฟริกาตอนใต้ เพื่อเป็นช่องทางระบายทรัพยากร นอกจากนี้ชาวอัง
กฤษส่วนมากยังเชื่อในจักรวรรดิว่าเป็นพลังเพื่อความดีงามในโลก

สงครามบัวร์ (The Boer War) ปี ค.ศ. 1899 ถึง 1902 เป็นการหารือกัน
เกี่ยวกับอนาคตของจักรวรรดิอย่างเร่งด่วนชายอังกฤษจึงออกไปทำ
สงครามในแอฟริกาใต้กับผู้ย้ายถิ่นฐานจากประเทศเนเธอร์แลนด์เรียกว่า
พวกบัวร์ พวกบัวร์ต่อสู้อย่างดุเดือดและสงครามดำเนินต่อเนื่องเป็นเวลาก
ว่าสามปี มีคนเสียชีวิตมากมายในการต่อสู้และมีจำนวนมากที่เสียชีวิต
จากโรคภัยไข้เจ็บ มีความเห็นอกเห็นใจจากประชาชนส่วนที่มีต่อพวกบัวร์
และคนก็เริ่มสงสัยว่าจักรวรรดิควรมีอยู่ต่อไปดีหรือไม่ เนื่องจากส่วนต่างๆ
ของจักรวรรดิมีการพัฒนาขึ้น พวกเขาจะได้รับเสรีภาพยิ่งขึ้นและเป็นเอก
ราชจากอังกฤษ ในที่สุดในช่วงครึ่งหลังของศตวรรษที่ 20 ในพื้นที่ส่วนมา
กได้มีการเปลี่ยนแปลงจากจักรวรรดิเป็นเครือจักรภพ โดยมีประเทศต่างๆ
มีการเปลี่ยนสภาพจากจักรวรรดิเป็นเครือจักรภพ โดยประเทศต่างๆ
ได้รับอนุมันติให้เป็นเทศเอกราช

Rudyard Kipling (ค.ศ. 1865-1936)

Rudyard Kipling เกิดในประเทศอินเดียเมื่อปี ค.ศ. 1865 และภายหลัง
ได้พำนักอาศัยในประเทศอินเดีย อังกฤษและสหรัฐอเมริกา เขาเขียนหนัง
สือและบทกวีทั้งในอินเดียและอังกฤษ บทกวีและนิยายของเขาสะท้อน
ให้เห็นแนวความคิดว่าจักรวรรดิอังกฤษเป็นกลไกเพื่อความสงบ Kipling
ได้รับรางวัลโนเบลสาขาวรรณกรรมในปี ค.ศ. 1907หนังสือของเขารวมถึง
Just So Stories และ The Jungle Book ซึ่งยังคงโด่งดังอยู่จนปัจจุบันนี้
บทกวีของเขาชื่อ If ได้รับการโหวตในบรรดาบทกวีที่เป็นที่ชื่นชอบของ
UK บทกวีนี้ขึ้นต้นด้วยประโยคต่อไปนี้:

"If you can keep your head when all about you
Are losing theirs and blaming it on you;
If you can trust yourself when all men doubt you,
But make allowance for their doubting too;
If you can wait and not be tired of waiting,

Or being lied about, don't deal in lies,
Or being hated, don't give way to hating,
And yet don't look too good, nor talk too wise
(if, Rudyard Kipling)

ตรวจสอบความเข้าใจของท่านในเรื่องต่อนี้

- การเปลี่ยนแปลงเรื่องดุลอำนาจระหว่างรัฐสภาและสถาบันพระมหากษัตริย์
- สก็อตแลนด์รวมตัวกับอังกฤษและเวลส์เป็นเกรทบริเทนเมื่อใดและเพราะเหตุใด
- เหตุผลของการก่อกบฏในสก็อตแลนด์ที่นำโดย Bonnie Prince Charlie
- แนวความคิดของยุคเรืองปัญญา
- ความสำคัญของการปฏิวัติอุตสาหกรรมและการพัฒนาการทางอุตสาหกรรม
- การค้าทาสและเมื่อใดที่มีการเลิกทาส
- การขยายตัวของจักรวรรดิอังกฤษ
- ระบอบประชาธิปไตยพัฒนาอย่างไรระหว่างยุคนี้

ศตวรรษที่ 20

สงครามโลกครั้งที่หนึ่ง

ต้นศตวรรษที่ 20 เป็นช่วงเวลาการมองโลกในแง่ดีในอังกฤษเนื่องจากเป็นประเทศที่มีจักรวรรดิที่ขยายตัว กองทัพเรือที่ได้รับการชมเชย อุสาหกรรมที่เจริญงอกงามและสถาบันการเมืองที่มีความแข็งแกร่งคือสิ่งที่เราเรียกว่า "อภิมหาอำนาจ" ของโลก นอกจากนี้ยังเป็นช่วงเวลาความก้าวหน้าทางสังคมด้วย การให้ความช่วยเหลือคนที่ไม่มีงานทำ บำนาญคนชราและอาหารกลางวันฟรีที่โรงเรียน เป็นเพียงมาตรการสำคัญๆ บางอย่างที่นำมาใช้ กฎหมายมากมายได้รับการอนุมัติเพื่อปรับปรุงความปลอดภัยในสถานที่ทำงาน กฎข้อบังคับเรื่องการวางผังเมืองก็เน้นที่การป้องกันการพัฒนาชุมชนแออัด และให้ความสนับสนุนแก่แม่และเด็กมากยิ่งขึ้นหลังจากหย่าหรือแยกทางกับสามี รัฐบาลท้องถิ่นมีความเป็นประชาธิปไตยมากขึ้น และได้มีการนำระบบการให้เงินเดือนแก่สมาชิกรัฐสภา (MPs) เป็นครั้งแรก ทำให้คนมากขึ้นสามารถมีส่วนร่วมในงานราชการได้ง่ายขึ้น

ในยุคมองโลกในแง่ดีและความก้าวหน้านี้เป็นการตัดช่วงเมื่อเกิดสงครามระหว่างประเทศยุโรปต่างๆ เมื่อวันที่ 28 มิถุนายน 1914 Archuduke Franz Ferdinand แห่งออสเตรียถูกลอบสังหารเหตุการณ์นี้ก่อให้เกิดห่วงโซ่ของเหตุการณ์ที่นำไปสู่สงครามโลกครั้งที่ 1 (ค.ศ. 1914-1918) แต่แม้ว่าการลอบสังหารจะมีการพิสูจน์แล้วว่าเป็นตัวกระตุ้นสงครามก็ตาม

แต่ก็ยังมีปัจจัยอื่นๆ เช่น สำนึกของความรักชาติที่มีมากขึ้นในประเทศแถบยุโรปหลายๆ ประเทศ ลัทธิทหาร ลัทธิจักรวรรดินิยมขยายตัวมากขึ้น และมีการแบ่งอำนาจของยุโรปออกเป็นสองค่าย ซึ่งปัจจัยเหล่านี้เป็นเงื่อนไขในการเกิดสงคราม

ความขัดแย้งนั้นมีศูนย์กลางอยู่ในยุโรป แต่ก็เป็นสงครามระดับโลกที่มีชาติต่างๆ จากทั่วโลกมีส่วนร่วมในสงคราม อังกฤษเป็นส่วนหนึ่งของอำนาจพันธมิตร ซึ่งรวมทั้ง (ในบรรดาประเทศอื่นๆ) ฝรั่งเศส รัสเซีย ญี่ปุ่น เบลเยี่ยม เซอร์เบีย และ หลังจากนั้นรวมถึง กรีซ อิตาลี โรมาเนีย และสหรัฐอเมริกา จักรวรรดิอังกฤษทั้งหมดมีส่วนเกี่ยวข้องกับข้อขัดแย้ง ตัวอย่างเช่น มีชาวอินเดียมากกว่าหนึ่งพันคนต่อสู้ในนาม ของ อังกฤษในประเทศต่างๆ มากมาย และมีคนประมาณ 40,000 คนที่ถูกฆ่าผู้ชาย จากเวสท์อินดีส์ แอฟริกา ออสเตรเลีย นิวซีแลนด์ และคานาดาก็รบกับอังกฤษ พันธมิตรสู้รบกับต่อต้านอำนาจจากศูนย์กลาง คือเยอรมัน จักรวรรดิออสโตร-ฮังกาเรียน จักรวรรดิออตโตแมน และบัลกาเรีย คนนับล้านคนถูกสังหารหรือไม่ก็ได้รับบาดเจ็บ โดยชาวอังกฤษที่มากกว่า 2 ล้านคนบาดเจ็บล้มตาย มีสงครามครั้งหนึ่งที่ชาวอังกฤษโจมตี Somme ในเดือนกรกฎาคม 1916 ยังผลให้ชาวอังกฤษต้องบาดเจ็บล้มตายมากกว่า 60,000 คนเพียงในวันแรกวันเดียว สงครามโลกครั้งที่หนึ่งสิ้นสุดลงเมื่อเวลา 11.00 น. ของวันที่ 11 พฤศจิกายน ค.ศ. 1918 โดยอังกฤษและพันธมิตรเป็นฝ่ายได้รับชัยชนะ

การแบ่งแยกไอร์แลนด์

ในปี ค.ศ. 1913 รัฐบาลอังกฤษสัญญาว่าจะให้ไอร์แลนด์ "ปกครองตนเอง" ข้อเสนอนี้เป็นการให้ไอร์แลนด์ปกครองตนเองโดยรัฐสภาของตนเองแต่ยังคงเป็นส่วนหนึ่งของ UK มีการนำร่างพระราชบัญญัติการปกครองตนเองเข้าสู่รัฐสภา ซึ่งถูกคัดค้านโดยชาวโปรเตสแตนท์ที่อยู่ทางทิศเหนือของไอร์แลนด์ ซึ่งขู่ว่าจะต่อต้านระบบการปกครองตนเองโดยการใช้กำลัง

สงครามโลกครั้งที่หนึ่งที่เกิดขึ้น ทำให้รัฐบาลอังกฤษเลื่อนการเปลี่ยนแปลงใดๆ ในไอร์แลนด์ กลุ่มชาตินิยม ไอริช ไม่ยินดีที่จะรอ และในปี ค.ศ. 1916 ก็มีการก่อจลาจล (เรียกว่า "การก่อกบฏในวันอีสเตอร์") เพื่อต่อต้านอังกฤษในดับลิน ผู้นำกลุ่มกบฏถูกประหารชีวิตภายใต้กฎหมายทหาร   สงครามกองโจร (guerrilla war) ต่อสู้กับกองทัพอังกฤษและหลังจากนั้นต่อสู้กับตำรวจในไอร์แลนด์ ในปี ค.ศ. 1921

ได้มีการลงนามสนธิสัญญาสันติภาพ (peace treaty) และในปี ค.ศ. 1922 ไอร์แลนด์กลายเป็นสองประเทศ มีหกนครทางเหนือที่เป็น โปรเตสแตนท์เป็นหลักในพื้นที่ส่วนที่เหลือของ UK ภายใต้ชื่อว่า ไอร์แลนด์เหนือ (Northern Ireland) ส่วนที่เหลือของไอร์แลนด์เป็นรัฐ อิสระไอริช มีรัฐบาลของตัวเองและกลายเป็นสาธารณรัฐในปี ค.ศ. 1949

มีประชาชนที่อยู่ในพื้นที่ทั้งสองส่วนของไอร์แลนด์ไม่เห็นด้วยกับการแบ่ง แยกดินแดนระหว่างเหนือและใต้ พวกเขายังคงต้องการให้ไอร์แลนด์เป็น ประเทศที่เป็นเอกราชเพียงประเทศเดียว ช่วงเวลานับปีที่เกิดความไม่เห็น ด้วยดังกล่าว นำไปสู่การรณรงค์ที่น่ากลัวในไอร์แลนด์เหนือและ ที่อื่นๆ ความขัดแย้งระหว่างผู้ที่ต้องการให้ชาวไอริชมีเอกราชโดย สมบูรณ์และคนที่ต้องการให้ยังคงจงรักภักดีต่อรัฐบาลอังกฤษมักเรียกว่า เป็น ช่วงแห่งความยากลำบาก "The Troubles"

ช่วงสงครามระหว่างประเทศ (The Inter War Period)
ในปี ค.ศ. 1920s สภาพความเป็นอยู่ของประชาชนจำนวนมากเริ่มดีขึ้น มีการปรับปรุงบ้านพักของทางราชการและมีการสร้างบ้านใหม่ในหลาย เขตและหลายเมือง อย่างไรก็ดี ในปี ค.ศ. 1929 โลกได้ก้าวเข้าสู่ "ยุคเศรษฐกิจตกต่ำครั้งใหญ่" และบางส่วนของ UK ได้รับผลกระทบทำ ให้เกิดภาวะคนว่างงานครั้งใหญ่ ผลกระทบความตกต่ำในปี ค.ศ. 1930s เห็นได้ในส่วนต่างๆ ของ UK อุตสาหกรรมหนักแบบดั้งเดิม เช่น การต่อ เรือก็ได้รับผลกระทบอย่างรุนแรงแต่อุตสาหกรรมใหม่รวมทั้งอุตสาหกรรม ยานยนต์และการบิน กลับมีการพัฒนาขึ้น เนื่องจากราคาก็ตกต่ำ คนทำงานก็มีเงินใช้มากขึ้น กรรมสิทธิ์ในรถยนต์เพิ่มขึ้นเท่าตัวจาก 1 ล้าน เป็น 2 ล้านระหว่างช่วงปี ค.ศ. 1930-1939 นอกจากนี้ยังมีการสร้างบ้าน ใหม่จำนวนมาก นอกจากนี้ยังเป็นช่วงเวลาของความเจริญทางวัฒนธรรม กำลังเบ่งบาน มีนักประพันธ์ เช่น Graham Greene และ Evelyn Waugh ที่มีชื่อเสียง นักเศรษฐศาสตร์ John Maynard Keynes ได้ตีพิมพ์ทฤษฎี เศรษฐกิจใหม่ที่มีอิทธิพล BBC เริ่มกิจการวิทยุกระจายเสียงในปี ค.ศ. 1922 และเริ่มให้บริการทางโทรทัศน์เป็นปกติเป็นครั้งแรกในปี ค.ศ. 1936

สงครามโลกครั้งที่สอง (The Second World War)
Adolf Hitler กลายมาเป็นผู้มีอำนาจในประเทศเยอรมันในช่วงปี ค.ศ. 1933 เขาเชื่อว่าเงื่อนไขต่างๆที่กำหนดต่อประเทศเยอรมันโดยพันธมิตร หลังจากสงครามโลกครั้งที่หนึ่งนั้นไม่ยุติธรรม นอกจากนี้เขายังต้องการ ถือครองที่ดินมากขึ้นเพื่อคนเยอรมัน เขาจึงทำการเจรจาตกลงในสิทธิสัญ

ญาต่างๆ สร้างกองทัพและทดสอบความแข็งแกร่งของกองทหารเยอรมัน
ในประเทศใกล้เคียง รัฐบาลอังกฤษพยายามหลีกเลี่ยงการเกิดสงครามอี
ก อย่างไรก็ดี เมื่อ Hitler บุกประเทศโปแลนด์เมื่อปี ค.ศ. 1939 อังกฤษแ
ละฝรั่งเศสจึงประกาศสงครามเพื่อหยุดการรุกรานของเขาช่วงแรกสงคราม
เป็นการต่อสู้กันระหว่างฝ่ายอักษะ (Axis powers) (เยอรมันกลุ่มฟาสซิส
และอิตาลี และจักรวรรดิญี่ปุ่น) และพันธมิตร ประเทศหลักที่อยู่ฝ่าย
พันธมิตรคือ UK ฝรั่งเศส โปแลนด์ ออสเตรเลีย นิวซีแลนด์ แคนาดา และ
สหภาพแอฟริกาใต้

ในการเข้าครอบครองออสเตรีย และบุกเช็คโกสโลวาเกีย
หลังจากบุกโปแลนด์ Hitler เข้าควบคุมเบลเยี่ยมและเนเธอร์แลนด์
ดังนั้นในปี ค.ศ. 1940 กองทัพเยอรมันจึงเอาชนะกองทัพพันธมิตรและ
เคลื่อนทัพต่อไปยัง ประเทศฝรั่งเศส ณ เวลาที่เกิดวิกฤตของประเทศ
Winston Churchill กลายเป็นรัฐมนตรีและผู้นำสงครามของอังกฤษ

วินสตัน เชอร์ชิล (Winston Churchill) (ค.ศ. 1874-1965)
Churchill เป็นบุตรชายของนักการเมืองและเดิมเป็นสมาชิกรัฐสภ
าฝ่ายอนุรักษ์นิยม ในปี ค.ศ. 1900 เป็นทหารและนักหนังสือพิมพ์
ในเดือนพฤษภาคม 1940 เขาได้เป็นนายกรัฐมนตรี เขาปฏิบัติที่จะยอม
จำนนต่อกลุ่มลัทธินาซี และเป็นผู้นำที่สร้างแรงบันดาลใจให้แก่ชาว
อังกฤษในช่วงเวลาที่กำลังประสบปัญหาอย่างหนัก เขาแพ้การเลือกตั้ง
ทั่วไปในปี ค.ศ. 1945 แต่ก็กลับมาเป็นนายกรัฐมนตรีอีกในปี ค.ศ. 1951
เขาเป็นสมาชิกรัฐสภาจนกระทั่งเขาพ้นจากตำแหน่งในปี ค.ศ. 1964
ในการเลือกตั้งทั่วไป หลังจากที่เขาเสียชีวิตในปี ค.ศ. 1965 ได้มีการจัด
งานศพแบบรัฐพิธีให้เขา เขายังคงเป็นบุคคลที่ได้รับการยกย่องอย่างมาก
ในทุกวันนี้ ในการเลือกตั้งในปี ค.ศ. 2002 เขาได้รับเสียงโหวตจาก
ประชาชนให้เป็นชาวอังกฤษผู้ยิ่งใหญ่ตลอดกาล
ระหว่างช่วงสงคราม เขากล่าวคำปราศรัยที่มีชื่อเสียงมากมาย รวมทั้งมี
บางประโยคที่ท่านอาจยังได้ยินอยู่ เช่น:

> "We shall fight on the beaches,
> we shall fight on the landing grounds;
> we shall fight in the fields and in the streets;
> we shall fight in the hills;
> we shall never surrender"
> คำปราศรัยต่อรัฐสภาระหว่างสงครามอังกฤษ ค.ศ. 1940

เมื่อฝรั่งเศสแพ้สงคราม อังกฤษจึงตัดสินใจอพยพทหารอังกฤษและฝรั่ง
เศสจากประเทศฝรั่งเศสในปฏิบัติการทางนาวีครั้งใหญ่ มีอาสาสมัคร
ที่เป็นพลเรือนจำนวนมากลงเรือขนาดเล็กและเรือประมง จากอังกฤษ
ให้ ความช่วยเหลือกองทัพเรือในการช่วยชีวิตทหารมากกว่า 300,000
คนจากชายฝั่งโดยรอบ Dunkirk แม้ว่าจะมีคนรอดชีวิตจำนวนมากและ
อุปกรณ์มากมายสูญหายไป การอพยพก็ประสบความสำเร็จและทำให้
อังกฤษยังคงสามารถสู้กับเยอรมันได้ดียิ่งขึ้น การอพยพนี้ทำให้เกิดวลีที่ว่า
"the Dunkirk spirit"

ตั้งแต่ปลายเดือนมิถุนายน ค.ศ. 1940 จนกระทั่งเยอรมันบุกสหภาพ
โซเวียตในเดือนมิถุนายน 1941 อังกฤษและจักรวรรดิแทบจะต่อสู้อย่าง
โดดเดี่ยวกับนาซีเยอรมัน

Hitler ต้องการบุกอังกฤษ แต่ก่อนที่จะส่งกองทัพเข้าไป เยอรมันต้องการ
ควบคุมน่านฟ้าก่อน เยอรมันเข้าร่วมการดำเนินยุทธการทางการอากาศต่อ
อังกฤษ แต่อังกฤษยังคงใช้เครื่องบินรบของตนและในที่สุดก็ชนะสงคราม
ทางอากาศต่อเยอรมันซึ่งเรียกว่า "ยุทธการที่เกาะอังกฤษ"
(the Battles of Britain) ในฤดูร้อนปี ค.ศ. 1940 เครื่องบินสำคัญที่กอง
ทัพอากาศใช้ในยุทธการที่เกาะอังกฤษคือ Spitfire และ Hurricane
ซึ่งออกแบบขึ้นและสร้างในอังกฤษ ทั้งที่ได้รับชัยชนะในสงคราม แต่
กองทัพอากาศเยอรมันก็ยังสามารถทิ้งระเบิด กรุงลอนดอนและ เมืองอื่นๆ
ของอังกฤษในช่วงกลางคืน การกระทำนี้เรียกว่า The Blitz
เมือง Coventry ถูกทำลายเกือบสิ้นเชิงและมีการก่อความเสียหายใน
เมืองอื่นๆ โดยเฉพาะอย่างยิ่ง East End ของลอนดอน แม้ว่า จะมีการ
ทำลายล้างดังกล่าว ก็ยังมีการต่อต้านใน UK อย่างรุนแรง จนคำว่า "the
Blitz spirit" ยังคงใช้กันอยู่ในทุกวันนี้เพื่ออธิบายการที่อังกฤษรวมตัวกัน
เผชิญเคราะห์กรรม

เวลาเดียวกัน ในการปกป้องอังกฤษ กองทัพอังกฤษก็ต่อสู้กับฝ่ายอักษะ
ตามแนวรบอื่นๆ ในประเทศสิงคโปร์ ญี่ปุ่นเอาชนะอังกฤษแล้วจึงครอบ
ครองพม่า คุกคามอินเดีย สหรัฐอเมริกาเข้าร่วมสงครามเมื่อญี่ปุ่น ทิ้ง
ระเบิดฐานทัพเรือหลายแห่งของสหรัฐที่เพิร์ลฮาร์เบอร์ (Pearl Harbor)
ในเดือนธันวาคม 1941

ในปีเดียวกัน Hitler พยายามบุกโจมตีครั้งใหญ่ที่สุดในประวัติศาสตร์ โดย
การโจมตีสหภาพโซเวียต เป็นความขัดแย้งอย่างรุนแรงซึ่งก่อให้เกิดความ

สูญเสียอย่างใหญ่หลวงแก่ทั้งสองฝ่ายกองทัพเยอรมันถูกโซเวียตขับไล่
และความเสียหายที่ทั้งสองฝ่ายได้รับเป็นจุดสำคัญในการทำสงคราม

กองทัพพันธมิตรกลายเป็นต่อ ได้ชัยชนะในแอฟริกาเหนือและอิตาลี
ส่วนเยอรมันแพ้สงครามในสหภาพ
โซเวียตด้วยความสนับสนุนของชาวอเมริกัน ทำให้พันธมิตรมีความเข้ม
แข็งมากพอที่จะโจมตีกองทัพของ Hitlerในยุโรปตะวันตก เมื่อวันที่
6 มิถุนายน ค.ศ. 1944 กองทัพพันธมิตรยกพลขึ้นบกในนอร์มังดี
(เหตุการณ์นี้มักเรียกว่า "D'Day") หลังจากที่ได้ชัยชนะบนหาดนอร์มัง
ดี กองทัพพันธมิตรก็มุ่งหน้าไปยังฝรั่งเศสและในที่สุดก็ไปยังเยอรมัน
พันธมิตรชนะเยอรมันในเดือนพฤษภาคม 1945

สงครามกับญี่ปุ่นสิ้นสุดในเดือนสิงหาคม 1945 เมื่อสหรัฐทิ้งระเบิดปรมาณู
ที่พัฒนาขึ้นใหม่ลงเมืองต่างๆ ใน ฮิโรชิมา และนากาซากิของญี่ปุ่น
นักวิทยาศาสตร์ซึ่งนำโดย Ernest Rutherford ทำงานที่มหาวิทยาลัย
แมนเชสเตอร์และ เคมบริดจ์เป็นคนแรกที่ "แยกอะตอม" และเข้าร่วม
ในโครงการแมนฮัตตันในสหรัฐ ซึ่งเป็นโครงการพัฒนาระเบิดปรมาณู
จนในที่สุดสงครามก็สิ้นสุดลง

อเล็กซานเดอร์ เฟรมมิ่ง (Alexander Fleming)
(ค.ศ. 1881-1955)
เกิดในสก็อตแลนด์ Fleming ย้ายไปลอนดอนระหว่างที่ยังเป็นวัยรุ่น และ
หลังจากนี้ก็มีคุณวุฒิเป็นนายแพทย์ เขาทำการวิจัยเรื่องโรคไข้หวัดใหญ่
(the "flue") ในปี ค.ศ. 1928 เมื่อเขาค้นพบยาเพนนิซิลิน การค้นพ
บตัวยานี้ได้มีการพัฒนาต่อเนื่องจนเป็นยาที่สามารถนำมาใช้ได้โดย
นักวิทยาศาสตร์ชื่อ Howard Florey และ Ernst Chain ในปี ค.ศ. 1940s
ได้มีการผลิตยานี้เป็นจำนวนมาก Fleming ชนะได้รับรางวัลโนเบลสาขา
การแพทย์ในปี ค.ศ. 1945 ปัจจุบันนี้ยาเพนนิซิลินยังคงใช้รักษาโรคติด
เชื้อแบคทีเรียอยู่จนกระทั่งทุกวันนี้

ตรวจสอบเข้าใจของท่านในเรื่องต่อไปนี้
- เกิดอะไรขึ้นระหว่างช่วงสงครามโลกครั้งที่หนึ่ง
- การแบ่งไอร์แลนด์และการจัดตั้งสหราชอาณาจักรที่เป็นอยู่ทุกวันนี้
- เหตุการณ์ของสงครามโลกครั้งที่สอง

อังกฤษนับตั้งแต่ปี ค.ศ. 1945

รัฐสวัสดิการ (The welfare state)

แม้ว่า UK จะชนะสงคราม เศรษฐกิจของประเทศก็เริ่มอ่อนตัว ประชาชนต้องการการเปลี่ยนแปลง ระหว่างสงคราม มีการปฏิบัติที่สำคัญ ต่อระบบการศึกษาและตอนนี้ประชาชนต่างก็แสวงหาให้มีการปฏิรูปสังคม อย่างกว้างขวางยิ่งขึ้น

ในปี ค.ศ. 1945 ชาวอังกฤษเลือกตั้งรัฐบาลแรงงาน นายกรัฐมนตรีคนใหม่คือ Clement Attlee ซึ่งให้คำมั่นสัญญาว่าจะนำรัฐ สวัสดิการมาใส่ไว้ใน Beveridge Report ในปี ค.ศ. 1948 Aneurin (Nye) Bevan รัฐมนตรีว่าการสาธารณสุข เป็นผู้นำให้มีการจัดตั้งหน่วยงานบริการ ด้านสุขภาพแห่งชาติ (National Health Service หรือ NHS)ซึ่งรับประกัน มาตรฐานขั้นต่ำในการดูแลสุขภาพถ้วนหน้าโดยไม่เสียค่าบริการ ณ จุดที่ ใช้บริการ นอกจากนี้ยังมีการนำระบบการให้ผลประโยชน์ระดับ ประเทศ มาใช้เพื่อใช้ "ประกันสังคม" เพื่อให้ประชาชนได้รับความคุ้มครองตั้งแต่ เกิดจนตาย รัฐบาลเข้าถือกรรมสิทธิ์ในทางรถไฟ เหมืองถ่านหินและก๊าซ น้ำประปาและไฟฟ้าให้เป็นของประเทศ

การเปลี่ยนแปลงอีกด้านหนึ่งคือรัฐบาลปกครองตัวเองสำหรับอาณานิคม เดิม ในปี ค.ศ. 1947 ได้ประกาศให้ประเทศเก้าประเทศเป็นเอกราชกล่าว คือ อินเดีย ปากีสถานและซีลอน (ปัจจุบันคือศรีลังกา) อาณานิคมอื่นๆ ในแอฟริกา แคริบเบียนและแปซิฟิกซึ่งได้รับเอกราชตลอด 20 ปีให้หลัง

UK พัฒนาระเบิดปรมาณูของตัวเองและเข้าร่วมในองค์การสนธิสัญญา แอตแลนติกเหนือ (NATO) และพันธมิตรของชาติต่างๆ ซึ่งจัดตั้งขึ้นเพื่อ ต่อต้านการคุกคามจากสหภาพโซเวียตและพันธมิตรของโซเวียต

อังกฤษมีรัฐบาลอนุรักษ์นิยมตั้งแต่ปี ค.ศ. 1951 ถึง 1964 ปี 1950s เป็นช่วงที่เศรษฐกิจฟื้นตัวหลังจากที่เกิดสงครามและคนทำงานก็มีความ มั่งคั่งขึ้น

นายกรัฐมนตรีในยุคนั้นคือ Harold Macmillan เป็นผู้มีชื่อเสียง ด้วยสุนทรพจน์ของเขาที่เรียกว่า "สายลมแห่งการเปลี่ยนแปลง (wind of change)" ซึ่งกล่าวถึงเรื่องการล้มล้างลัทธิล่าอาณานิคม และอิสรภาพสำหรับประเทศต่างๆ ของจักรวรรดิ

คลีเมนต์ แอ็ทลี (Clement Attlee) (ค.ศ. 1883-1967)

Clement Attlee เกิดในกรุงลอนดอนเมื่อปี ค.ศ. 1883
บิดาของเขาเป็นทนายความ และหลังจากที่เขาศึกษาอยู่ที่มหาวิทยาลัย
อ็อกซ์ฟอร์ด Attlee ก็กลายเป็นทนายความเขามุ่งทำการสังคมใน
ลอนดอนตะวันออกและในที่สุดก็ได้เป็นผู้อำนวยการฝ่ายแรงงาน เขาเป็น
รองนายกรัฐมนตรีของ Winston Churchill ในรัฐบาล ผสมระหว่างช่วง
สงคราม และเป็นนายกรัฐมนตรี หลังจากที่พรรคแรงงานชนะการเลือกตั้ง
ปี ค.ศ. 1945 เขาเป็นนายกรัฐมนตรีตั้งแต่ปี ค.ศ. 1945 ถึง 1951
และเป็นหัวหน้าพรรคแรงงานเป็นเวลา 20 ปี รัฐบาลของ Attlee
รับผิดชอบการแปลงอุตสาหกรรมหลักๆ ให้เป็นของประเทศ (เช่น ถ่าน
หินและเหล็กกล้า) จัดให้มีระบบบริการสุขภาพแห่งชาติและนำแผนของ
Beveridge มากมายมาปฏิบัติเพื่อส่งเสริมรัฐสวัสดิการให้ดียิ่งขึ้นนอกจาก
นี้Attlee ยังนำมาตรการต่างๆ มาปรับปรุงสภาพ
การทำงานของคนงาน

วิลเลียม เบเวอริดจ์ (William Beveridge) (ค.ศ. 1879-1963)

William Beveridge (ภายหลังได้รับการยกย่องให้เป็น Lord Beveridge)
เป็นนักเศรษฐศาสตร์ชาวอังกฤษและผู้ปฏิรูปสังคม เขาเป็นสมาชิกรัฐสภา
พรรคเสรีนิยม และหลังจากนั้นได้เป็นหัวหน้าพรรคเสรีนิยมในสภาขุนนาง
แต่เป็นที่รู้จักดีที่สุดในรายงานเรื่อง Social Insurance and Allied
Services ในปี ค.ศ. 1942 (ซึ่งเรียกกันว่า the Beveridge report) ราย
งานนี้ได้รับการรับรองโดยรัฐบาลในช่วงสงครามในปี ค.ศ. 1941 ซึ่งแนะ
นำว่ารัฐบาลควรหาหนทางในการต่อสู้กับ "ปีศาจทั้งห้า" คือ ความต้องการ
โรคภัยไข้เจ็บ และความเขลา ความเสื่อมทรามและความเกียจคร้าน และ
จัดให้มีหลักเกณฑ์ของรัฐสวัสดิการสมัยใหม่

R A Butler(1902-82)

Richard Austen Butler (หลังจากนั้นได้รับการยกย่องให้เป็น Lord
Butler) เกิดเมื่อปี ค.ศ. 1902 เขากลายเป็นสมาชิกรัฐสภาพรรคอนุรักษ์
นิยมในปี ค.ศ. 1923 และดำรงตำแหน่งมากมายก่อนที่จะรับผิดชอบเรื่อง
การศึกษาในปี ค.ศ. 1941 ภายใต้บทบาทนี้ เขาควบคุมดูแลการนำพระ
ราชบัญญัติการศึกษา ค.ศ. 1944 มาใช้ (ซึ่งมักเรียกกันว่า 'The Butler
Act')ซึ่งนำระบบการศึกษาฟรีระดับมัธยมศึกษาในอังกฤษและเวลส์ระบบ
การศึกษาได้เปลี่ยนแปลงไปอย่างเห็นได้ชัดตั้งแต่มีการนำ
พระราชบัญญัติฉบับนี้มาบังคับใช้ แต่การแบ่งส่วนระหว่างโรงเรียนประถม
ศึกษากับโรงเรียนมัธยมศึกษายังคงมีอยู่ในพื้นที่ส่วนใหญ่ของอังกฤษ

ดีแลน โธมัส (Dylan Thomas) (ค.ศ. 1914-53)
Dylan Thomas เป็นกวีและนักเขียนชาวเวลส์ เขามักอ่านและแสดงผลงานของเขาต่อสาธารณะชน รวมทั้งสำหรับ BBC ผลงานที่เป็นที่รู้จักดีที่สุดของเขามีทั้งละครวิทยุเรื่อง Under Milk Wood ซึ่งแสดงเป็นครั้งแรกหลังจากที่เขาเสียชีวิตในปี ค.ศ. 1954 และบทกวีชื่อ Do Not Go Gentle into The Good Night ซึ่งเขาเขียนให้บิดาของเขาที่เสียชีวิตในปี ค.ศ. 1952 เขาเสียชีวิตด้วยวัยเพียง 39 ปีในนิวยอร์ก มีอนุสรณ์ของเขาอยู่หลายแห่งในสถานที่เกิดของเขา คือ Swansea รวมทั้งรูปปั้นและศูนย์ Dylan Thomas centre

การโยกย้ายถิ่นฐานในช่วงหลังสงครามในอังกฤษ
ในการสร้างอังกฤษขึ้นใหม่หลังจากสงครามโลกครั้งที่สองนับว่าเป็นงานใหญ่มากมีภาวะขาดแคลนแรงงานและรัฐบาลอังกฤษก็ส่งเสริมให้มีนำการแรงงานจากไอร์แลนด์และส่วนอื่นๆของยุโรปให้เขามาทำงานใน UK และช่วยการก่อสร้างเมืองใหม่ ในปี ค.ศ. 1948 ยังมีการเชิญชวน ให้คน จาก West Indies เข้ามาทำงาน

ระหว่างปี ค.ศ. 1950s ภาวะขาดแคลนแรงงานยังคงเกิดขึ้นใน UK จึงส่งเสริมให้มีการโยกย้ายถิ่นฐานต่อไปด้วยเหตุผลทางเศรษฐกิจ และมีอุตสาหกรรมจำนวนมากที่ประกาศรับคนงานจากต่างประเทศ ตัวอย่างเช่น

มีการจัดตั้งศูนย์ใน West Indies เพื่อสรรหาคนมาขับรถประจำทาง โรงงานทอผ้าและโรงงานวิศวกรรมจากตอนเหนือของอังกฤษและ Midlands ส่งเอเย่นต์ไปยังอินเดียและปากีสถานเพื่อหาคนงาน เป็นเวลานานกว่า 25 ปี ที่คนจาก West Indies อินเดีย ปากีสถาน และ (หลังจากนั้น) บังคลาเทศเดินทางมาทำงานและตั้งถิ่นฐานอยู่ในอังกฤษ

การเปลี่ยนแปลงทางสังคมใน ค.ศ. 1960s
ช่วงทศวรรษที่ 1960s เป็นช่วงที่มีการเปลี่ยนแปลงทางสังคมที่สำคัญซึ่งเป็นที่รู้จักว่าเป็น " the Swinging Sixties" มีการขยายตัวในด้านแฟชั่นของอังกฤษ ภาพยนตร์และดนตรีป๊อป วงดนตรีป๊อปสองวงที่มีชื่อเสียงคือ "The Beatles" และ "The Rolling Stones" คนเริ่มมีความเป็นอยู่ที่ดีขึ้นและมีคนจำนวนมากมีกำลังซื้อรถยนต์และสินค้าอุปโภคบริโภคอื่นๆ

นอกจากนี้ยังเป็นช่วงที่กฎหมายสังคมได้รับเสรีภาพตัวอย่างเช่น เรื่องการหย่าและการทำแท้งในอังกฤษ เวลส์ และสก็อตแลนด์ สถานภาพของสตรี

ในสถานที่ทำงานก็ได้รับการปรับปรุงดีขึ้น เป็นเรื่องธรรมดามากในยุคนั้นที่
ขอให้สตรีออกจากงานเมื่อทำการสมรส แต่รัฐบาลก็อนุมัติกฎหมายใหม่
ให้สตรีมีสิทธิได้รับค่าจ้างที่เท่าเทียมกันและนายจ้างที่เลือกปฏิบัติต่อสตรี
เพราะแบ่งแยกเพศถือว่ามีความผิด

ในปี ค.ศ.1960s ยังเป็นปีที่มีความก้าวหน้าทางเทคโนโลยี อังกฤษและ
ฝรั่งเศสพัฒนาเฉพาะสายการบินพาณิชย์ที่ใช้เครื่องบินชนิดเร็วกว่าเสียง
เท่านั้นของโลก คือ คอนคอร์ด (Concorde) การใช้สถาปัตยกรรมรูปแบบ
ใหม่รวมทั้งอาคารสูงและการใช้คอนกรีตและเหล็กกล้ากลายมาเป็นเรื่อง
ปกติในช่วงนี้

มีคนจำนวนมากที่ย้ายถิ่นฐานจาก West Indies อินเดีย ปากีสถาน และ
บังคลาเทศลดลงในช่วงปลายปี ค.ศ. 1960s เพราะว่ารัฐบาลอนุมัติกฎ
หมายใหม่ที่จำกัดการเข้าเมืองอังกฤษ ผู้ย้ายถิ่นฐานต้องมีความเชื่อมโยง
กับอังกฤษอย่างแน่นแฟ้นโดยผ่านการเกิดหรือบรรพบุรุษ ดังนั้น
ระหว่างต้นปี 1970s อังกฤษรับชาวอินเดีย 28,000 คนซึ่งถูกบังคับให้
ออกจากประเทศอูกานดา

สิ่งประดิษฐ์ที่มีชื่อเสียงของอังกฤษในช่วงศตวรรษที่ 20

อังกฤษสร้างสรรค์สิ่งประดิษฐ์ชั้นเลิศให้แก่โลก
ตัวอย่างนับตั้งแต่ศตวรรษที่ 20 คือ

- ได้มีการพัฒนาโทรทัศน์โดยชาวสก็อตชื่อ John Logie Baird (ค.ศ.
  1888-1946) ในปี 1920s ในปี 1932 เขาทำการแพร่ภาพโทรทัศน์
  เป็นครั้งแรกระหว่างลอนดอนและกลาสโกว์

- ได้มีการพัฒนาเรดาร์โดยชาวสก็อตชื่อ Sir Robert Watson (ค.ศ.
  1892-1973) ซึ่งเสนอว่าสามารถใช้คลื่นวิทยุตรวจจับเครื่องบินของ
  ข้าศึกได้ การทดสอบเรดาร์ประสบความสำเร็จเป็นครั้งแรกในปี 1935

- การทำงานเกี่ยวกับเรดาร์ทำให้ Sir Bernard Lovell (ค.ศ.1913-2012)
  ค้นพบสิ่งใหม่ทางด้านดาราศาสตร์ มีการสร้างเครื่อง radio telescope
  ขึ้นที่ Jodrell Bank ใน Cheshire ซึ่งมีขนาดใหญ่ที่สุดในโลกมาเป็น
  เวลาหลายปีและยังคงใช้งานอยู่ในปัจจุบันนี้

- Turing machine เป็นอุปกรณ์ทางคณิตศาสตร์เชิงทฤษฎีประดิษฐ์โดย Alan Turing (ค.ศ. 1912-54) เป็นนักคณิตศาสตร์ชาวอังกฤษ ในปี ค.ศ. 1930s ทฤษฎีมีอิทธิพลในการพัฒนาวิทยาการคอมพิวเตอร์และคอมพิวเตอร์รุ่นปัจจุบัน

- แพทย์ชาวสก็อตและนักวิจัย John Macleod (ค.ศ. 1876-1935) เป็นผู้ร่วมคิดค้นอินซูลิน ซึ่งใช้ในการรักษาโรคเบาหวาน

- ได้มีการค้นพบโครงสร้างของโมเลกุลของ DNA ในปี ค.ศ. 1953 จากการทำงานในมหาวิทยาลัยของอังกฤษในกรุงลอนดอนและเคมบริดจ์ การค้นพบนี้มีประโยชน์ต่อความก้าวหน้าทางวิทยาศาสตร์

- โดยเฉพาะอย่างยิ่งทางการแพทย์และการต่อต้านอาชญากรรม Francis Crick (ค.ศ. 1916-2004) หนึ่งในผลงานที่ได้รับรางวัลโนเบลสำหรับการค้นพบนี้คือการค้นพบของชาวอังกฤษ

- ได้มีการพัฒนาเครื่องบินขึ้นในอังกฤษในปี 1930s โดย Sir Frank Whittle (ค.ศ. 1907-96) ซึ่งเป็นพนักงานฝ่ายวิศวกรรมกองทัพอากาศชาวอังกฤษ

- Sir Christopher Cockerell (ค.ศ. 1910-99) นักประดิษฐ์ชาวอังกฤษ ทำการประดิษฐ์ยานยนต์ที่แล่นได้ทั้งบนบกและผิวน้ำ (hovercraft) ในปี 1950s

- อังกฤษและฝรั่งเศสได้พัฒนาเครื่องบินคองคอร์ด (Concorde) ซึ่งเป็นอากาศยานโดยสารชนิดความเร็วกว่าเสียงของโลก ซึ่งบินครั้งแรกในปี ค.ศ. 1969 และเริ่มขนส่งผู้โดยสารในปี ค.ศ. 1976 Concorde ถูกปลดจากการใช้งานในปี ค.ศ. 2003

- Harrier jump jet เป็นอากาศยานที่มีความสามารถในการบินขึ้นในแนวดิ่ง ออกแบบและพัฒนาขึ้นใน UK

- ใน ค.ศ. 1960s James Goodfellow (ค.ศ. 1937-)ประดิษฐ์เครื่องจ่ายเงินอัตโนมัติ (ATM) หรือ"cashpoint"ซึ่งนำมาใช้เป็นครั้งแรกโดยธนาคารบาร์เคลย์ใน Enfield ทางทิศเหนือของลอนดอนในปีค.ศ.1967

- IVF (in-vitro fertilization) therapy สำหรับรักษาการมีบุตรยาก ซึ่งมีการค้นคว้าเป็นแห่งแรกในอังกฤษโดยผู้ชำนาญด้านสรีรวิทยาชื่อ Sir Robert Edwards (ค.ศ. 1925-) และผู้ชำนาญด้านนรีเวชวิทยาชื่อ Patrick Steptoe (ค.ศ. 1913-88) นอกจากนี้ยังมี "เด็กหลอดแก้ว" เกิดขึ้นเป็นครั้งแรกใน Oldham Lancashire ในปี ค.ศ. 1978

- ในปี ค.ศ. 1996 นักวิทยาศาสตร์ชาวอังกฤษสองคนชื่อ Sir Ian Wilmot (ค.ศ. 1944-) และ Keith Campbell (ค.ศ. 1954-2012) นำที มที่ประสบความสำเร็จเป็นครั้งแรกในการทำโคลนนิ่ง (cloning) สัตว์เลี้ยงลูกด้วยนม (Dolly the sheep) ซึ่งนำไปสู่การวิจัยเรื่องความเป็นไปได้ในการใช้วิธีโคลนนิ่งในการอนุรักษ์สัตว์ที่ใกล้สูญพันธ์ และเพื่อการวิจัยทางการแพทย์

- Sir Peter Mansfield (ค.ศ. 1933-) นักวิทยาศาสตร์ชาวอังกฤษร่วมประดิษฐ์เครื่อง MRI scanner (magnetic resonance imaging) การคิดค้นนี้ทำให้แพทย์และนักวิจัยได้รับภาพที่แท้จริงของอวัยวะภายในของมนุษย์และไม่ต้องใส่อุปกรณ์เข้าสู่ร่างกาย และเป็นการปฏิวัติการแพทย์ด้านการตรวจวินิจฉัย

- ผู้ประดิษฐ์คิดค้น World Wide Web Sir Tim Berners-Lee (ค.ศ. 1955-) คือชาวอังกฤษ ทำให้สามารถส่งข้อมูลผ่านเว็บเป็นครั้งแรกเมื่อวันที่ 25 ธันวาคม 1990

ปัญหาทางด้านเศรษฐกิจในช่วงค.ศ. 1970s
ในช่วงปลาย ค.ศ. 1970s สิ้นสุดยุคภาวะเศรษฐกิจรุ่งเรืองหลังสงครามราคาสินค้าและวัตถุดิบเริ่มถีบตัวขึ้นอย่างรวดเร็วและอัตราแลกเปลี่ยนระหว่างเงินปอนด์และเงินสกุลอื่นๆ ก็เกิดการผันผวนทำให้เกิดปัญหาเรื่อง "ดุลการชำระเงิน" มูลค่าการนำเข้าสินค้ามากกว่ามูลค่าการส่งออก

อุตสาหกรรมและบริการหลายอย่างได้รับผลกระทบจากการนัดหยุดงานและทำให้เกิดปัญหาระหว่างสหภาพการค้าและรัฐบาล คนเริ่มโต้แย้งสหภาพมีอำนาจมากเกินไปและกิจกรรมของสหภาพกำลังก่อความเสียหายให้แก่ UK

ใน ค.ศ. 1970s ยังเป็นช่วงเวลาที่เกิดการก่อความไม่สงบอย่างรุนแรงในไอร์แลนด์เหนือ ใน ค.ศ. 1972 รัฐสภาของไอร์แลนด์เหนือถูกยกเลิก

ชั่วคราวและไอร์แลนด์เหนือถูกปกครองโดยรัฐบาล UK มีประชาชนกว่า 3,000 คนเสียชีวิตในช่วงทศวรรษหลัง ค.ศ. 1969ในเหตุรุนแรงในไอร์แลนด์เหนือ

แมรี่ ปีเตอร์ส (Mary Peters) (ค.ศ. 1939 -)
Mary เกิดที่แมนเชสเตอร์ แล้วย้ายไปยังไอร์แลนด์เหนือตั้งแต่ยังเป็นเด็ก เธอเป็นนักกีฬาที่มีความสามารถสูงซึ่งชนะได้เหรียญทองโอลิมปิกในการแข่งขันกรีฑาในปี ค.ศ.1972 หลังจากนั้นเธอเรี่ยไรเงินให้นักกีฬาในท้องถิ่นและกลายเป็นผู้จัดการทีมสำหรับนักกีฬาหญิงโอลิมปิกของอังกษ เธอยังคงสนับสนุนกีฬาและการท่องเที่ยวในไอร์แลนด์เหนือและเป็นท่านผู้หญิงแห่งจักรวรรดิอังกฤษด้วยผลงานที่ได้รับการกล่าวขานของเธอ

ยูโรปและตลาดร่วม (Europe and the Common Market)
เยอรมันตะวันตก ฝรั่งเศส เบลเยี่ยม อิตาลี ลักเซมเบิร์ก และเนเธอร์แลนด์ได้จัดตั้งประชาคมเศรษฐกิจยุโรป (EEC) ในปี ค.ศ. 1957 ในตอนแรก UK ไม่ประสงค์ที่จะเข้าร่วมใน EEC แต่ในที่สุดก็เข้าร่วมเมื่อปี ค.ศ. 1973 UK เป็นสมาชิกเต็มรูปแบบของสหภาพยุโรป แต่มิได้ใช้เงินสกุลยูโร

รัฐบาลอนุรักษ์นิยม (Conservative government) ตั้งแต่ ค.ศ. 1979 ถึง 1997
มาร์กาเร็ต แท็ชเชอร์ (Margaret Thatcher) เป็นนายกรัฐมนตรีหญิงคนแรกของอังกฤษ เป็นหัวหน้ารัฐบาลอนุรักษ์นิยมตั้งแต่ ค.ศ. 1979 ถึง 1990 รัฐบาลทำการเปลี่ยนแปลงโครงสร้างเศรษฐกิจโดยผ่านการแปลงอุตสาหกรรมของชาติเป็นของเอกชนและกำหนดการควบคุมทางกฎหมายเรื่องอำนาจของสหภาพการค้า การลดการกำกับและการควบคุมทำให้บทบาทของนครลอนดอนเพิ่มมากขึ้นเป็นศูนย์ระหว่างประเทศเพื่อการลงทุน ประกันภัยและบริการทางการเงินอื่นๆ อุตสาหกรรมดั้งเดิม เช่น การต่อเรือและเหมืองถ่านหินก็ตกต่ำ ในปี ค.ศ. 1982 อาร์เจนตินาบุกโจมตีเกาะฟอล์กแลนด์ ซึ่งเป็นอาณาเขตของอังกฤษในต่างประเทศทางแอตแลนติคใต้ มีการส่งกองทัพเรือจาก UK และปฏิบัติการทางการทหารที่นำไปสู่การกู้เกาะคืน

John Major เป็นนายกรัฐมนตรีหลังจากนางแท็ชเชอร์ และช่วยจัดตั้งกระบวนการเพื่อสันติสุขของไอร์แลนด์เหนือ

มาร์กาเร็ต แทชเชอร์ (Margaret Thatcher) (ค.ศ. 1925-)

มาร์กาเร็ต แทชเชอร์ เป็นบุตรสาวของคนขายของชำจาก Grantham ใน Lincolnshire เธอฝึกเป็นนักเคมีและทนายความ เธอได้รับเ ลือกตั้งให้เป็นสมาชิกรัฐสภาพรรคอนุรักษ์นิยมในปี ค.ศ. 1959 และกลายมาเป็นรัฐมนตรีในปี ค.ศ. 1970 ในตำแหน่งรัฐมนตรีต่างประเทศ ด้านการศึกษาและวิทยาศาสตร์ ในปี ค.ศ. 1975 เธอได้รับเลือกตั้งให้เป็น หัวหน้าพรรคอนุรักษ์นิยมและกลายเป็นผู้นำฝ่ายค้าน

หลังจากพรรคอนุรักษ์นิยมได้รับชัยชนะในการเลือกตั้งใหญ่เมื่อปี ค.ศ. 1979 มาร์กาเร็ต แท็ชเชอร์กลายเป็นนายกรัฐมนตรีหญิงคนแรกของ UK เธอดำรงตำแหน่งนายกรัฐมนตรีที่ยาวนานที่สุดของศตวรรษที่ 20และ ดำรงตำแหน่งจนกระทั่งปี ค.ศ. 1990 ระหว่างนายกรัฐมนตรีของเธอ มี จำนวนของการปฏิรูปทางเศรษฐกิจที่ สำคัญในสหราชอาณาจักร เธอทำงานอย่างใกล้ชิด กับสหรัฐอเมริกาประธานาธิบดีโรนัลด์เรแกนและ เป็นหนึ่งในผู้นำตะวันตกเป็นครั้งแรกที่จะยอมรับและยินดีต้อนรับการ เปลี่ยนแปลงในการเป็นผู้นำของสหภาพโซเวียตซึ่งในที่สุดนำไปสู่การสิ้น สุดของสงครามเย็น

โรอัลด์ ดาห์ล (Roald Dahl) (ค.ศ. 1916-1990)

โรอัลด์ ดาห์ล เกิดในเวลส์โดยบิดามารดาเป็นชาวนอร์เวย์ เขารับราชการ ในกองทัพอากาศในช่วงสงครามโลกครั้งที่สอง ระหว่างปี ค.ศ. 1940s เขาเริ่มพิมพ์หนังสือและเรื่องสั้น เขาเป็นที่รู้จักดีในแวดวงหนังสือเด็กแต่ เขาก็เขียนหนังสือสำหรับผู้ใหญ่เช่นกัน ผลงานที่ดีที่สุดของเขาคือเรื่อง โรงงานช็อกโกแลตมหัศจรรย์ (Charlie and the Chocolate Factory) และเรื่องยาวิเศษ (George's Marvelous Medicine) มีหนังสือของเขา หลายเรื่องที่นำมาสร้างเป็นภาพยนตร์

รัฐบาลของพรรคแรงงานตั้งแต่ค.ศ. 1997-2010

ในปี ค.ศ. 1997 พรรคแรงงานนำโดย โทนี่ แบลร์ (Tony Blair) ได้รับเลือกตั้ง รัฐบาลของเขานำระบบรัฐสภาของสก็อตและรัฐสภาของ เวลส์มาใช้ ทำให้รัฐสภาของสก็อตมีอำนาจมากในการควบคุมประเทศ

รัฐสภาของเวลส์ให้อำนาจในเชิงนิติบัญญัติเพียงเล็กน้อยแต่ควบคุม บริการสาธารณะทั้งหมด ในไอร์แลนด์เหนือ รัฐบาลของโทนี่ แบลร์ สามารถสร้างกระบวนการสันติสุข ยังผลให้มีการลงนามในสนธิสัญญา "Good Friday Agreement" ในปี ค.ศ. 1998 รัฐสภาไอร์แลนด์เหนือได้

รับการเลือกตั้งในปี ค.ศ. 1999 แต่ก็ระงับไปในปี ค.ศ. 2002 และยังไม่ได้กลับมาดำรงตำแหน่งอีกจนกระทั่งปี 2007 หน่วยรบกึ่งทหารส่วนมากในไอร์แลนด์เหนือถูกปลดจากประจำการและไม่มีการเคลื่อนไหวใดๆ Gordon Brown เข้ารับตำแหน่งนายกรัฐมนตรีในปี ค.ศ. 2007

ความขัดแย้งในอัฟกานิสถานและอิรัก
ตลอดปี ค.ศ.1990s อังกฤษมีบทบาทเป็นผู้นำในการรวบรวมกองกำลังเพื่อเข้าร่วมในการประกาศ อิสรภาพของคูเวต หลังจากนั้นอิรักเข้าจู่โจมในปี ค.ศ. 1990 และเกิดข้อขัดแย้งในอดีต ประเทศสาธารณรัฐยูโกสาลาเวีย ตั้งแต่ปี ค.ศ. 2000ได้มีการใช้กองทัพอังกฤษเข้า ต่อสู้ต่อลัทธิก่อการร้ายระหว่างประเทศทั่วโลกและต่อการเพิ่มจำนวนอาวุธทำลายล้างสูง รวมทั้งปฏิบัติการในอัฟกานิสถานซึ่งเป็นส่วนหนึ่งของสหประชาชาติ (UN) ซึ่งทำการรวบรวมกองกำลังสนับสนุนด้านความมั่นคงนานาชาติ (ISAF) 50 คนตามคำเชิญของรัฐบาลอัฟกานิสถาน

ISAF ปฏิบัติหน้าที่เพื่อให้มั่นใจได้ว่าอาณาเขตของอัฟกานิสถานจะไม่ใช้เป็นที่พักพิงที่ปลอดภัยสำหรับกลุ่มก่อการร้ายข้ามชาติอีกต่อไปซึ่งกลุ่มต่างๆเช่น Al Qa'ida สามารถวางแผนโจมตีชุมชนระหว่างประเทศ ส่วนหนึ่งของ ISAF คือการสร้างกองกำลังรักษาความปลอดภัยของอัฟกานิสถานขึ้นและเพื่อช่วยสร้างสภาพแวดล้อมที่มั่นคงปลอดภัยที่สามารถขยายการปกครองและการพัฒนาได้ กองกำลังระหว่างประเทศค่อยๆส่งมอบความรับผิดชอบเรื่องความปลอดภัยให้แก่อัฟกานิสถาน ซึ่งจะมีความรับผิดชอบเรื่องความปลอดภัยอย่างเต็มที่ในเขตจังหวัดต่างๆในช่วงปลายปี ค.ศ. 2014

รัฐบาลผสมตั้งแต่ปี ค.ศ. 2010 เป็นต้นมา
ในเดือนพฤษภาคม 2553 และสำหรับช่วงแรกใน UK ตั้งแต่เดือนกุมภาพันธ์ 1974 ไม่มีพรรคการเมืองใดชนะได้เสียงส่วนมากในการเลือกตั้งใหญ่ พรรคอนุรักษ์นิยมและพรรคเสรีนิยมได้จัดตั้งรัฐบาลผสมและหัวหน้าพรรคอนุรักษ์นิยมคือ David Cameron ได้เป็นนายกรัฐมนตรี

ตรวจสอบความเข้าใจของท่านในเรื่องต่อไปนี้
- การจัดตั้งรัฐสวัสดิการ
- ชีวิตในอังกฤษเปลี่ยนแปลงไปอย่างไรในปี ค.ศ. 1960s และ 1970
- สิ่งประดิษฐ์ต่างๆของอังกฤษในช่วงศตวรรษที่ 20 (ท่านไม่จำเป็นต้องจำวันเดือนปีเกิดและวันที่เสียชีวิตของนักประดิษฐ์)

สังคมรุ่งเรืองยุคปัจจุบัน
(A Modern Thriving Society)

ในปัจจุบัน

สังคมของ UK ในปัจจุบันนี้มีความหลากหลายมากกว่าเมื่อ 100 ปีก่อนทั้งในแง่ของชาติพันธุ์และศาสนา การเข้าเมืองหลังสงคราม หมายถึงเกือบ 10% ของประชาชนมีบิดามารดาหรือปู่ย่าตายายเกิดนอก UK UK ยังคงเป็นสังคมแบบข้ามชาติและหลายเชื้อชาติที่มีวัฒนธรรมแตกต่างกันมากมาย เนื้อหาในหมวดนี้จะนำเสนอให้ท่านทราบเกี่ยวกับส่วนต่างๆ ของ UK และสถานที่สำคัญๆ บางแห่ง นอกจากนี้ยังอธิบายประเพณีและธรรมเนียมบางอย่างของ UK และกิจกรรมที่นิยมที่เกิดขึ้น

ชาติต่างๆ ของ UK

UK ตั้งอยู่ทางทิศเหนือของยุโรปตะวันตก ระยะทางที่ไกลที่สุดบนแผ่นดินใหญ่คือจาก John O'Groats บนชายฝั่งทางทิศเหนือของสก็อตแลนด์ไปถึงปลายสุดแผ่นดินในมุมทางทิศใต้-ตะวันตกของอังกฤษ รวมเนื้อที่ประมาณ 870 ไมล์ (ประมาณ 1400 กิโลเมตร)

คนส่วนใหญ่พำนักอาศัยอยู่ในเขตและเมืองต่างๆ แต่ชาวอังกฤษส่วนใหญ่ยังคงอยู่ในชนบท มีคนจำนวนมากยังคงเดินทางไปพักผ่อนใน แถบชนบทในวันหยุดและเพื่อทำกิจกรรมการพักผ่อนหย่อนใจ เช่น การเดิน การตั้งแคมป์และตกปลา

เมืองต่างๆ ของ UK
อังกฤษ (England)

ลอนดอน (London)	เบอร์มิงแฮม (Birmingham)
ลิเวอร์พูล (Liverpool)	ลีดส์ (Leeds)
เชฟฟีลด์ (Sheffield)	บริสตอล (Bristol)
แมนเชสเตอร์ (Manchester)	แบรดฟอร์ด (Bradford)
พลายมัธ (Plymouth)	เซาทแธมพ์ตัน (Southampton)
นอร์วิค (Norwich)	นิวคาสเซิล อัพออน ไทน์ (Newcastle upon Tyne)

เวลส์ (Wales)

คาร์ดิฟฟ์ (Cardiff)	สวอนซี (Swansea)
นิวพอร์ท (Newport)	

ไอร์แลนด์เหนือ (Northern Ireland)
เบลฟาสต์ (Belfast)

สก็อตแลนด์ (Scotland)
เอดินเบิร์ก (Edinburgh)   กลาสโกว์ (Glasgow)
ดันดี (Dundee)   อเบอร์ดีน (Aberdeen)

- เมืองหลวงของ UK คือกรุงลอนดอน
- เมืองหลวงของสก็อตแลนด์คือ เอดินเบิร์ก
- เมืองหลวงของเวลส์ คือ คาร์ดิฟฟ์
- เมืองหลวงของไอร์แลนด์เหนือคือ เบลฟาสต์

สกุลเงินของ UK
สกุลเงินของ UK คือเงินปอนด์สเตอร์ลิงค์ (ใช้สัญลักษณ์ "£")   100
เพนซ์เท่ากับ 1 ปอนด์ หน่วยเงิน (มูลค่าหน้าธนบัตร) ของสกุลเงินคือ:
- เหรียญ: 1p, 2p, 5p, 10p, 20p, 50p, £1 และ £2
- ธนบัตร: £5, £10, £20, £50

ไอร์แลนด์เหนือและสก็อตแลนด์มีธนบัตรใช้ของตนเอง ซึ่งสามารถใช้ได้
ณ ที่อื่นๆ ใน UK อย่างไรก็ดี ร้านค้าและธุรกิจต่างๆ ก็ไม่จำเป็นต้องยอม
รับการใช้ธนบัตรนี้

ภาษาและภาษาถิ่น (Languages and dialeacts)
มีภาษาแตกต่างกันมากมายใช้ในส่วนต่างๆ ของ UK ภาษาอังกฤษมีการ
ออกสำเนียงที่แตกต่างกันและมีภาษาถิ่นก็ออกเสียงแตกต่างกัน ในเวลส์
มีคนจำนวนมากที่พูดภาษาเวลส์ ซึ่งแตกต่างจากภาษาอังกฤษอย่างสิ้น
เชิงและมีสอนในระดับโรงเรียนและมหาวิทยาลัย ในสก็อตแลนด์
ใช้ภาษา Gaelic (ซึ่งเป็นภาษาที่แตกต่างไปจากภาษาอังกฤษ)
ใช้พูดในบางส่วนของ Highlands และ ตามเกาะต่างๆ
และไอร์แลนด์เหนือบางคนพูดภาษา Gaelic ของไอริช

ประชากร
มีการขยายตัวของประชากรใน UK ดังนี้
ในปี:
- ค.ศ. 1600 ประชากรของ UK มีเพียง 4 ล้านกว่าคน
- ค.ศ. 1700 ประชากรของ UK มี 5 ล้านคน
- ค.ศ. 1801 ประชากรของ UK มี 8 ล้านคน

ชีวิตในสหราชอาณาจักรคู่มือการทดสอบ: ฉบับพิมพ์ครั้งที่ 2

- ค.ศ. 1851 ประชากรของ UK มี 20 ล้านคน
- ค.ศ. 1901 ประชากรของ UK มี 40 ล้านคน
- ค.ศ. 1951 ประชากรของ UK มี 50 ล้านคน
- ค.ศ. 1998 ประชากรของ UK มี 57 ล้านคน
- ค.ศ. 2005 ประชาชนของ UK มีเพียงไม่เกิน 60 ล้านคน
- ค.ศ. 2010 ประชากรของ UK มีมากกว่า 62 ล้านคน

แหล่งที่มา: สำนักงานสถิติแห่งชาติ
ประชากรมีการขยายตัวอย่างรวดเร็วในช่วงปีหลังๆ นี้ มีการย้ายถิ่นฐานเข้า
มายัง UK และใช้ชีวิตนานตลอดชีวิตเป็นส่วนในการขยายตัวของประชากร

ประชากรกระจายอยู่ทั่วพื้นที่สี่ส่วนของ UK เป็นหย่อมๆ
โดยอยู่ในอังกฤษประมาณ 84% ของจำนวนประชากรทั้งหมด
เวลส์มีประมาณ 5% และสก็อตแลนด์มีเพียง 8%
และไอร์แลนด์เหนือมีน้อยกว่า 3%

ประชากรสูงอายุ (An ageing population)
ประชากรใน UK มีอายุยืนยาวมากกว่าที่ผ่านมา ที่เป็นเช่นนี้เพราะว่ามาตร
ฐานความเป็นอยู่ที่ปรับปรุงดียิ่งขึ้นและมีการดูแลสุขภาพที่ดียิ่งขึ้น ตอนนี้
มีบันทึกว่าประชากรจำนวนมากอายุ 85 ขึ้นไป ซึ่งก่อให้เกิดผลกระทบ
เกี่ยวกับเรื่องค่าใช้จ่ายเกี่ยวในการจ่ายเงินบำนาญและการดูแลสุขภาพ

ความหลากหลายทางชาติพันธุ์ Ethnic diversity
ประชากรของสหราชอาณาจักรเป็นเชื้อชาติที่หลากหลาย และเปลี่ยน
แปลงอย่างรวดเร็วโดยเฉพาะอย่างยิ่งในเมืองใหญ่เช่นลอนดอน มันไม่ได้
เป็นเรื่องง่ายเสมอไปที่จะได้รับภาพที่แน่นอนของชาติกำเนิดของ
ประชากรทั้งหมด มีคนในสหราชอาณาจักรที่มีต้นกำเนิดชาติพันธุ์จากทั่ว
ทุกมุมโลก ในการสำรวจรายละเอียดของกลุ่มชาติพันธุ์ที่พบมากที่สุดได้
รับการแต่งตั้งเป็นสีผิวขาวซึ่งรวมถึงการที่ผู้คนในยุโรป, ออสเตรเลีย,
แคนาดา, นิวซีแลนด์และเชื้อสายอเมริกัน กลุ่มอื่น ๆ อย่างมีนัยสำคัญเป็น
ของผู้เอเชีย, สีดำและสีผสมเชื้อสาย

สังคมที่มีความเท่าเทียมกัน (An equal society)
ภายใน UK เป็นข้อกำหนดทางกฎหมายว่า ชายและหญิงไม่ควรมีการ
แบ่งแยกกันด้วยเรื่องเพศ หรือเพราะการที่คนเหล่านี้สมรสหรือไม่สมรส
คนเหล่านี้มีสิทธิเท่าเทียมกันในการทำงาน เป็นเจ้าของทรัพย์สิน

สมรสและหย่าขาดจากการสมรส หากพวกเขาสมรสแล้ว ทั้งบิดามารดาก็ต้องรับผิดชอบบุตรของตนฝ่ายละเท่าๆ กัน

ผู้หญิงในอังกฤษปัจจุบันนี้ครึ่งหนึ่งเป็นผู้หญิงทำงาน โดยเฉลี่ยแล้ว เด็กผู้หญิงที่ออกจากโรงเรียนมีคุณวุฒิดีกว่าเด็กผู้ชายมีผู้หญิงจำนวนมากกว่าผู้ชายที่ศึกษาต่อในระดับมหาวิทยาลัย

โอกาสในการจ้างงานสำหรับผู้หญิงก็มีมากกว่า สมัยก่อนผู้หญิงทำงานในทุกภาคธุรกิจและปัจจุบันนี้ผู้หญิงก็สามารถดำรงตำแหน่งสูงกว่าที่เคยเป็นรวมทั้งการเป็นผู้จัดการอาวุโสในการประกอบอาชีพ ที่เดิมมีผู้ชายมากกว่าในขณะเดียวกับปัจจุบันนี้ผู้ชายก็ทำงาน ในอาชีพที่หลากหลายมากกว่าเดิม

ผู้หญิงไม่ควรอยู่กับบ้านโดยไม่ทำงานอีกต่อไปแล้ว ผู้หญิงมักทำงานต่อหลังจากที่มีบุตร ในครอบครัวหลายๆ ครอบครัวในปัจจุบันนี้ คู่สามีภรรยาต่างก็ทำงานและร่วมกันรับผิดชอบบุตรและงานบ้าน

ตรวจสอบความเข้าใจของท่านในเรื่องต่อไปนี้:
- เมืองหลวงของ UK
- ภาษาอะไรนอกเหนือจากภาษาอังกฤษที่ใช้พูดกันโดยเฉพาะในพื้นที่ส่วนต่างๆ ของ UK
- ประชากรของ UK มีการเปลี่ยนแปลงไปอย่างไร
- UK เป็นสังคมที่มีความเท่าเทียมกันและชาติพันธุ์ที่หลากหลาย
- สกุลเงินของ UK

ศาสนา (Religion)
เดิม UK เป็นประเทศที่นับถือศาสนาคริสต์ในการสำรวจเกี่ยวกับพลเมืองใน ค.ศ. 2009 ปรากฏว่า 70% ของประชาชนแสดงตนว่าเป็นชาวคริสเตียน มีเพียงสัดส่วนเล็กน้อยเท่านั้นที่แสดงตนว่าเป็น ชาวมุสลิม (4%) ฮินดู (2%) ซิกห์ (1%) ยิวหรือพุทธศาสนา (ทั้งสองศาสนาน้อยกว่า 0.5%) และ 2% ของประชาชนนับถือศาสนาอื่นซึ่งรวมถึงโบสถ์ของอิสลาม โบสถ์ของฮินดู และสุเหร่าของยิว gurdwaras ของซิกห์ และวัดของศาสนาพุทธอย่างไรก็ดี ทุกคนก็มีสิทธิโดยชอบด้วยกฎหมายในการเลือกศาสนาของตนเอง หรือเลือกที่จะไม่ปฏิบัติศาสนากิจในการสำรวจเกี่ยวกับพลเมือง พบว่า 21% ของประชาชนยอมรับตัวเอง ไม่มีศาสนา

ศาสนจักรคริสเตียน (Christian Churches)

ในอังกฤษมีความเชื่อมโยงกันทางสถาบันระหว่างโบสถ์และรัฐโบสถ์อย่าง
เป็นทางการของรัฐคือ Church of England (เรียกว่า Anglican Church
ในประเทศอื่นๆ และ Episcopal Church ในสก็อตแลนด์ และสหรัฐ) เป็น
โบสถ์โปรเตสแตนท์และมีอยู่ตั้งแต่ยุคปฏิรูปศาสนาในปี ค.ศ. 1530s

พระมหากษัตริย์เป็นประมุขของ Church of England
ผู้นำทางจิตวิญญาณของ the Church of England

คือ Archbishop of Canterbury พระมหากษัตริย์มีสิทธิเลือก
Archbishop และเจ้าพนักงานอาวุโสประจำโบสถ์ แต่ผู้ที่เลือกมักเป็นนาย
กรัฐมนตรีและคณะกรรมการที่ได้รับการแต่งตั้งจากโบสถ์ มีโบสถ์หลาย
แห่งของอังกฤษที่บิชอปดำรงตำแหน่งในสภาขุนนาง

ในสก็อตแลนด์ โบสถ์ของประเทศคือ Church of Scotland
ซึ่งเป็น Presbyterian Church ซึ่งปกครองโดยพระและพระอาวุโส
ประธานของสมัชชาใหญ่ของ Church of Scotland คือคนกลาง
(Moderator) ซึ่งได้รับแต่งตั้งให้ทำหน้าที่เป็นระยะเวลาหนึ่งปีเท่านั้นและ
มักทำหน้าที่แทนของโบสถ์นั้นๆ

ไม่มีการจัดตั้งโบสถ์ในเวลส์หรือไอร์แลนด์เหนือ

กลุ่มโปรเตสแตนท์คริสเตียนอื่นๆ ใน UK คือ แบ็บติสท์ (Baptists)
เมทอดิสต์ (Methodists) เพรสไบทีเรียน (Presbyterians)
และเควกเกอร์ (Quakers) นอกจากนี้ยังมีนิกายอื่นๆ ของคริสเตียน
ซึ่งนิกายที่ใหญ่ที่สุดคือ โรมันคาทอลิก (Roman Catholic)

วันสำคัญเพื่อรำลึกถึงนักบุญอุปถัมภ์ต่างๆ (Patron saints' days)

อังกฤษ สก็อตแลนด์ เวลส์ และไอร์แลนด์เหนือ ต่างก็มีนักบุญประจำชาติ
ของตัวเองซึ่งเรียกว่า "นักบุญอุปถัมภ์" (patron saint) นักบุญแต่ละท่าน
จะมีวันสำคัญของตัวเองเป็นพิเศษคือ

- 1 มีนาคม คือวันรำลึกถึงนักบุญเดวิด (St David) แห่งเวลส์
- 17 มีนาคม คือวันรำลึกถึงนักบุญแพ็ทริค (St Patrick)
  แห่งไอร์แลนด์เหนือ
- 23 เมษายน คือวันรำลึกถึงนักบุญจอร์จ (St George) แห่งอังกฤษ

- 30 พฤศจิกายน คือวันรำลึกถึงนักบุญแอนดรูว์ (St Andrew)
  แห่งสก็อตแลนด์

เฉพาะสก็อตแลนด์และไอร์แลนด์เหนือเท่านั้นที่มีวันรำลึกนักบุญของตนที่
ถือว่าเป็นวันหยุดราชการ (แม้ว่าในสก็อตแลนด์ธุรกิจและสำนักงานจะไม่
ได้ปิดทุกแห่งก็ตาม) มีการจัดงานทั่วสก็อตแลนด์ไอร์แลนด์เหนือและส่วน
ที่เหลือของประเทศ โดยเฉพาะอย่างยิ่งในพื้นที่ที่มีประชาชนชาวสก็อต
ไอริชเหนือและถือว่าเป็นมรดกตกทอดของชาวไอริส

แม้ว่าวันรำลึกถึงนักบุญต่างๆ ไม่ถือว่าเป็นวันหยุดราชการอีกต่อไปใน
อังกฤษและเวลส์ แต่ก็ยังคงมีการเฉลิมฉลองอยู่ การเดินขบวนแห่และ
จัดพิธีเล็กๆ ทั่วทั้งสองประเทศ

ตรวจสอบความเข้าใจของท่านในเรื่องต่อไปนี้

- ศาสนาที่แตกต่างกันที่มีการปฏิบัติใน UK
- Anglican Church หรือเป็นที่รู้จักในชื่อของ Church of England
  เป็นโบสถ์ของผู้อพยพในอังกฤษ (the Established Church)
- ยังมีสาขาอื่นๆ ของศาสนจักรคริสเตียนที่ยังคงปฏิบัติศาสนกิจใน UK
  โดยไม่มีการเชื่อมโยงกับรัฐ
- ศาสนาอื่นๆ ที่มีการปฏิบัติศาสนกิจใน UK
- เกี่ยวกับนักบุญ

ขนบธรรมเนียมประเพณี (Customs and Traditions)

เทศกาลของชาวคริสเตียนที่สำคัญ
(The main Christian festivals)

วันคริสต์มาส ตรงกับวันที่ 25 ธันวาคมเพื่อเฉลิมฉลองพระประสูติกาลของ
พระเยซูคริสต์ เป็นวันหยุดราชการชาวคริสเตียนจำนวนมากไปโบสถ์ในวัน
Christmas Eve (24 ธันวาคม) หรือในวันคริสต์มาส

การฉลองเทศกาลวันคริสต์มาส เป็นการเฉลิมฉลองทางประเพณี คนมัก
ใช้เวลาอยู่บ้านและรับประทานอาหารมื้อพิเศษซึ่งมักรวมถึงไก่งวงอบขนม
พุดดิ้งและพายมินต์ มีการให้ของขวัญกันส่งบัตรอวยพรและแตกแต่งบ้าน
คริสต์มาสเป็นช่วงเวลาพิเศษสำหรับเด็กๆเด็กๆจำนวนมากเชื่อว่า Father
Christmas (หรือที่เรียกว่า ซานตาครอส) จะนำของขวัญมาให้ พวกเขา
ระหว่างช่วงกลางคืนก่อน วันคริสต์มาสหลายคนตกแต่ง ต้นคริสต์มาส
ไว้ในบ้าน

วันแกะของขวัญ (Boxing Day) เป็นวันหลังจากวันคริสต์มาส และเป็นวันหยุดราชการ วันอีสเตอร์ (Easter) ครบรอบในเดือนมีนาคมหรือเมษายน รำลึกถึงการสิ้นพระชนม์ของพระเยซูคริสต์ในวัน Good Friday และการที่พระองค์ฟื้นคืนชีพจากการตายในวัน Easter Sunday ทั้ง Good Friday และวันจันทร์ถัดไปเรียกว่า Easter Monday ซึ่งเป็นวันหยุดราชการ

ระยะเวลา 40 วันก่อนวัน Easter หรือเรียกว่าวันเข้าพรรษาหรือวันถือบวช (Lent) เป็นช่วงเวลาที่ชาวคริสเตียนใช้เวลาในการเตรียมงาน Easter ในทางประเพณีคนจะเร่งรีบมากระหว่างช่วงนี้และปัจจุบันนี้ก็ยังมีคนจำนวนมากที่ให้สิ่งของกัน เช่นอาหารที่ชอบวันก่อนวัน Lent เรียกว่า Shrove Tuesday หรือ วันขนมแพนเค้ก (Pancake Day) คนจะรับประทานขนมแพนเค้กซึ่งเดิมทำขึ้นเพื่อใช้เป็นอาหารที่มีส่วนผสมของไข่ไก่ไขมันและนมก่อนที่จะถือศีลอด ช่วงเข้าพรรษาหรือช่วงถือศีล (Lent) เริ่มต้นในวันพุธรับเถ้า (Ash Wednesday) มีการให้บริการของโบสถ์ซึ่งชาวคริสเตียนจะใช้มือทำเครื่องหมายกากบาทบนหน้าผากของตนเป็น สัญลักษณ์การเสียชีวิตและความเศร้าโศกเสียใจให้กับญาติคนที่ไม่มีศาสนาก็เฉลิมฉลองเทศกาลอิสเตอร์เช่นกัน "ไข่อีสเตอร์ เป็นไข่ช็อกโกแลตที่มักให้กันเป็นของขวัญในวันอิสเตอร์เพื่อเป็นสัญลักษณ์ของชีวิตใหม่

เทศกาลอื่นๆ ทางศาสนา

Diwali มักตรงกับเดือนตุลาคมหรือพฤศจิกายนติดต่อกันห้าวัน มักเรียกกันว่าเป็นเทศกาลแห่งแสงไฟ (Festival of Lights) เป็นพิธีเฉลิมฉลองโดยชาวฮินดูและซิกห์ เป็นการฉลองที่ความดีเอาชนะความชั่วร้ายและได้มาซึ่งความรู้ มีเรื่องเล่าต่างๆ มากมายเกี่ยวกับเรื่องที่มาของเทศกาลนี้ มีการฉลองเทศกาล Diwali ที่มีชื่อเสียงใน เลสเตอร์ Leicester

Hannukah ฮานคา ตรงกับเดือนพฤศจิกายน หรือธันวาคม มีการเฉลิมฉลองติดกันแปดวันเป็นการระลึกถึงชาว ยิวส์ที่ต่อสู้เพื่อให้ได้เสรีภาพทางศาสนา ในแต่ละวันของช่วงเทศกาลนี้จะมีการจุดเทียนบนเชิงเทียนแปดแท่ง (เรียกว่า menorah) เพื่อรำลึกถึงเรื่องราวเกี่ยวกับเทศกาล มีการเติมน้ำมันเทียนเฉพาะช่วงแปดวันดังกล่าว

Eid al-Fitr เป็นการเฉลิมฉลองการสิ้นสุดช่วง Ramadan เมื่อชาวมุสลิมถือศีลอดเป็นเวลาหนึ่งเดือนเป็นการขอบคุณ พระอัลลอฮ์ (Allah)
ที่ให้พวกเขามีความแข็งแกร่งในการอดทนกับการอดอาหารเป็นวันที่มีการเปลี่ยนแปลงทุกปี ชาวมุสลิมจะได้รับบริการและอาหารเป็นพิเศษ

Eid ul Adha เป็นการรำลึกถือศาสดาอิบราฮิม ผู้ซึ่งยินดีที่จะบวงสรวงบุตรชายของพระองค์เมื่อพระเจ้าสั่งให้พระองค์ทำเช่นนั้น
เป็นการเตือนสติชาวมุสลิมถึงภาระหน้าที่ที่มีต่อพระเจ้ามีชาวมุสลิมจำนวนมากที่บวงสรวงสัตว์ เพื่อรับประทานระหว่างช่วงเทศกาลนี้ ในอังกฤษเทศกาลนี้ ต้องทำในโรงฆ่าสัตว์

Vaisakhi (หรือสะกดว่า Baisakhi) เป็นเทศกาลของชาวซิกซึ่งเฉลิมฉลองการจัดตั้งชุมชนซิก หรือเรียกว่า Khalsa ตรงกับวันที่ 1 เมษายนของทุกปี มีการเดินขบวนแห่ เต้นรำและร้องเพลง

งานเทศกาลและประเพณีอื่นๆ
วันปีใหม่ (New Year) ตรงกับวันที่ 1 มกราคม เป็นวันหยุดราชการ คนมักเฉลิมฉลองกันในค่ำคืนวันที่ 31 ธันวาคม (เรียกว่า New Year's Eve)
ในสก็อตแลนด์ วันที่ 31 ธันวาคมเรียกว่าเป็นวัน Hogmanay และวันที่ 2 มกราคม ยังเป็นวันหยุดราชการด้วย สำหรับชาวสก็อตบางคน Hogmanay ถือว่าเป็นวันหยุดที่สำคัญกว่า

วันวาเลนไทน์ (Valentine's Day) ตรงกับวันที่ 14 กุมภาพันธ์ เป็นวันที่คู่รัก มักแลกเปลี่ยนบัตรอวยพรและของขวัญกัน บางครั้งคนก็จะส่งบัตรอวยพรโดยไม่ระบุชื่อผู้ส่งให้บางคนที่พวกเขาแอบชื่นชม

วันแห่งการโกหก (April Fool's Day) ตรงกับวันที่ 1 เมษายน เป็นวันที่คนจะเล่นสนุกแกล้งกันจนกระทั่งถึงช่วงกลางวัน โทรทัศน์และหนังสือพิมพ์มักมีเรื่องราวตลกๆ สำหรับเดือนเมษายนนี้

วันแม่ (Mothering Sunday หรือ Mother's Day) ตรงกับวันอาทิตย์สามสัปดาห์ก่อนเทศกาลอีสเตอร์ เด็กๆ จะส่งบัตรอวยพรหรือซื้อของขวัญให้แม่ของพวกเขา

วันพ่อ (Father's Day) ตรงกับวันอาทิตย์ที่สามของ เดือนมิถุนายน เด็กๆ จะส่งบัตรอวยพรและซื้อของขวัญให้พ่อของพวกเขา

ฮัลโลวีน (Halloween) ตรงกับวันที่ 31 ตุลาคม เป็นเทศกาลเก่าแก่และมีรากฐานมาจากศาสนานอกรีตเพื่อแสดงให้เห็นว่าเป็นการเริ่มต้นเข้าฤดูหนาวคนหนุ่มสาวมักแต่งกายด้วยเครื่องแต่งกายที่น่ากลัว เพื่อเล่นเกม "จะให้หลอกหรือจะเลี้ยงดูเรา" (Trick or Treat) คนมักให้ขนมหรือเลี้ยง

ดูเด็กๆเพื่อให้หยุดหลอกพวกเขา มีคนจำนวนมากที่แกะสลักผลฟักทอง
แล้วใส่ตะเกียงลงในผลฟักทอง
วันจุดพลุ (Bonfire Night) ตรงกับวันที่ 5 พฤศจิกายน เป็นโอกาสที่คน
ในเกรทบริเทน จุดพลุที่บ้านหรือในสถานที่พิเศษ ต้นกำเนิดของพิธีเฉลิม
ฉลองนี้คือเหตุการณ์ในปี ค.ศ. 1605 เมื่อกลุ่มชาวคาทอลิก นำโดย
Guy Fawkes ประสบความล้มเหลวในการวางแผนลอบสังหารกษัตริย์
โปรเตสแตนท์ด้วยระเบิดในรัฐสภา (หมายเหตุ: ข้อความนี้ไม่ถูกต้องใน
เชิงประวัติศาสตร์ ที่จริงกลุ่มดังกล่าวนำโดย Robert Catesby –
Guy Fawkes เป็นเพียงผู้วางระเบิด)

วันประจำชาติ (Remembrance Day) ตรงกับวันที่ 11 พฤศจิกายน เพื่อ
เป็นการรำลึกถึงผู้ที่เสียชีวิตในการต่อสู้ให้ UK และพันธมิตร เดิมเป็นการ
รำลึกผู้เสียชีวิตในสงครามโลกครั้งที่หนึ่งซึ่งสิ้นสุดในวันที่ 11 พฤศจิกายน
ค.ศ. 1918 คนจะติดดอกป๊อปปี้ (เป็นดอกไม้สีแดงพบในสนามรบของ
สงครามโลกครั้งที่หนึ่ง) พอถึงเวลา 11.00 น. ก็จะมีการไว้อาลัยสอง
นาทีและมีการวางพวงมาลาที่อนุสาวรีย์ของผู้เสียชีวิตใน Whitehall
กรุงลอนดอน อนุสาวรีย์นี้เปิดผ้าคลุมออกเมื่อปี ค.ศ. 1920 ซึ่งนับว่าเป็น
ส่วนประกอบสำคัญของการทำพิธีในวันประจำชาติ

วันหยุดธนาคาร (Bank holidays)
รวมทั้งวันต่างๆ ที่กล่าวถึงมาแล้ว ยังมีวันหยุดราชการอื่นๆ ในแต่ละวัน
ที่เรียกว่า วันหยุดธนาคาร เป็นวันที่ธนาคารและธุรกิจอื่นๆมากมายปิด
ทำการในวันนั้น วันหยุดเหล่านี้ไม่มีความสำคัญทางศาสนา ตรงกับวัน
เริ่มต้นของเดือนพฤษภาคม ในช่วงปลายเดือนพฤษภาคมหรือต้น
เดือนมิถุนายน และในเดือนสิงหาคม ในไอร์แลนด์เหนือ วันครบรอบการ
ทำสงคราม Battle of the Boyne ก็ถือว่าเป็นวันหยุดราชการ

ตรวจสอบความเข้าใจของท่านในเรื่องต่อไปนี้
• เทศกาลสำคัญของชาวคริสเตียนที่มีการเฉลิมฉลองใน UK
• เทศกาลทางศาสนาอื่นที่มีความสำคัญใน UK
• งานเทศกาลอื่นๆ บางเทศกาลที่มีการเฉลิมฉลองใน UK
• วันหยุดธนาคารคือวันอะไร

กีฬา (Sport)
กีฬาทุกประเภทนับว่ามีบทบาทสำคัญเป็นส่วนหนึ่งในชีวิตของคนหลายๆ
คนมีกีฬาหลากหลายชนิดที่เป็นที่นิยมเป็นกรณีเฉพาะใน UKเทศกาลกีฬา

หลายอย่างเกิดขึ้นที่สนามกีฬาหลัก เช่น Wembley Stadium ในกรุงลอนดอน และ Millennium Stadium ในคาร์ดิฟฟ์ รัฐบาลท้องถิ่นและบริษัทเอกชนจัดให้มีสิ่งอำนวยความสะดวก เกี่ยวกับกีฬาต่างๆ เช่น สระว่ายน้ำ สนามเทนนิส สนามฟุตบอล ทางลาดสำหรับเล่นสกี และโรงยิม มีกีฬาที่เป็นที่นิยมหลายประเภท รวมทั้ง คริกเก็ต ฟุตบอล เทนนิส กอล์ฟ และรักบี้ที่เริ่มเล่นกันในอังกฤษ UK เป็นเจ้าภาพในการแข่งขันโอลิมปิกสามครั้ง กล่าวคือ ในปี ค.ศ. 1908 1948 และ 2013 สถานที่จัดกีฬาโอลิมปิกหลักสำหรับ 2012 Games คือที่เมือง Stratford ใน East London ทีมนักกีฬาอังกฤษประสบความสำเร็จเป็นอย่างยิ่งสำหรับกีฬาโอลิมปิกต่างๆ ได้รับเหรียญมากเป็นอันดับที่สาม

พาราลิมปิกเกมส์ (Paralympic Games) สำหรับปีค.ศ. 2012 ก็จัดขึ้นในลอนดอน Paralympic มีต้นกำเนิดในผลงานของ Dr Sir Ludwig Guttman ซึ่งเป็นผู้ลี้ภัยชาวเยอรมัน ที่โรงพยาบาล สโต๊ค แมนเดวิลล์ในบั๊คกิ้งแฮมไชร์ Dr. Guttman พัฒนาวิธีการใหม่ๆในการบำบัดรักษาคนที่ได้รับความบาดเจ็บที่แนวกระดูกสันหลัง และส่งเสริมให้ผู้ป่วยมีส่วนร่วมในการออกกำลังกายและเล่นกีฬา

นักกีฬาชายและนักกีฬาหญิงชาวอังกฤษที่มีชื่อเสียง

เซอร์ โรเจอร์ แบนนิสเตอร์ (**Sir Roger Bannister**) (ค.ศ. 1929 -) เป็นนักกีฬาชายคนแรกในโลกที่วิ่งระยะทางหนึ่งไมล์ภายในเวลา 4 นาทีในปี ค.ศ. 1954

เซอร์ แจ็คกี้ สจ๊วต (**Sir Jackie Stewart**) (ค.ศ. 1939 -) อดีตนักขับรถแข่งชาวสก็อตแลนด์ที่ชนะเลิศในการแข่งขัน Formula 1 world championship สามครั้งซ้อน

บ๊อบบี้มัว (**Bobby Moore**) (1941-93) captained เป็นกัปตันของทีมฟุตบอลอังกฤษที่ได้รับรางวัลฟุตบอลโลกในปี 1966

เซอร์ เอียน บ็อตแฮม (**Sir Ian Botham**) (ค.ศ. 1955 -) เป็นกัปต้นทีมคริกเก็ตของอังกฤษและได้รับรางวัล English Test cricket มากมายทั้งในด้านการตีและการโยน

เจนี่ ทอร์วิลล์ (**Jayne Torvill**) (ค.ศ. 1957 -) และคริสโตเฟอร์ ดีน (**Christopher Dean**) (ค.ศ. 1958 -) ชนะได้เหรียญทองในการแข่ง

สเก็ตน้ำแข็งในโอลิมปิกเกมส์ในปี ค.ศ. 1984 และได้รับรางวัลชนะเลิศระดับโลกสี่ปีซ้อน

เซอร์ สตีฟ เร็ดเกรฟ (**Sir Steve Redgrave**) (ค.ศ. 1962 -) ชนะได้เหรียญรางวัลการแข่งพายเรือในโอลิมปิกเกมส์ห้าปีซ้อน และเป็นนักกีฬาโอลิมปิกที่มีชื่อเสียงที่สุดคนหนึ่งของอังกฤษ

บารอนเนส แทนนี เกรย์-ทอมพ์สัน (**Baroness Tanni Grey-Thompson**) (ค.ศ. 1969 - เป็นนักกีฬาคนหนึ่งที่ใช้เก้าอี้รถเข็นสำหรับผู้พิการและชนะได้เหรียญในกีฬา Paralympic 16 เหรียญ ซึ่งรวมทั้งเหรียญทอง 11 เหรียญจากการแข่งวิ่ง Paralympic Games ห้าครั้ง เธอชนะการวิ่งมาราธอนในลอนดอนหกครั้งและทำลายสถิติโลกครั้งที่ 30

เดม เคลลี่ โฮล์ม (**Dame Kelly Holmes**) (ค.ศ. 1970 -) ได้รับรางวัลเหรียญทองสองครั้งจากการวิ่งในกีฬาโอลิมปิกมี ค.ศ. 2004 เธอเป็นผู้ครองสถิติของอังกฤษและยุโรปหลายรายการ

เดม เอลเลน แม็คอาร์เธอร์ (**Dame Ellen MacArthur**) (ค.ศ.1976 -) เป็นนักกีฬาหญิงแข่งเรือยอชท์ และในปี ค.ศ. 2004 เธอกลายเป็นผู้ที่แล่นเรือรอบโลกได้เร็วที่สุดด้วยมือเพียงข้างเดียว

เซอร์ คริส ฮอย (**Sir Chris Hoy)** (ค.ศ. 1976 -) เป็นนักปั่นจักรยานชาวสก็อตที่ชนะรางวัลเหรียญทองหกเหรียญ เหรียญเงินหนึ่งเหรียญในการแข่งโอลิมปิก นอกจากนี้ยังชนะเลิศการแข่งขันระดับโลกต่างๆ อีก11 ครั้ง

เดวิด เวียร์ (**David Weir**) (ค.ศ. 1979 -) เป็นนักกีฬา Paralympic ที่ใช้เก้าอี้รถเข็นสำหรับคนพิการในการแข่งขันและชนะได้รางวัล เหรียญทองหกเหรียญตลอด Paralympic Games สองครั้ง นอกจากนี้ยังชนะการวิ่งมาราธอนในกรุงลอนดอนถึง 6 ครั้ง

แบรดลี่ย์ วิกกินส์ (**Bradley Wiggins**) (ค.ศ. 1980 -)
เป็นนักปั่นจักรยาน ในปี ค.ศ. 2012 เขากลายเป็นนักกีฬาชาวอังกฤษคนแรกที่ชนะการแข่งขันในรายการ Tour de France เขาได้รับเหรียญรางวัลจากกีฬาโอลิมปิก 7 เหรียญ รวมทั้งเหรียญทองในปี ค.ศ. 2004 2008 และ 2012 ในการแข่งขันกีฬาโอลิมปิก

โม ฟาราห์ (**Mo Farah**) (ค.ศ. 1983 -)
เป็นนักวิ่งแข่งทางไกลชาวอังกฤษ เกิดในประเทศโซมาเลีย
เขาชนะได้เหรียญทองในการแข่งขันโอลิมปิกปี ค.ศ. 2012
จากการวิ่งแข่ง 5,000 และ 10,000 เมตร เป็นครั้งแรกของอังกฤษ

เจสสิก้า เอนนิส (**Jessica Ennis**) (ค.ศ. 1986 -) เป็นนักกรีฑาเธอชน
ะได้เหรียญทองในกีฬาโอลิมปิก ปี ค.ศ. 2012 ในการแข่งสัตตกรีฑาซึ่ง
รวมถึงการแข่งขันกีฬาประเภทลู่และลานเจ็ดประเภทแตกต่างกันนอกจาก
นี้ยังครองสถิติในการแข่งกีฬาของอังกฤษหลายรายการด้วยกัน

แอนดี้ เมอร์เร่ย์ (**Andy Murray**) (ค.ศ. 1987 -) เป็นนักเทนนิสชาวส
ก็อตซึ่งชนะการแข่งขันเทนนิสชายเดี่ยวในรายการ US Open ในปี ค.ศ.
2012 เขาเป็นนักกีฬาชายชาวอังกฤษคนแรกที่ชนะการแข่งขันเดี่ยวใน
Grand Slam tournament ตั้งแต่ปี ค.ศ. 1936 ในปีเดียวกัน เขาชนะการ
แข่งขันโอลิมปิกได้เหรียญทองและเหรียญเงิน และชนะรางวัลรองชนะ
เลิศในการแข่งขันชายเดี่ยวที่ Wimbledon

เอลลี่ ซิมมอนด์ส (**Ellie Simmonds**) (ค.ศ. 1994 -) เป็นกีฬา
Paralympian ซึ่งชนะได้เหรียญทองจากการแข่งขันว่ายน้ำใน
Paralympic Games ค.ศ. 2008 และ 2012 และครองตำแหน่งสถิติโลก
หลายรายการ เธอเป็นสมาชิกของทีมอังกฤษที่อายุน้อยที่สุดในการแข่ง
ขัน 2008 Games

คริกเก็ต (Cricket)

คริกเก็ตถือกำเนิดขึ้นในอังกฤษและปัจจุบันนี้ยังมีการเล่นในหลายประเทศ
การแข่งขันสามารถดำเนินติดต่อกันถึงห้าวันแต่ผลการแข่งขันก็ยังคง
เสมอกัน ลักษณะเฉพาะของเกมและกฎหมายที่มีความสลับซับซ้อนของ
เกมนี้กล่าวได้ว่าสะท้อนให้เห็นลักษณะนิสัยและสำนึกในการเล่นด้วย
ความยุติธรรมของชาวอังกฤษ ท่านอาจเคยได้ยินวลีที่ว่า "rain stopped
play", "batting on a sticky wicket", "playing a straight bat",
"Bowled a googly" หรือ "it's just not cricket", ซึ่งยังคงมีการนำมาใช้
ในปัจจุบันนี้การแข่งขันที่มีชื่อเสียงมากที่สุดคือ the Ashes ซึ่งเป็นแม็ทซ์
ทดสอบที่แข่งกันระหว่างอังกฤษและออสเตรเลีย

ฟุตบอล (Football)

ฟุตบอลเป็นกีฬาที่เป็นที่นิยมมากที่สุดของ UK เป็นกีฬาที่มีประวัติความเป็นมาที่ยาวนานใน UK และได้มีการจัดตั้งสโมสรฟุตบอลอาชีพเป็นครั้งแรกในช่วงปลายศตวรรษที่ 19

อังกฤษ สก็อตแลนด์ เวลส์ และไอร์แลนด์เหนือ ต่างก็มีลีก (leagues) แยกต่างหากที่ทางสโมสรพาไปแข่งขันในเขตและเมืองต่างๆ The English Premier League สามารถดึงดูดผู้ชมจากประเทศต่างๆ ได้จำนวนมาก ผู้เล่นดีเด่นหลายคนในโลกเข้าร่วมการแข่งขันระดับโลกใน Premier League มีทีมของ UK หลายทีมที่ลงแข่งขัน เช่น UEFA (Union of European Football Association) Champions League โดยชนะทีมอื่นๆ จากยุโรป เขตและเมืองส่วนต่างมีสโมสรมืออาชีพและคนก็มีความภูมิใจในการให้การสนับสนุนทีมในเขตของตน จึงมีการแข่งขันที่สำคัญที่สุดระหว่างสโมสรฟุตบอลต่างๆ และระหว่างแฟนฟุตบอล

ประเทศแต่ละประเทศใน UK มีทีมชาติเป็นของตัวเองที่แข่งขันกับทีมชาติทั่วโลกในการแข่งขัน เช่น FIFA (Federation Internationals de Football Association), World Cup และ UEFA European Football Championship อังกฤษได้รับชัยเฉพาะเฉพาะในการแข่งขัน World Cup ปี 1966 ซึ่งจัดแข่งขันใน UK

ฟุตบอลยังเป็นกีฬาที่เป็นที่นิยมแข่งกันในชุมชนท้องถิ่นหลายแห่ง โดยมีผู้เล่นในการแข่งขันสมัครเล่นทุกสัปดาห์ในสวนสาธารณะต่างๆ ทั่ว UK

รักบี้ (Rugby)

รักบี้ถือกำเนิดในอังกฤษในช่วงต้นศตวรรษที่ 19 และเป็นที่นิยมมากใน UK ในปัจจุบันนี้ รักบี้มีสองประเภท ซึ่งต่างก็มีกติกาที่แตกต่างกัน กล่าวคือ union และ league ทั้งสองประเภทมีลีกและทีมชาติในอังกฤษ เวลส์และไอร์เลนด์เหนือ (ซึ่งแข่งกับสาธารณรัฐไอริช) ทีมจากทุกประเทศ แข่งขันกันในการแข่งขันต่างๆ การแข่งขัน rugby union ที่มีชื่อเสียงที่สุดคือ the Six Nations Championship ระหว่าง อังกฤษ ไอร์แลนด์ สก็อตแลนด์ เวลส์ ฝรั่งเศสและอิตาลี The Super League เป็นการแข่งขันของสโมสรรักบี้ที่เป็นที่รู้จักมากที่สุด

การแข่งม้า (Horse Racing)

มีประวัติอันยาวนานเกี่ยวกับกีฬาแข่งม้าในอังกฤษ โดยมีหลักฐานการแข่งม้าอันยาวนานมาแล้วย้อนหลังไปจนถึงยุคโรมัน เป็นกีฬาที่มีความ เกี่ยวข้องที่ยาวนานกับบุคคลในราชวงศ์ จึงมีสนามแข่งม้าอยู่ทั่ว UK งานแข่ง

ม้าที่มีชื่อเสียงคือ Royal Ascot ซึ่งเป็นการจัดประชุมเพื่อการแข่งม้าห้าวัน
ในเบิร์กไชร์ ที่มีสมาชิกของราชวงศ์เข้าร่วมด้วย the Grand National at
Aintree ใกล้ลิเวอร์พูลและ Scottish Grand National at Ayr นอกจากนี้
ยังมีพิพิธภัณฑ์การแข่งม้าแห่งชาติในนิวมาร์เก็ต ซัฟฟอร์คด้วย

กอล์ฟ (Golf)
กีฬาสมัยใหม่ที่สามารถติดตามรอยย้อนหลังไปในศตวรรษที่ 15 เป็นกีฬา
ที่เป็นที่นิยมเล่นกันมาก ซึ่งเป็นการเล่นเพื่อเข้าสังคมและเล่นเป็นอาชีพมี
ทั้งสนามกอล์ฟของทางราชการและของเอกชนอยู่ทั่ว UK โดยที่ เซนต์
แอนดรูว์ในสก็อตแลนด์เป็นที่รู้จักว่าเป็นแหล่งการเล่นกอล์ฟ
(home of golf) The Open Championship เป็นการแข่งขันหลักที่จัด
นอกสหรัฐ โดยจะมีการจัดที่สนามกอล์ฟต่างๆ ทุกปี

เทนนิส (Tennis)
เทนนิสสมัยใหม่วิวัฒนาการขึ้นในประเทศอังกฤษในช่วงปลาย ศตวรรษ
ที่ 19 สโมสรเทนนิสแห่งแรกจัดตั้งขึ้นใน Leamington Spa ในปี
ค.ศ. 1872 การแข่งขันที่มีชื่อเสียงที่สุดที่จัดขึ้นในอังกฤษคือ The
Wimbledon Championship ซึ่งจัดขึ้นทุกปีที่สนามกอล์ฟและ Croquet
Club ทุกแห่งในอังกฤษ เป็นการแข่งขันเทนนิสที่เก่าแก่ที่สุดในโลกและ
มีเพียงการแข่งขัน "Grand Slam" เท่านั้นที่แข่งบนสนามหญ้า

กีฬาทางน้ำ (Water Sports)
การแข่งเรือใบยังคงเป็นกีฬาที่เป็นที่นิยมใน UK แสดงให้เห็นมรดกตก
ทอดเรื่องการเดินเรือของเรา นักเดินเรือชาวอังกฤษชื่อ เซอร์ ฟรานซิส
ไคเชสเตอร์ (Sir Francis Chichester) เป็นบุคคลแรกที่แล่นเรือใบด้วย
มือข้างเดียวรอบโลกในปี ค.ศ. 1966-67. สองปีหลังจากนั้น เซอร์ โรบิน
ค็อกซ์-จอห์นสัน (Sir Robin Knox-Johnson) กลายเป็นบุคคลแรกที่แล่น
เรือโดยไม่หยุดพัก ก็มีการแข่งเรือใบหลายครั้งจัดแข่งทั่ว UK แต่ที่มีชื่อ
เสียงที่สุดคือที่ Cowes ใน Isle of Wight
การพายเรือก็เป็นที่นิยมเช่นกัน ทั้งการพายเพื่อเป็นกิจกรรมพักผ่อนยาม
ว่างและเป็นกีฬาแข่งขัน มีการแข่งขันที่มีชื่อเสียงทุกปีบนแม่น้ำเทมส์
(Thames) ระหว่างมหาวิทยาลัยออกซ์ฟอร์ดและเคมบริดจ์

กีฬาแข่งรถยนต์ (Motor sports)
กีฬาแข่งรถยนต์มีประวัติความเป็นมาอันยาวนานใน UK ทั้งการแข่งรถยนต์
และจักรยานยนต์ การแข่งขันรถยนต์ใน UK เริ่มมีในปี ค.ศ. 1902 และ

UK ยังคงเป็นผู้นำโลกในการพัฒนาและผลิตรถยนต์ด้วยเทคโนโลยีชั้นสูง งาน Formula 1 Grand Prix จัดขึ้นใน UK ทุกปี และมีนักแข่งรถกรังปรีด์ ชาวอังกฤษหลายคนชนะในงาน Formula 1 World Championship ผู้ชนะการแข่งขันชาวอังกฤษเมื่อเร็วๆ นี้ คือ Damon Hill, Lewis Hamilton และ Jenson Button

การเล่นสกี (Skiing)

การเล่นสกีได้รับความนิยมเพิ่มมากขึ้นใน UK คนจำนวนมากเดินทางไป ต่างประเทศเพื่อเล่นสกีและมีลานสกีแห้งทั่ว UK นอกจากนี้ยังมีการเล่น สกีบนลานน้ำแข็งในช่วงฤดูหนาว มีศูนย์สกีห้าแห่งในสก็อตแลนด์รวมทั้ง ทางลาดสกีแห้งที่ยาวที่สุดของยุโรปใกล้เมืองเอดินเบิร์ก

ศิลปะและวัฒนธรรม

ดนตรี
ดนตรีเป็นส่วนสำคัญอย่างหนึ่งของวัฒนธรรมอังกฤษ ที่เป็นมรดกตกทอด มานานและหลากหลาย เริ่มตั้งแต่ดนตรีคลาสสิกจนถึงดนตรีป๊อปสมัยใหม่ นอกจากนี้ยังมีสถานที่ที่แตกต่างกันและงานดนตรีจัดแสดงทั่ว UK

The Proms เป็นการแสดงดนตรีคลาสสิกออร์เคสตรา ในช่วงฤดูร้อน 8 สัปดาห์ที่จัดขึ้น ณ สถานที่ต่างๆ รวมทั้งใน the Royal Albert Hall กรุงลอนดอน ซึ่งจัดขึ้นโดย the British Broadcasting Corporation (BBC) ตั้งแต่ปี ค.ศ. 1927 The Last Night of the Proms เป็นคอนเสิร์ต ที่มีคนรู้จักมากที่สุดและ (รวมทั้งงานคอนเสิร์ตอื่นๆ) ก็จัดแสดงโดยการ ถ่ายทอดทางโทรทัศน์

ดนตรีคลาสสิกเป็นที่นิยมใน UK มาเป็นเวลาหลายศตวรรษแล้ว **Henry Purcell (1659-95)** เป็นผู้จัดรายการที่ Westminister Abbey เขาเขียนดนตรีสำหรับโบสถ์ เพลงโอเปร่าและผลงานอื่นๆ และได้พัฒนา รูปแบบของดนตรีอังกฤษที่มีลักษณะที่โดดเด่นจากที่อื่นๆ ในยุโรป เขายัง คงมีอิทธิพลต่อนักแต่งเพลงอังกฤษด้วย

นักแต่งเพลงชาวเยอรมันชื่อ จอร์จ เฟรดเดอริค แฮนเดล (**George Frederick Handel**) (ค.ศ. 1695-1759) ใช้เวลาหลายปีใน UK และ กลายเป็นพลเมืองอังกฤษในปี ค.ศ. 1727 เขาเขียน the Water Music ให้แก่ King George 1 และ Music for the Royal Fireworks ให้แก่

บุตรชายของเขาคือ George II ผลงานทั้งสองนี้ยังคงเป็นที่นิยมอยู่ นอกจากนี้เขายังเขียน oratorio, Messiah ซึ่งขับร้องโดยคณะร้องประสานเสียง และมักร้องในช่วงเทศกาลอีสเตอร์
เมื่อเร็วๆ นี้ นักแต่งเพลงที่สำคัญคือ กุสตาฟ โฮลส์ (**Gustav Holst**) (ค.ศ. 1874-1934) ซึ่งผลงานของเขารวมถึง The Planets ซึ่งเป็นคำร้องที่เป็นแนวบทเพลงรอบๆ ดาวเคราะห์ของระบบสุริยะ เขาปรับเอาดาวพฤหัส(Jupiter) ซึ่งเป็นส่วนหนึ่งของคำร้องเกี่ยวกับ Planets เป็นระดับเสียงสำหรับ Ivow เพื่อยกย่องประเทศ ซึ่งเป็นเพลงสวดที่มีชื่อเสียงในคริสตจักรของอังกฤษ

เซอร์ เอ็ดเวิร์ด เอลการ์ (**Sir Edward Elgar**) (ค.ศ. 1857 – 1934) เกิดที่วอเรสเตอร์ ประเทศอังกฤษ ผลงานที่เป็นที่รู้จักมากที่สุดของเขาน่าจะเป็น Pomp and Circumstance Marches, March No. 1 (Land of Hope and Glory) ซึ่งมักแสดงที่ the Last Night of the Proms at the Royal Albert Hall

ราล์ฟ วอห์น วิลเลี่ยมส์ (**Ralph Vaughan Williams**) (ค.ศ. 1872-1958) แต่งเพลงสำหรับวงออร์เคสตราและคณะร้องเพลงประสานเสียง เขาได้รับอิทธิพลอย่างมากจากดนตรีพื้นบ้านดั้งเดิมของอังกฤษ

เซอร์ วิลเลียม วอลตัน (**Sir William Walton**) (ค.ศ. 1902-83) แต่งเพลงหลายประเภท ตั้งแต่เพลงประกอบฉากหนังจนถึงเพลงโอเปร่า เขาแต่งเพลงประกอบการเดินสวนสนามให้ในวันราชาภิเษกของ King George VI และ Queen Elizabeth II แต่ผลงานที่ดีที่สุดของเขาน่าจะเป็น Façade ซึ่งเป็นบัลเล่ต์ (ballet) และ Balthazar's Feast เพื่อให้คณะร้องเพลงประสานเสียงคณะใหญ่ร้องประสานเสียงกัน

เบนจามิน บริทเทน (**Benjamin Britten**) (ค.ศ. 1913-76) เป็นที่รู้จักดีในด้านผลงานด้านอุปรากร ซึ่งรวมถึง Peter Grims และ Billy Budd นอกจากนี้เขายังแต่งเพลง A Young Person's Guide ให้แก่วงออร์เคสตรา ซึ่งใช้บางส่วนของตนตรีของ Purcell และแนะนำให้ผู้ชมรู้จักส่วนต่างๆ ของออร์เคสตรา เขาเป็นผู้จัดงาน Aldeburgh festival ในซัฟฟอล์คซึ่งยังคงเป็นงานแสดงดนตรีที่มีชื่อเสียงที่สำคัญในระดับสากล

ดนตรีที่มีชื่อเสียงประเภทอื่นๆ รวมถึง ดนตรีพื้นบ้าน แจส ป็อปและร็อคเฟื่องฟูในอังกฤษตั้งแต่ศตวรรษที่ 20 อังกฤษมีผลกระทบต่อดนตรีที่เป็น

ที่นิยมทั่วโลก มีการใช้ภาษาอังกฤษอย่างกว้างขวางเนื่องจากวัฒนธรรมของ UK เชื่อมโยงกับประเทศหลายๆประเทศและสมรรถนะของชาวอังกฤษในการประดิษฐ์และนวัตกรรมตั้งแต่ ค.ศ. 1960s ดนตรีป๊อปของอังกฤษเป็นการส่งเสริมวัฒนธรรมที่สำคัญที่สุดต่อชีวิตใน UK วงดนตรีต่างๆ รวมทั้ง The Beatles และ The Rolling Stones ยังคงมีอิทธิพลต่อดนตรีทั้งของอังกฤษและต่างประเทศ ดนตรีป๊อปของอังกฤษยังคงมีการคิดค้นใหม่ๆ ตัวอย่างเช่น การเคลื่อนไหวของพวกพั๊งค์ (Punk) ในช่วงปลาย ค.ศ. 1970s และแนวโน้มที่มีต่อวงดนตรีของวัยรุ่นในปี ค.ศ. 1990s

มีสถานที่ขนาดใหญ่มากมายที่จัดงานดนตรีตลอดทั้งปี เช่น Wembley Stadium, The O2 in Greewich, south-east London และ Scottish Exhibition and Conference Centre (SECC) ในกลาสโกว์

ฤดูเทศกาลเกิดขึ้นทั่ว UK ทุกฤดูร้อน โดยมีงานสำคัญๆ ในทุกสถานที่ เทศกาลที่สำคัญคือ Glastonbury, the Isle of Wight Festival และ the V Festival มีวงดนตรีจำนวนมากรวมทั้ง solo artists ทั้งที่เป็นที่รู้จักดีและที่กำลังดัง ก็ร่วมแสดงในงานเหล่านี้ด้วย
The National Eisteddfod of Wales เป็นงานเทศกาลวัฒนธรรมประจำปี ซึ่งรวมถึงการแสดงดนตรีเต้น รำศิลปะและการแสดงแบบดั้งเดิมที่ส่วนใหญ่มักแสดงในเวลส์ ซึ่งรวมทั้งการแข่งขันการประพันธ์บทกวีของเวลส์ที่สำคัญๆ จำนวนหนึ่ง
มีการมอบรางวัล The Mercury Music Prize ในเดือนกันยายนทุกปี สำหรับผลงานเพลงอัลบัมที่ดีที่สุดใน UK และไอร์แลนด์ นอกจากนี้ยังมี The Brit Awards ซึ่งเป็นงานมอบรางวัลประเภทต่างๆ ประจำปี เช่น British group ที่ดีที่สุด และ solo artist ชาวอังกฤษที่โด่งดังที่สุด

โรงละคร (Theatre)

มีโรงละครหลายแห่งในเขตและเมืองส่วนมากทั่ว UK ตั้งแต่ขนาดใหญ่จนถึงขนาดเล็กซึ่งเป็นส่วนสำคัญของชุมชนท้องถิ่นและมักแสดงทั้งเป็นอาชีพและสมัครเล่น London's West End เป็นที่รู้จักว่าเป็น"Theatrelad" ซึ่งเป็นที่รู้จักเป็นอย่างดีของคนทั่วไป The Mousetrap ละครฆาตกรรมซ่อนเงื่อนแสดงโดย Dame Agatha Christie เปิดแสดงต่อเนื่องใน West End ตั้งแต่ปี ค.ศ. 1952 และเปิดแสดงนานที่สุดในประวัติศาสตร์ นอกจากนี้ยังมีละครเพลงดั้งเดิมใน UK ในศตวรรษที่ 19 กิลเบิร์ตและซุลลิแวน (Gilbert and Sullivan) แต่งเรื่องอุปรากรตลกเกี่ยวกับเรื่อง

วัฒนธรรมและการเมือง อุปรากรเหล่านี้รวมถึงเรื่อง HMS Pinafore,The Pirates of Penzance and The Mikado ผลงานของกิลเบิร์ตและ ซุลลิแวน ยังคงมีการนำมาแสดงบนเวลาโดยกลุ่มนักแสดงมืออาชีพและสมัครเล่นเมื่อไม่นานมานี้ แอนดรูว์ ลอยด์ เว็บเบอร์ (Andrew Lloyd Webber) ก็ได้แต่งเพลงสำหรับงานแสดงที่มีชื่อเสียงไปทั่วโลก รวมทั้งร่วมกับทิม ไรซ์ (Tim Rice) แต่งเรื่อง Jesus Christ Superstar and Evita, และ Cats และ The Phanthom of the Opera

ประเพณีของอังกฤษอย่างหนึ่งคือ ละครใบ้ มีโรงละครหลายแห่งสร้างละครใบ้ในช่วงคริสต์มาสละครเหล่านี้เป็นเรื่องเทพนิยายและละครบันเทิงที่มีดนตรีและความขบขันดูกันระหว่างครอบครัว หนึ่งในตัวแสดงดั้งเดิมคือ Dame เป็นผู้หญิงที่แสดงโดยผู้ชาย นอกจากนี้ยังมีม้าหรือวัวใบ้ซึ่งแสดงโดยนักแสดงสองคนในชุดเดียวกัน

The Edinburgh Festival จัดขึ้นในเอดินเบิร์ก สก็อตแลนด์ทุกฤดูร้อนเป็นเทศกาลทางศิลปะและวัฒนธรรมที่แตกต่างกัน โดยมีสถานที่จัดแสดงที่ใหญ่ที่สุดและมีชื่อเสียงที่สุดว่าเป็น the Edinburgh Festival Fringe ("the Fringe") The Fringe เป็นเทศกาลละครและการแสดงตลกที่สำคัญๆ ซึ่งมักแสดงผลงานเกี่ยวกับการทดลองทางวิทยาศาสตร์ มีการมอบรางวัล The Laurence Olivier Awards ทุกปีในที่ต่างๆ กันในลอนดอน มีการมอบรางวัลหลายประเภทด้วยกัน ซึ่งรวมถึง ผู้อำนวยการสร้างยอดเยี่ยม นักแสดงชายและนักแสดงหญิงยอดเยี่ยมมีการตั้งชื่อ รางวัล หลังจากที่นักแสดงชาวอังกฤษชื่อ Sir Laurence Olivier ซึ่งภายหลังเป็น Lord Olivier ผู้เป็นที่รู้จักดีในการแสดงละครต่างๆของ เช็คสเปียร์

ศิลปะ (Art)

ระหว่างช่วงยุคกลาง ศิลปะส่วนใหญ่มีประเด็นหลักเกี่ยวกับศาสนา โดยเฉพาะอย่างยิ่งจิตรกรรมฝาผนังในโบสถ์และภาพประกอบในหนังสือเกี่ยวกับศาสนาซึ่งส่วนมากสูญหายไปหลังจากที่มีการปฏิวัติของชาวโปรเตสแตนท์ แต่ครอบครัวผู้มั่งคั่งก็เริ่มสะสมภาพจิตรกรรมและ รูปสลักอื่นๆ จิตรกรส่วนมากทำงานในอังกฤษในช่วงศตวรรษที่ 16 และ 17 เป็นจิตรกรที่มาจากต่างประเทศ ตัวอย่างเช่น Hans Holbein และ Sir Anthony Van Dyck ศิลปินชาวอังกฤษ โดยเฉพาะอย่างยิ่ง จิตรกรรม ภาพคนเหมือน และภูมิสถาปัตย์กลายมาเป็นที่รู้จักดีตั้งแต่ศตวรรษที่ 18 เป็นต้นมา

ผลงานที่สร้างสรรค์โดยศิลปินชาวอังกฤษและศิลปินระหว่างประเทศได้

มีการจัดแสดงในหอศิลป์ทั่ว UK หอศิลป์ที่มีชื่อเสียงมากที่สุดคือ The National Gallery, Tate Britain และ Tate Modern in London, the National Museum in Cardiff และ The National Gallery of Scotland ในเอดินเบิร์ก

ศิลปินชาวอังกฤษที่มีชื่อเสียง

โธมัส เกนส์โบโรห์ (**Thomas Gainsborough**) (ค.ศ. 1727-88) เป็นจิตรกรวาดภาพคนที่มักวาดภาพคนในประเทศหรือภาพทิวทัศน์ในสวน

เดวิด อัลลัน (**David Allan**) (ค.ศ. 1744-96) เป็นจิตรกรชาวสก็อตซึ่งเป็นที่รู้จักดีในด้านการวาดภาพคนผลงานที่มีชื่อเสียงที่สุดของเขาเรียกว่า The Origin of Painting

โจเซฟ เธอร์เนอร์ (**Joseph Turner**) (ค.ศ. 1775-1851) เป็นจิตรกรวาดภาพภูมิสถาปัตย์สไตล์สมัยใหม่ เขาถือว่าเป็นจิตรกรที่ยกระดับการวาดภาพภูมิสถาปัตย์

จอห์น คอนสเตเบิล (**John Constable**) (ค.ศ. 1776-1837) เป็นจิตรกรวาดภาพภูมิสถาปัตย์ที่มีชื่อเสียงที่สุดจากผลงานของเขาชื่อว่า Deadham Vale บนชายแดน Suffolk-Essex ทางทิศตะวันออกของประเทศอังกฤษ

The Pre-Raphaelites เป็นกลุ่มจิตรกรที่สำคัญกลุ่มหนึ่งในช่วงที่สองของศตวรรษที่ 19 พวกเขาวาดรูปรายละเอียดเกี่ยวกับศาสนาหรืออวรรณกรรมด้วยสีที่สดใส กลุ่มนี้รวมถึง Holman Hunt, Dante Gabriel Rossetti และ Sir John Millais

เซอร์ จอห์น ลาฟเวอรี่ (**Sir John Lavery**) (ค.ศ. 1856-1941) เป็นจิตรกรวาดภาพคนชาวไอร์แลนด์เหนือที่ประสบความสำเร็จสูง ผลงานของเขารวมทั้งการวาดภาพสมาชิกในราชวงศ์

เฮนรี่ มูร์ (**Henry Moore**) (ค.ศ. 1898-1986) เป็นช่างแกะสลักและศิลปินชาวอังกฤษ ผลงานที่เป็นที่รู้จักดีที่สุดของเขาคือประติมากรรมที่เป็นนามธรรมทำด้วยสัมฤทธิ์ขนาดใหญ่

จอห์น เพ็ตส์ (**John Petts**) (ค.ศ.1914-91) เป็นจิตรกรชาวเวลส์ผลงาน

ที่เป็นที่รู้จักมากที่สุดคือผลงานการแกะลวดลายกระจกและงานกระจกสี
ลูเซียน ฟรอยด์ (**Lucian Freud**) (ค.ศ. 1922-2011) เป็นศิลปินชาว
อังกฤษเกิดที่เยอรมัน เป็นที่รู้จักดีในผลงานการวาดรูปคน

เดวิด ฮ็อกนี่ย์ (**David Hockney**) (ค.ศ. 1937-) เป็นผู้สนับสนุนคน
สำคัญของการรณรงค์เรื่องศิลปะประชานิยม หรือ Pop Art ของปี
ค.ศ. 1960s และยังคงมีอิทธิพลอยู่จนกระทั่งทุกวันนี้

ได้มีการจัดตั้งรางวัล The Turner Prize ในปี ค.ศ. 1984 และเฉลิมฉลอง
ศิลปะร่วมสมัย ซึ่งตั้งชื่อหลังจากยุคของ Joseph Turner มีผลงานสี่ชิ้น
ที่ได้รับการคัดเลือกทุกปีและจัดแสดงที่ Tate Britain ก่อนที่จะประกาศผู้
ชนะเลิศThe Turner Prize ถือว่าเป็นรางวัลทางด้านทัศนศิลป์ที่มีเกียรติ
สูงสุดในยุโรป อดีตผู้ชนะเลิศคือ Damien Hunt และ Richard Wright.

สถาปัตยกรรม (Architecture)
มรดกทางสถาปัตยกรรมของ UK ยังคงมีมากมายและหลายหลาย ในยุค
กลางมีการก่อสร้างโบสถ์และศาสนจักร ซึ่งหลายแห่งยังคงอยู่จนกระทั่ง
ปัจจุบันนี้ ตัวอย่างเช่น โบสถ์ของแคนเทอเบอรี่และซาลิสเบอรี่ หอขาว
(The White Tower) ในหอคอยแห่งกรุงลอนดอน (the Tower of
London) เป็นปราสาทที่ใช้ขังพวก Norman ซึ่งสร้างตามคำสั่งของ
William the Conqueror

เนื่องจากพื้นที่ในเขตชนบทค่อยๆ มีความสงบสุขยิ่งขึ้นและเจ้าของที่ดินก็
เริ่มมั่งคั่งขึ้นบ้านของผู้มั่งคั่งก็มีความประณีตและเป็นบ้านในเขตเมืองมาก
ขึ้น เช่นการสร้าง Hardwick Hall ในเดอร์บีไชร์ เป็นสถาปัตยกรรมแบบ
อังกฤษซึ่งเริ่มวิวัฒนาการขึ้น

ในศตวรรษที่ 17 Inigo Jones ได้รับแรงบันดาลใจจากสถาปัตยกรรม
คลาสสิกในการออกแบบ Queen's House ที่ Greenwich และ
Banqueting House ในหอขาวแห่งลอนดอน ในช่วงปลายศตวรรษ Sir
Christopher Wren ได้ช่วยพัฒนารูปแบบของอังกฤษที่มีสไตล์หรูหราที่
นิยมในยุโรปมาใช้กับอาคาร เช่น วิหารเซนต์พอล

ในศตวรรษที่ 18 การออกแบบที่เรียบง่ายเริ่มเป็นที่นิยมมากขึ้น สถาปนิก
ชาวสก็อตชื่อโรเบิร์ต อดัม (Robert Adam) มีอิทธิพลต่อการพัฒนาสถา
ปัตยกรรมใน UK ยุโรป และอเมริกา เขาได้ออกแบบตกแต่งภายในรวม

ทั้งตัวอาคารสำคัญๆ เช่น Dumfries House ในสก็อตแลนด์ ความคิดของ
เขามีอิทธิพลต่อสถาปนิกในเมือง เช่น Bath ซึ่งเป็นสถานที่ก่อสร้าง
Royal Crescent

ในศตวรรษที่ 19 สถาปัตยกรรมสไตล์ "โกธิค"gothic
ยุคกลางกลับมาได้รับความนิยมอีกครั้ง ในขณะที่เมืองขยายตัวมีการก่อ
สร้างอาคารสาธารณะมากมายในสไตล์นี้ อาคารรัฐสภาและ St Pancreas
Station ก็สร้างขึ้นในช่วงเวลานี้ เพื่อใช้เป็นศาลากลางในเมืองเช่นใน
แมนเชสเตอร์และเชฟฟิลด์

ในศตวรรษที่ 20 เซอร์เอ็ดวิน ลูเท็นส (Sir Edwin Lutyens) เป็นผู้มี
อิทธิพลตลอดทั่วจักรวรรดิอังกฤษ เขาออกแบบกรุงนิวเดลฮีให้เป็นที่ทำ
การของรัฐบาลในอินเดีย หลังจากสงครามโลกครั้งที่หนึ่ง เขารับผิดชอบ
การสร้างอนุสาวรีย์รบ (Cenotaph) หลายแห่งทั่วโลก รวมทั้ง Cenotaph
ใน Whitehall The Cenotaph เป็นสถานที่สำหรับจัดงานวันรำลึกผู้เสีย
สละที่เสียชีวิตในสงคราม (Remembrance Day) ซึ่งพระราชินี นักการ
เมือง และเอกอัครราชทูตต่างประเทศเข้าร่วมงานด้วย

สถาปนิกชาวอังกฤษยุคใหม่รวมถึง เซอร์นอร์แมน ฟอสเตอร์
(Ser Norman Foster) ท่านลอร์ด (ริชาร์ด) โรเจอร์ (Lord (Richard)
Roger) และ เดม ซาฮา ฮาดิด (Dame Zaha Hadid) ซึ่งยังคงทำงานใน
โครงการสำคัญๆ ทั่วโลกรวมทั้งภายใน UK ด้วย พร้อมๆไปกับการพัฒนา
สถาปัตยกรรม การออกแบบสวนและการออกแบบภูมิสถาปัตย์ก็มีบทบาท
สำคัญใน UK ในศตวรรษที่ 18 Lancelot"Capability"Brown ได้ออกแบบ
พื้นที่รอบๆ คฤหาสน์ในชนบทเพื่อให้สภาพภูมิสถาปัตย์ที่ เป็นธรรมชาติ
มีทุ่งหญ้า ต้นไม้และทะเลสาบ เขามักพูดว่ามันเป็นสถานที่ที่มี
"ศักยภาพ" หลังจากนั้น เกอร์ทรูด เจคิลล์ (Gertrude Jeykll) มักทำงาน
ร่วมกับ Edwin Lutyens ในการออกแบบส่วนที่เต็มไปด้วยสีสันรอบๆ บ้าน
ที่เขาออกแบบ สวนยังคงเป็นส่วนสำคัญของบ้านใน UK ได้มีการจัดงาน
Chelsea Flower Show ทุกปีซึ่งเป็นการแสดงการออกแบบสวนจาก
อังกฤษและทั่วโลก

แฟชั่นและการออกแบบ (Fashion and design)
อังกฤษได้ผลิตนักออกแบบชื่อดังจำนวนมาก ตั้งแต่ โธมัส ชิพเปนเดล
(Thomas Chippenale) (ซึ่งเป็นผู้ออกแบบเฟอร์นิเจอร์ในศตวรรษที่ 18)
จนกระทั่ง คลาไรซ์ คลิฟฟ์ (Clarice Cliff) (ผู้ออกแบบ Art Deco

ceramics) รวมทั้ง เซอร์เทอร์เรนซ์ คอนแรน (Sir Terrence Conrand) (นักออกแบบภายในในช่วงศตวรรษที่ 20)นักออกแบบแฟชั่นชั้นนำในช่วงไม่นานมานี้รวมถึงแมรี่ ควอนต์ (Mary Quant) อเล็กซานเดอร์ แม็คควีน (Alexander McQueen) และ วิวียน เวสท์วูด (Vivienne Westwood)

วรรณกรรม (Literature)

UK มีประวัติความเป็นมาเกี่ยวกับวรรณกรรมและประเพณี ที่มีชื่อเสียงนักประพันธ์ชาวอังกฤษหลายคนรวมทั้งนักแต่งนวนิยาย เซอร์วิลเลียม โกลด์ดิ้ง (Sir William Golding) กวีชื่อซีมุส เฮนนี่ย์ (Seamus Heaney) และคนเขียนบทละครชื่อ ฮาร์โรลด์ พินเตอร์ (Harold Pinter) เป็นผู้ชนะได้รับรางวัลโนเบลสาขาวรรณกรรมส่วนนักประพันธ์อื่นๆ ก็กลายเป็นที่รู้จักดีในด้านบันเทิงคดีที่มีชื่อเสียง นวนิยายแนวสืบสวนสอบสวนของ อกาธา คริสตี้ (Agatha Christie) ก็มีคนอ่านทั่วโลกและหนังสือของ เอียน เฟลมมิ่ง (Ian Fleming) ก็ทำให้คนรู้จัก นวนิยายเรื่องเจมส์บอนด์ (James Bond) ในปี ค.ศ. 2003 The Lord of the Rings โดย เจอาร์อาร์ โทลคีน (JRR Tolkien) ก็ได้รับการโหวตให้เป็นนวนิยายที่มีคนชอบมากที่สุดของประเทศ

ได้มีการมอบรางวัล The Man Booker Prize for Fiction ทุกให้แก่ผู้ประพันธ์นวนิยายแนวบันเทิงคดียอดเยี่ยม แต่งโดยนักประพันธ์จากเครือ จักรภพ ไอร์แลนด์ หรือซิมบับเว โดยมีการมอบรางวัลตั้งแต่ปี ค.ศ. 1968 ผู้ชนะที่ผ่านมารวมถึง เอียน เม็คอีแวน (Ian McEwan) ฮิลลารี่ แมนเทล (Hilary Mantel) และ จูเลียน บาร์เนส (Julian Barnes)

นักประพันธ์และนักเขียนที่มีชื่อเสียง (Notable Authors and Writers)

เจน ออสเทน (**Jane Austen**) (ค.ศ. 1775-1817) เป็นนักแต่งนวนิยายชาวอังกฤษ หนังสือของเธอรวมถึง Pride and Prejudice และ Sense and Sensibility นวนิยายของเธอเป็นเรื่องเกี่ยวกับการแต่งงานและความสัมพันธ์ของครอบครัวมีหลายเรื่องที่นำไปทำรายการโทรทัศน์หรือภาพยนตร์

ชาล์ส ดิคเก็นส์ (**Charles Dickens**) (ค.ศ. 1812-70) เป็นผู้เขียนนวนิยายที่มีชื่อเสียงที่เขียนจำนวนมาก รวมทั้งเรื่อง Oliver Twist and Great Expectation ท่านจะได้ยินมีคนคุยกันทุกวันเกี่ยวกับตัวละครในหนังสือ

ของเขาเช่น Scrooge (จอมขี้เหนียว) หรือ Mr. Micawber

โรเบิร์ต หลุยส์ สตีเวนสัน (**Robert Louis Stevenson**) (ค.ศ. 1850-94) เขียนหนังสือมากมายที่ยังมีทั้งผู้ใหญ่และเด็กอ่านอยู่จนกระทั่งทุกวันนี้ หนังสือที่มีชื่อเสียงมากที่สุดของเขาคือ Treasure Island, Kidnapped and Dr Jekyll and Mr. Hyde

โทมัส ฮาร์ดี **(Thomas Hardy**) (ค.ศ.1840-1928) เป็นนักเขียนและกวี นวนิยายที่ดีที่สุด ที่รู้จักกันของเขามุ่งเน้นไปที่สังคมชนบทและรวมถึงการห่างไกลจากฝูงชนและชัดเจน (Jude the Obscure)

เซอร์อาร์เธอร์ โคแนน ดอยลี (**Sir Arthur Conan Doyle**) (ค.ศ. 1859-1930) เป็นแพทย์และนักเขียนชาวสก็อต เขาเป็นที่รู้จักดีจากเรื่อง Sherlock Holmes ซึ่งเป็นนิยายแนวสอบสวนสืบสวนบันเทิงคดีเรื่องแรก

เอฟลิน วอห์ (**Evelyn Waugh**) (ค.ศ. 1903-66)
เขียนนวนิยายเชิงประชดประชัน รวมทั้งเรื่อง Decline and Fall and Scoop และมีชื่อเสียงจากผลงานของเขาเรื่อง Brideshead Revisited

เซอร์คินสลี่ย์ อมิส (**Sir Kinsley Amis**) (ค.ศ. 1922-95)
เป็นนักเขียนนวนิยายและกวี เขาเขียนนวนิยายมากกว่า 20 เรื่อง เรื่องที่เป็นที่รู้จักดีที่สุดคือ Lucky Jim

เกรแฮม กรีน (**Graham Greene**) (ค.ศ. 1904-91) เขียนนวนิยายที่มักได้รับอิทธิพลจากความเชื่อในศาสนาของเขา รวมทั้งเรื่อง The Heart of the Matter, The Honorary Consul, Brighton Rock and Our Man in Havana

เจ เค โรวลิ่ง (**J K Rowling**) (ค.ศ. 1965-) เขียนเรื่องแฮรี่พ็อตเตอร์ (Harry Potter) ซึ่งเป็นหนังสือสำหรับเด็ก ซึ่งประสบความสำเร็จในระดับนานาชาติอย่างมาก ตอนนี้เธอเขียนหนังสือบันเทิงคดีสำหรับผู้ใหญ่ด้วยเช่นกัน

กวีชาวอังกฤษ (British poets)
บทกวีของอังกฤษมักพบเห็นได้ท่ามกลางคนที่รวยที่สุดในโลก บทกวีของชาวแอลโก-แซกซัน ชื่อ Beowulf เป็นการบอกเล่า เรื่องเกี่ยวกับสงคราม

ของวีรบุรุษที่ต่อสู้กับสัตว์ประหลาด และยังมีการแปลเป็นภาษาอังกฤษสมัยใหม่ด้วยบทกวี ที่ยังคงอยู่ตั้งแต่ยุคกลาง รวมถึง Chaucer's Canterbury Tales และบทกวีที่ชื่อ Sir Gawain and the Green Knight เป็นเรื่องเกี่ยวกับ อัศวินคนหนึ่งแห่งราชสำนักของกษัตริย์ อาร์เธอร์ เช่นเดียวกับบทละคร เช็คสเปียร์ก็เขียนโคลงไว้มากมาย (บทกวีที่ต้องมีความยาว 14 บรรทัด) และบ้างก็เป็นบทกวีที่มีความยาวกว่านั้น เนื่องจากแนวความคิดของชาวโปรเตสแตนท์นั้นเริ่มแพร่หลาย กวีจึงเขียนบทกวีที่ได้รับแรงบันดาลใจจากมุมมองเกี่ยวกับ ศาสนาของพวกเขาหนึ่งในนี้คือ จอห์น มิลตัน (John Milton) ผู้เขียน Paradise Lost กวีคนอื่นๆ รวมทั้ง วิลเลียม เวิร์ดสวูธท์ (William Wordsworth) ได้รับแรงบันดาลใจจากธรรมชาติ เซอร์วอลเตอร์ สก็อตต์ (Sir Walter Scott)เขียนบทกวีที่ได้รับแรงบันดาลใจโดย สก็อตแลนด์และโดยนิยายและเพลงพื้นเมืองจากพื้นที่ที่อยู่ชายแดนสก็อตแลนด์และอังกฤษ นอกจากนี้เขายังเขียนนวนิยายต่างๆ ซึ่งมีหลายเรื่องใช้ฉากในสก็อตแลนด์

การเขียนบทกวีเป็นที่นิยมกันมากในศตวรรษที่ 19 โดยกวีอย่างเช่น วิลเลียม เบร็ค (William Blake); จอห์น คีธส์ (John Keats); ท่านลอร์ดไบรอน (Lord Byron); เพอร์ซี่ เชลลี่ย์ (Percy Shelley); อัลเฟรด ลอร์ด เทนนีสัน (Alfred Lord Tennyson) และโรเบิร์ต และ เอลิซาเบธ บราวนิ่ง (Robert and Elizabeth Browning) หลังจากนั้นก็มีกวีหลายคน ตัวอย่างเช่น วิลเฟรด โอเวน (Wilfred Owen) และ ซีกเฟร็ด ซาสซูน (Siegfried Sassoon) ซึ่งได้รับแรงบันดาลใจ ในการเขียนเกี่ยวกับประสบการณ์ของพวกเขาในสงครามโลกครั้งที่หนึ่งเมื่อไม่นานมานี้ กวีที่มีชื่อเสียงคือ เซอร์ วอลเตอร์ เดอ ลา แมร์ (Sir Walter de la Mare); จอห์น แมสฟีลด์ (John Masefield) และเซอร์จอห์น เบ็ทเจแมน และ เท็ด ฮิวส์ (Sir John Betjeman and Ted Hughes) กวีที่มีคนรู้จักมากที่สุดบางคนถูกฝังหรือเก็บไว้เป็นอนุสรณ์ใน Poet's Corner ใน Westminster Abbey

บทกวีที่มีชื่อเสียงบางบทคือ:

> 'Oh to be in England now that April's there
> And whoever wakes in England sees, some mourning unaware,
> That the lowest boughs and brushwood sheaf
> Round the elm-tree bole are in tiny leaf

While the Chaffinch sings on the orchard bough
In England – Now!'
(Robert Browning ค.ศ. 1812-89 – Home Thoughts from
Abroad)

She walks in beauty, like the night
Of cloudless climes and starry skies
All that's best of dark and bright
Meet in her aspect and her eyes
(Lord Byron, ค.ศ 1788-1824 - She Walks in Beauty)

I wander'd lonely as a cloud
That floats on high o'er vales and hills
When all at once I saw a crowd,
A host of garden duffodils
(William Wordsworth, ค.ศ. 1770-1850 the Daffodils)

Tyger! Tyger! Burning bright
In the forests of the night,
What immortal hand or eye
Could frame thy fearful symmetry
(William Blake, ค.ศ. 1757-1827 – The Tyger)

What passing-bells for those who die as cattle?
Only the monstrous anger of the guns
Only the stuttering rifles' rapid rattle
Can patter out their hasty orisons
(Wilfred Owen, ค.ศ. 1893-1918 – Anthem for Doomed
Youth)

ตรวจสอบความเข้าใจของท่านในเรื่องต่อไปนี้:

- กีฬาอะไรที่เป็นที่นิยมโดยเฉพาะใน UK
- การแข่งขันกีฬาสำคัญๆ บางอย่างที่จัดให้มีการแข่งขันทุกปี
- งานแสดงศิลปะและวัฒนธรรมสำคัญๆ บางงานที่จัดขึ้นใน UK
- ผลงานทางด้านศิลปะและวัฒนธรรมได้รับการยอมรับอย่างเป็นทางการ
  อย่างไร

ความบันเทิง (Leisure)

คนใน UK ใช้เวลาว่างเพื่อความบันเทิงในหลายๆ ทางแตกต่างกัน

การทำสวน

คนส่วนมากมีสวนอยู่ที่บ้านและจะใช้เวลาว่างของตนในการดูแลสวน บาง
คนก็เช่าที่ดินเพิ่มเติมเรียกว่า "แปลงที่ดินจัดสรร" เพื่อปลูกผลไม้และผัก
การทำสวนและปลูกดอกไม้เห็นได้จากงานนิทรรศการระดับชาติจนกระทั่ง
งานเล็กๆ ในท้องถิ่น มีเขตหลายเขตที่มีศูนย์อุปกรณ์ทำสวนที่ขายต้นไม้
และอุปกรณ์ทำสวน มีสวนที่มีชื่อเสียงหลายแห่งให้เราเยี่ยมชมทั่ว UK
ซึ่งรวมทั้ง Kew Gardens, Sisinghurst และ Hidcote ในอังกฤษ,
Carthes Castle and Inveraray Castle ในสก็อตแลนด์ Bodnant
Garden ในเวลส์และ Mount Steward ในไอร์แลนด์เหนือ

ประเทศต่างๆ ที่รวมกันเป็น UK มีดอกไม้ที่มีความเกี่ยวข้องกับพวกเขา
โดยเฉพาะ และบางครั้งก็มีการนำมาใช้ในวันนักบุญแห่งชาติ คือ
- อังกฤษ – ใช้ดอกกุหลาบ (rose)
- สก็อตแลนด์ – ใช้ดอกทริสเติล (thristle)
- เวลส์ – ใช้ดอกแดฟโฟดิล (daffodil)
- ไอร์แลนด์เหนือ –ใช้ดอก แชมร็อค (shamrock)

การช็อปปิ้ง

มีสถานที่ต่างๆมากมายเพื่อให้คนไปช็อปปิ้งใน UK เขตและเมืองส่วนใหญ่
จะมีช็อปปิ้งเซ็นเตอร์ หรือเรียกว่า Town Centre ช็อปปิงเซ็นเตอร์ที่ ไม่
เปิดเผย (ตลาดมืด) ก็ถือว่าเป็นเรื่องปกติ ซึ่งอาจจะมีอยู่ใน town centres
หรือแถบชานเมือง ร้านค้าส่วนมากใน UK มักเปิดให้บริการเจ็ดวัน กระนั้น
ก็ดี เวลาทำการในวันอาทิตย์และวันหยุดราชการก็มักลดลง เขตหลายเขต
ก็มีตลาดที่เปิดให้บริการสัปดาห์ละหนึ่งหรือหลายวัน ที่มีเจ้าของแผงขาย
สินค้าหลากชนิด

การทำอาหารและอาหาร (Cooking and food)

คนจำนวนมากใน UK ชอบการทำอาหาร พวกเขามักเชิญเพื่อนๆ มารับ
ประทานอาหารเย็นที่บ้าน มีการรับประทานอาหารที่หลากหลายมากใน
UK เพราะว่าเป็นประเทศที่มีมรดกทางวัฒนธรรมและประชากรที่มีความ
หลากหลายมาก

อาหารพื้นเมือง Traditional foods
มีอาหารหลากหลายชนิดที่เป็นอาหารที่มีความเกี่ยวข้องกับประเพณีในส่วนต่างๆ ของ UK

อังกฤษ: Roast beet เนื้ออบซึ่งมักเสิร์ฟพร้อมกับ มันฝรั่งและผักยอร์คเชอร์พุดดิ้ง (ส่วนผสมของแป้งที่นำมาอบในเตาอบ) และเครื่องเคียงอื่นๆ ปลาและมันฝรั่งทอดกรอบก็เป็นที่นิยมเช่นกัน

เวลส์: Welsh cakes ขนมเค๊กของเวลส์ เป็นอาหารว่างของชาวเวลส์พื้นเมือง ทำจากแป้ง ผลไม้แห้งและเครื่องเทศ จะเสิร์ฟร้อนหรือเย็นก็ได้

สก็อตแลนด์: Haggis เครื่องใน ส่วนที่เป็นท้องแกะยัดด้วยเครื่องในไขมัน หัวหอมใหญ่และข้าวโอ๊ตบดหยาบ

ไอร์แลนด์เหนือ: Ulster fry อาหารทอด- มีเบคอน ไข่ ไส้กรอก ไส้กรอกดำ ไวท์พุดดิ้ง มะเขือเทศ เห็ด ขนมปัง และขนมปังผสมมันฝรั่ง

ภาพยนตร์

อุตสาหกรรมภาพยนตร์ของอังกฤษ
UKมีอิทธิพลมากต่อโรงภาพยนตร์ยุคใหม่มีการฉายภาพยนตร์ต่อสาธารณชนเป็นครั้งแรกใน UK เมื่อปี ค.ศ.1896 และการฉายภาพยนตร์เคลื่อนไหวก็ได้รับความนิยมอย่างรวดเร็ว ตั้งแต่แรกเริ่มผู้ผลิตภาพยนตร์ชาวอังกฤษกลายมามีชื่อเสียงในเรื่องการใช้ special effects และต้องยก ให้ชาวอังกฤษเป็นผู้เชี่ยวชาญด้านการทำ special effects จากยุคต้นๆ ของโรงภาพยนตร์นักแสดงชาวอังกฤษทำงานทั้งใน UK และในสหรัฐเซอร์ชาร์ลส (ชาลี) แชปลิน (Sir Charles “Chalie” Chaplin) เป็นผู้ที่มีชื่อเสียงในการแสดงภาพยนตร์เงียบด้วยบุคลิกการเดินที่ไม่เหมือนใครและเป็นหนึ่งในนักแสดงชาวอังกฤษหลายคนที่ประกอบอาชีพนักแสดง ในฮอลลีวูด

สตูดิโอของอังกฤษมีเฟื่องฟูมากในปี ค.ศ. 1930s. ผู้กำกับภาพยนตร์ที่มีชื่อเสียงคือ เซอร์ อเล็กซานเดอร์ คอร์ดา (Sir Alexander Korda) และเซอร์อัลเฟรด ฮิตช์ค็อกซ์ (Sir Alfred Hitchcock) ซึ่งหลังจากนั้นไปมีชื่อเสียงในฮอลลีวูดและยังคงเป็นผู้กำกับภาพยนตร์คนสำคัญจนกระทั่งเสียชีวิตในปี ค.ศ. 1980 ระหว่างช่วงสงครามโลกครั้งที่สอง ภาพยนตร์อังกฤษ (ตัวอย่างเช่น In Which We Serve) แสดงให้เห็นส่วน สำคัญในการสร้างขวัญและกำลังใจ หลังจากนั้นผู้อำนวยการสร้างชาวอังกฤษ ซึ่ง

รวมทั้งเซอร์เดวิด ลีน (Sir David Lean) และ ริดลี่ย์ สก็อตต์ (Ridley Scott) ก็ประสบความสำเร็จอย่างยิ่งใหญ่ทั้งใน UK และต่างประเทศ

ในปี ค.ศ. 1950s และ 1960s เป็นจุดสูงสุดสำหรับภาพยนตร์ตลกของอังกฤษ ซึ่งรวมถึงเรื่อง Passport to Pimlico, the Ladykillers และหลังจากนั้นก็มีเรื่อง Carry On Films

ปัจจุบันนี้มีภาพยนตร์มากมายที่สร้างใน UK โดยบริษัทต่างประเทศ โดยใช้ผู้เชี่ยวชาญชาวอังกฤษ ภาพยนตร์ที่ประสบความสำเร็จทางการค้าสูงสุดตลอดเวลา คือแฟรนไชส์ภาพยนตร์ที่ทำกำไรสูงสุด สองเรื่อง คือแฮรี่ พ็อตเตอร์ และ เจมส์บอนด์ (Harry Potter และ James Bond) ซึ่งสร้างใน UK Ealing Studio เรียกได้ว่าเป็น สตูดิโอภาพยนตร์ที่ทำงานอย่างต่อเนื่องที่เก่าแก่มากที่สุดในโลกส่วนอังกฤษก็ยังคงความเป็นเลิศด้าน special effects และ animation ตัวอย่างผลงานของ Nick Park ผู้ชนะได้รับราง วัลออสการ์ สี่ถ้วยจากภาพยนตร์แอนนิเมชั่นรวมทั้งภาพยนตร์ สามเรื่อง Wallace and Gromit

นักแสดงเช่น เซอร์ลอร์เรนซ์ โอลิเวียร์ (Lawrence Olivier) เดวิด ไนเวน (David Niven) เซอร์เร็กซ์ แฮริสัน (Sir Rex Harrision) และริชาร์ด เบอร์ตัน (Richard Burton) ก็แสดงนำในภาพยนตร์ที่มีชื่อเสียงมากมาย นักแสดงชาวอังกฤษยังคงเป็นที่นิยมและชนะรางวัลทั่วโลกนักแสดงชาวอังกฤษเมื่อไม่นานมานี้ที่ชนะรางวัลออสการ์คือ คอลิน เฟิร์ธ (Colin Firth) เซอร์แอนโธนี่ ฮอบกินส์ (Sir Anthony Hopkins) เดม จูดี้ เด็นซ์ (Dame Judi Dence) เคธ วินสเล็ต (Kate Winslet) และทิลดา สวินตัน (Tilda Swinton)

The annual British Academy Film Awards จัดโดย the British Academy of Film and Television Arts (BAFTA) เป็นการมอบรางวัลที่เทียบเท่ากับรางวัลออสการ์

ภาพยนตร์ที่มีชื่อเสียงของอังกฤษบางเรื่องคือ:
- The 39 Steps (1935) กำกับโดย Alfred Hitchcock
- Brief Encounter (1945) กำกับโดย David Lean
- The Third Man (1949) กำกับโดย Carol Reed
- The Belles of St Trinian's (1954) กำกับโดย Frank Launder
- Lawrence of Arabia (1962) กำกับโดย David Lean

- Women in Love (1969) กำกับโดย Ken Russell
- Don't Look Now (1973) กำกับโดย Nicolas Roeg
- Chariots of Fire (1981) กำกัดโดย Hugh Hudson
- The Killing Fields (1984) กำกับโดย Roland Joffe
- Four Weddings and a Funeral (1994) กำกับโดย Mike Newell
- Touching the Void (2003) กำกับโดย Kevin MacDonald

ภาพยนตร์ตลกของอังกฤษ

ประเพณีด้านความตลกขบขันและการเสียดสี และความสามารถในการ
สร้างเสียงหัวเราะ เป็นส่วนสำคัญที่เป็นลักษณะเฉพาะของอังกฤษ
พระมหากษัตริย์ในช่วงยุคกลางและขุนนางผู้ร่ำรวยจะมีตัวตลกที่คอยเล่า
เรื่องตลกและแสดงตลกให้คนในราชสำนักดูหลังจากนั้นเชคสเปียร์ได้รวม
ตัวละครตลกไว้ในการแสดงของเขาในศตวรรษที่ 18 มีการ์ตูนล้อการเมือง
โจมตีนักการเมืองที่มีชื่อเสียง และบางครั้งก็โจมตีพระมหากษัตริย์หรือ
สมาชิกของราชวงศ์ซึ่งเป็นที่นิยมมากขึ้นในศตวรรษที่ 19เริ่มมี การตี
พิมพ์นิตยสารล้อเลียนสังคม นิตยสารที่มีชื่อเสียงที่สุดคือ Punch ซึ่งตี
พิมพ์เป็นครั้งแรกในค.ศ. 1840s.ปัจจุบันนี้ยังคงมีการตีพิมพ์การ์ตูนในหนัง
สือพิมพ์ และนิตยสารเช่น Private Eye ซึ่งยังคงรักษาประเพณีของการ
ล้อเลียนสังคมอยู่

นักแสดงตลกก็เป็นลักษณะเฉพาะที่นิยมของโรงแสดงดนตรีของอังกฤษ
ซึ่งเป็นรูปแบบหนึ่งของโรงละครแบบต่างๆที่เป็นเรื่องธรรมดามากจนกระ
ทั่งโทรทัศน์กลายมาเป็นสื่อบันเทิงรูปแบบใหม่ที่นำสมัยใน UK บางคน
แสดงในโรงแสดงดนตรีในปี ค.ศ. 1940s และ 1950s เช่น Morecambe
และ Wise ก็กลายมาเป็นดาราทีวี

ภาพยนตร์ตลกทางทีวีได้มีการพัฒนาขึ้นเป็นรูปแบบของตัวเอง ละครตลก
(Situation comedies หรือ sitcoms ซึ่งมักเป็นเรื่องเกี่ยวกับ ชีวิต
ครอบครัว และความสัมพันธ์ในที่ทำงานก็ยังคงเป็นที่นิยม การเสียดสีล้อ
เลียนก็ยังคงสำคัญอยู่เช่นกัน เช่นเรื่อง That Was The Week That Was
ในปี ค.ศ. 1960s และ Spitting Image ในปี ค.ศ. 1980s และ 1990s.
ในปี ค.ศ. 1969 Monty Python's Flying Circus เป็นการนำเสนอละคร
ตลก แบบใหม่ การแสดงตลกเดี่ยวบนเวที ที่มีนักแสดงตลกเพียงคนเดียว
คุยกับผู้ชมที่นั่งชมอยู่ (หรือเรียกกันว่า "เดี่ยวไมโครโฟน") ก็กลายมาเป็น
ที่นิยมอีกครั้งในช่วงไม่กี่ปีที่ผ่านมา

โทรทัศน์และวิทยุ (Television and Video)

มีช่องรายการโทรทัศน์ที่แตกต่างๆ มากมายใน UK บางช่องสามารถดูฟรี และบางช่องก็ต้องจ่ายค่าสมาชิก โทรทัศน์ของอังกฤษมีรายการที่หลากหลาย รายการที่เป็นที่นิยมรวมถึงละครน้ำเน่าทั่วไป (soap operas) เช่นเรื่อง Coronation Street และ East Enders ในสก็อตแลนด์ ก็มีรายการเฉพาะของสก็อตแลนด์บางรายการที่แสดงอยู่ และยังมีช่อง รายการภาษา Gaelic ด้วย นอกจากนี้ยังมีช่องรายการในเวลส์ที่ใช้ภาษาเวลส์ด้วย และยังมีรายการเฉพาะของไอร์แลนด์เหนือและบางรายการที่ออกอากาศเป็นภาษา Gaelic ของไอริช

ทุกคนใน UK ที่มีทีวี คอมพิวเตอร์ หรือสื่ออื่นๆ ที่สามารถใช้ดูทีวีต้องมีใบอนุญาตทีวี ใบอนุญาตหนึ่งใบครอบคลุมอุปกรณ์ต่างๆ ในบ้านหนึ่งหลังยกเว้นเมื่อคนเช่าห้องแยกต่างหากในบ้านที่อยู่ร่วมกันและแต่ละห้องมีสัญญาเช่าแยกต่างหาก คนเหล่านั้นต้องซื้อใบอนุญาตแยกต่างหากคนที่อายุเกิน 75 ปีสามารถยื่นขอใบอนุญาตทีวีฟรี และคนตาบอดจะได้รับส่วนลด 50% ท่านจะต้องเสียค่าปรับจนถึง 1,000 ปอนด์หากท่านดูทีวีแต่ไม่มีใบอนุญาตทีวี

เงินค่าใบอนุญาตทีวีใช้เพื่อจ่ายให้แก่ the British Broadcasting Corporation (BBC)ซึ่งเป็นผู้กระจายเสียงที่ให้บริการสาธารณะในอังกฤษ เป็นผู้กระจายเสียงรายการทีวีและรายการวิทยุ BBC เป็นผู้กระจายเสียงรายใหญ่ที่สุดในโลก เป็นหน่วยงานที่ได้รับเงินทุนจากรัฐทั้งหมดที่ไม่ขึ้นอยู่กับรัฐบาล ส่วนช่องอื่นๆ ของ UK จะได้รับเงินทุนเบื้องต้นโดย ผ่านการโฆษณาและค่าสมัครเป็นสมาชิกของผู้ชม

เครือข่ายทางสังคม (Social Networking)

เว็บไซต์เครือข่ายทางสังคม เช่น Facebook และ Twitter กำลังเป็นวิธีที่นิยมสำหรับคนที่ต้องการติดต่อกับเพื่อนๆ อยู่เสมอ รวมทั้งต้องการทราบข่าวคราวเกี่ยวกับงานสังคมและแชร์ (share) รูป วิดีโอและความคิดเห็นกับเพื่อนๆ คนอื่นมีคนจำนวนมากที่ใช้เครือข่ายทางสังคมบนโทรศัพท์มือถือในขณะที่ไปไหนมาไหน

ผับและไนต์คลับ (Pub and Nightclub)

สถานบันเทิง (ผับ) เป็นส่วนสำคัญของวัฒนธรรมทางสังคมของ UK คนจำนวนมากชอบพบปะสังสรรค์กับเพื่อนในผับ ชุมชนส่วนมากจะมีผับ "ในท้องถิ่น" ที่เน้นที่การทำกิจกรรมทางสังคม Pub quizzes ก็เป็นที่นิยม

บิลเลียดและปาเป้าก็เป็นเกมดั้งเดิมที่เล่นในผับ ถ้าท่านต้องการซื้อเครื่องดื่มแอลกอฮอล์ในผับหรือไนท์คลับท่านต้องอายุ 18 ปี ขึ้นไปแต่คนที่อายุต่ำกว่า 18 ปี อาจได้รับอนุญาตให้เข้าผับบางผับอย่างได้โดยเข้าไปกับผู้ใหญ่ เมื่อคนเหล่านั้นอาย 16 ปีก็สามารถดื่มไวน์หรือเบียร์ร่วมกับการรับประทานอาหารในร้านอาหาร (รวมทั้งการรับประทานอาหารในผับ) ตราบเท่าที่คนเหล่านั้นมากับผู้ที่อายุเกิน 18 ปี

ผับมักเปิดระหว่างกลางวันตั้งแต่ 11.00 น. (12.00 น. (เที่ยง) ในวันอาทิตย์) ส่วนไนท์คลับที่มีการเต้นรำและดนตรีปกติเปิดและปิดช้ากว่าผับ ผู้ได้รับอนุญาตจะกำหนดเวลาเปิด-ปิดของผับหรือไนท์คลับเอง

การเดิมพันและการพนัน (Betting and Gamling)

ใน UK คนมักชอบเล่นการพนันเรื่องกีฬาหรืองานอื่นๆนอกจากนี้ยังมี คาสิโน ในหลายๆ สถานที่ด้วย ท่านต้องอายุ 18 ปีจึงจะสามารถเข้า ร้านรับแทงม้าหรือสโมสรที่มีการเล่นการพนัน

นอกจากนี้ยังมีการเดิมพันผลลอตเตอรี่ซึ่งจะจับรางวัลทุกสัปดาห์ ท่านสามารถซื้อตั๋วหรือขูดบัตรได้ คนที่อายุน้อยกว่า 16 ปีไม่ได้รับอนุญาตให้เข้าร่วมในการเดิมพันผลลอตเตอรี่

สัตว์เลี้ยง (Pets)

คนจำนวนมากใน UK มีสัตว์เลี้ยง เช่น แมวหรือสุนัข คนเหล่านั้นต้องพาสัตว์เลี้ยงไปไหนมาไหนด้วยหรือไม่ก็เป็นเพราะว่าพวกเขาชอบที่จะดูแลสัตว์เลี้ยงเหล่านั้น การทารุณหรือปล่อยปละละเลยสัตว์เลี้ยงถือว่าผิด กฎหมาย เมื่อนำสุนัขออกไปยังสถานที่ที่เป็นพื้นที่สาธารณะจะต้องมีปลอกคอที่ระบุชื่อและที่อยู่ของเจ้าของ เจ้าของสุนัขต้องดูแลสุนัขให้อยู่ภายใต้ความควบคุมของตน และทำความสะอาดหลังจากที่ พาสุนัขออกมายังสถานที่สาธารณะ

การฉีดวัคซีนและการบำบัดรักษาสัตว์สามารถทำได้โดยสัตว์แพทย์ (vets) นอกจากนี้ยังมีมูลนิธิที่ช่วยคนที่ไม่สามารถจ่ายเงินให้สัตว์แพทย์

สถานที่ที่น่าสนใจ (Places of Interest)

UK มีเครือข่ายทางเท้าสาธารณะขนาดใหญ่ในเขตชนบท นอกจากนี้ยังมีโอกาสให้ขี่จักรยานขึ้นเขา ปีนเขาและเดินขึ้นเขา มีอุทยานแห่งชาติ 15 แห่งในอังกฤษ เวลส์และสก็อตแลนด์ มีพื้นที่ชนบทที่ได้รับความคุ้มครองที่ทุกคนสามารถไปเที่ยวชมได้ และเป็นที่ให้คนพักอาศัย ทำงานและดูแลภูมิสถาปัตย์

มีพิพิธภัณฑ์หลายแห่งใน UK ซึ่งมีตั้งแต่พิพิธภัณฑ์ในชุมชนขนาด เล็กๆ จนถึงพิพิธภัณฑ์แห่งชาติขนาดใหญ่และงานศิลปะของประชาชน มีสถานที่ที่เป็นสัญลักษณ์ในเขต เมืองและชนบทที่มีชื่อเสียงทั่ว UK ส่วนใหญ่เปิดให้ประชาชนเข้าชมได้ (โดยปกติจะต้องเสียค่าธรรมเนียมการเข้าชม) มีหลายส่วนของพื้นที่ชนบทและสถานที่ที่น่าสนใจหลายแห่งที่เปิดให้ชมโดย the National Trust ในอังกฤษ เวลส์และไอร์แลนด์เหนือ และ the National Trust ของสก็อตแลนด์ ทั้งสองแห่งเป็นมูลนิธิ ที่ทำงานเพื่อสงวนรักษาอาคารที่สำคัญๆ แนวชายฝั่งและพื้นที่ชนบทใน UK The National Trust จัดตั้งขึ้นในปี ค.ศ. 1895 โดยอาสาสมัครสามคน ตอนนี้มีอาสาสมัครกว่า 61,000 คนที่ช่วยการดำเนินการขององค์กร

สถานที่สำคัญใน UK

หอนาฬิกาบิ๊กเบน (Big Ben)

บิ๊กเบนเป็นชื่อที่ใช้เรียกระฆังที่ใหญ่ที่สุดของหอนาฬิกาที่รัฐสภาในกรุงลอนดอน มีคนจำนวนมากเรียกว่า clock Big Ben เช่นกัน นาฬิกานี้อายุมากกว่า 150 ปีแล้วและยังเป็นสถานที่ท่องเที่ยวที่มีชื่อเสียงในหมู่ของนักท่องเที่ยว หอนาฬิกานี้ชื่อว่า "Elizabeth Tower" เพื่อเป็นการเทิดพระเกียรติในวโรกาสที่ Queen Elizabeth II ครองราชย์สมบัติเป็นปีที่ 60 ในค.ศ. 2012

โครงการอีเดน (The Eden Project)

โครงการอีเดนตั้งอยู่ในคอร์นวอลล์ ทางตะวันตกเฉียงเหนือของอังกฤษ ระบบชีวนิเวศของโครงการอีเดน ซึ่งเหมือนกับเรือนเพาะพันธ์ไม้ขนาดใหญ่ ที่เพาะพันธุ์ไม้จากทั่วโลก โครงการอีเดนยังเต็มไปด้วยงานการกุศลดำเนินโครงการด้านสิ่งแวดล้อมและสังคมระหว่างประเทศ

ประสาทแห่งเอดินเบิร์ก (Edinburg Castle)

ปราสาทมองเห็นเด่นตระหง่านถึงเส้นขอบฟ้าใน กรุงเอดินเบิร์ก สก็อตแลนด์ เป็นที่ที่มีประวัติความเป็นมาอันยาวนาน ย้อนหลังไปสู่ต้นยุคกลางอยู่ภายใต้การดูแลโดย Historic Scotland ซึ่งเป็นหน่วยงานราชการของสก็อต

ทางเดินยักษ์ (The Giant's Causeway)

ตั้งอยู่ทางชายฝั่งทิศตะวันออกเฉียงเหนือของไอร์แลนด์เหนือ ทางเดินยักษ์ นี้เป็นพื้นดินที่ก่อตัวเป็นเสาด้วยลาวาภูเขาไฟ ซึ่งก่อตัวขึ้นเมื่อ

ประมาณ 50 ล้านปีมาแล้ว มีประวัติมากมายเกี่ยวกับทางเดินนี้และวิธีการ
ที่มันก่อตัว

อุทยานแห่งชาติ Loch Lomond และ Trossachs National Park

อุทยานแห่งชาตินี้ครอบคลุมเนื้อที่ 720 ตารางไมล์ (1,865
ตารางกิโลเมตร) ทางทิศตะวันตกของสก็อตแลนด์ Loch Lomond
เป็นธารน้ำจืดขนาดใหญ่ที่สุดใน mainland ของอังกฤษและส่วนที่รู้จักดีที่
สุดของอุทยาน

ลอนดอนอาย (London Eye)

London Eye ตั้งอยู่บนชายฝั่งทิศใต้ของแม่น้ำเทมส์
และเป็นชิงช้าสวรรค์ที่สูง 443 ฟุต (135 เมตร) เดิมสร้างขึ้นให้เป็นส่วน
หนึ่งในการเฉลิมฉลอง UK ในสหัสวรรษใหม่และยังคงเป็นส่วนสำคัญของ
การเฉลิมฉลองเทศกาลปีใหม่

สโนว์โดเนีย (Snowdonia)

Snowdoniaเป็นอุทยานแห่งชาติในตอนเหนือของเวลส์
มีอาณาบริเวณครอบคลุมพื้นที่ 838 ตารางไมล์ (2170 ตารางกิโลเมตร)
เป็นสถานที่สำคัญที่เป็นที่รู้จักกันมากที่สุดใน สโนว์ดอน ซึ่งเป็นภูเขาที่สูง
ที่สุดในเวลส์

หอคอยแห่งลอนดอน (Tower of London)

ก่อสร้างเป็นครั้งแรกโดย William the Conqueror
หลังจากที่ได้เป็นกษัตริย์ในปี ค.ศ. 1066 การเดินเที่ยวชมจะนำโดยทหาร
รักษาการณ์หรือที่เรียกว่า Beefeaters ซึ่งจะเป็นคนเล่าให้นัก ท่องเที่ยว
ฟังเกี่ยวกับประวัติความเป็นมาของอาคาร นอกจากนี้ยังเปิดให้ชมเครื่อง
ราชกกุธภัณฑ์ของพระมหากษัตริย์ได้ด้วย

เดอะเลคดิสทริค (The Lake District)

เป็นอุทยานแห่งชาติที่ใหญ่ที่สุดในอังกฤษ
มีอาณาบริเวณครอบคลุมพื้นที่ 885 ตารางไมล์ (2,292 ตาราง กิโลเมตร)
เป็นทะเลสาบและภูเขาที่มีชื่อเสียงและเป็นที่ นิยมมากสำหรับนักปีนเขา
นักเดินเขาและนักพายเรือ แนวลำน้ำที่ใหญ่ที่สุดคือ Windermere
ในปี ค.ศ. 2007 มีผู้ชมทีวีโหวตให้ Wastwater เป็นที่ชื่นชอบของผู้ชม
ของอังกฤษ

รัฐบาลของ UK กฎหมายและบทบาทของท่าน

เนื้อหาของบทนี้คือ
- พัฒนาการของระบอบประชาธิปไตยของอังกฤษ
- รัฐธรรมนูญของอังกฤษ
- รัฐบาล
- สถาบันต่างๆ ของ UK และสถาบันระหว่างประเทศ
- การเคารพกฎหมาย
- หลักเกณฑ์เบื้องต้น
- บทบาทของท่านในชุมชน

UK เป็นรูปแบบการปกครองประเภทประชาธิปไตยที่มีรัฐสภาและพระมหากษัตริย์เป็นประมุข หมวดนี้จะเล่าให้ท่านฟังเกี่ยวกับสถาบันต่างๆที่รวมอยู่ในระบบประชาธิปไตยนี้และอธิบายว่าท่านมีส่วนในกระบวนการประชาธิปไตยอย่างไร

พัฒนาการของระบอบประชาธิปไตยของอังกฤษ

ประชาธิปไตยเป็นระบบของรัฐบาลที่ประชาชนทุกคนมีสิทธิในการตัดสินใจซึ่งทำได้โดยการลงคะแนนเสียงโดยตรงหรือโดยเลือกผู้แทนให้ทำการตัดสินใจแทน

ในช่วงเปลี่ยนของศตวรรษที่ 19 อังกฤษมิได้เป็นประชาธิปไตยดังเช่นที่เรารู้จักกันในทุกวันนี้แม้ว่าจะมีการเลือกตั้งเพื่อเลือกสมาชิกรัฐสภา (MPs) แต่ก็มีเพียงคนกลุ่มน้อยที่สามารถลงคะแนนเสียงคนเหล่านั้นคือคนที่อายุเกิน 21 ปีและต้องเป็นเจ้าของทรัพย์สินจำนวนหนึ่ง

แฟรนไชส์ (คือจำนวนคนที่มีสิทธิในการลงคะแนนเสียง) มีมากขึ้นกว่าในศตวรรษที่ 19 และพรรคการเมืองก็เริ่มดึงชายและหญิงทั่วไปให้เป็นสมาชิก

ในค.ศ. 1830s และ 1840s มีกลุ่มที่เรียกว่า “Chartists” รณรงค์ให้มีการปฏิรูป ซึ่งคนกลุ่มนี้ต้องการให้ทำการเปลี่ยนแปลงหกประการคือ
1. ให้ผู้ชายทุกคนมีสิทธิลงคะแนนเสียง
2. ให้ทำการเลือกตั้งทุกปี
3. ให้ทุกศาสนามีความเท่าเทียมในการระบบเลือกตั้ง

4. ให้มีการลงคะแนนแบบลับ
5. ให้ใครก็สามารถเป็นสมาชิกรัฐสภาได้
6. ให้จ่ายค่าตอบแทนให้แก่สมาชิกรัฐสภา

ในขณะนั้น เห็นได้ว่าการรณรงค์ประสบความล้มเหลว อย่างไรก็ดี ในปี ค.ศ. 1918 ได้มีการปฏิรูปในหลายๆ ด้าน แฟรนไชส์การลงคะแนนเสียงขยายวงกว้างรวมถึงผู้หญิงที่อายุมากกว่า 30 ปี และในปี ค.ศ. 1928 ให้ผู้ชายและผู้หญิงมีอายุเกิน 21 ปีมีสิทธิเลือกตั้ง ในค.ศ. 1969 อายุในการลงคะแนนเสียงลดลงเพียงแค่ 18 ปีสำหรับทั้งผู้ชายและผู้หญิง

รัฐธรรมนูญของอังกฤษ

รัฐธรรมนูญคือหลักเกณฑ์ในการปกครองประเทศรวมทั้งสถาบันต่างๆที่รับผิดชอบในการบริหารประเทศและการตรวจสอบอำนาจ รัฐธรรมนูญรวมถึงกฎหมายและสนธิสัญญาต่างๆ รัฐธรรมนูญของอังกฤษไม่ได้มีเฉพาะฉบับที่เป็นลายลักษณ์อักษรอย่างเดียวเท่านั้น แต่ยังรวมถึง "ที่มิได้เป็นลายลักษณ์อักษร" ที่เป็นเช่นนี้เพราะว่า UK ไม่เหมือนสหรัฐอเมริกาหรือฝรั่งเศส ที่ไม่เคยมีการปฏิวัติซึ่งนำไปสู่รัฐบาลระบบใหม่ที่เต็มรูปแบบ สถาบันที่สำคัญที่สุดของเราได้มีการพัฒนามาเป็นนับร้อยๆ ปี บางคนเชื่อว่ารัฐธรรมนูญคงเป็นเอกสารฉบับเดียว แต่บางคนก็เชื่อว่ารัฐธรรมนูญที่ไม่เป็นลายลักษณ์อักษรก็มีความยืดหยุ่นมากขึ้นและเป็นระบบการปกครองที่ดีกว่า

สถาบันเกี่ยวกับรัฐธรรมนูญ (Constiutional institutions)

ใน UK มีส่วนประกอบต่างๆ ของรัฐบาล ซึ่งส่วนประกอบหลักๆ คือ

- ระบบราชาธิปไตย
- รัฐสภา (สภาสามัญ "The House of Commons" และสภาขุนนาง "House of Lords")
- นายกรัฐมนตรี
- คณะรัฐมนตรี
- ฝ่ายตุลาการ
- ตำรวจ
- ข้าราชการพลเรือน
- รัฐบาลส่วนท้องถิ่น

นอกจากนี้ยังรัฐบาลที่ได้รับการกระจายอำนาจใน สก็อตแลนด์ เวลส์ และไอร์แลนด์เหนือที่มีอำนาจในการ ตรากฎหมายเกี่ยวกับเรื่องบางเรื่อง

ระบอบราชาธิปไตย (Monarchy)
ควีนเอลิซาเบธที่สอง (Queen Elizabeth II) เป็นประมุขของ UK พระองค์ยังทรงเป็นพระมหากษัตริย์หรือประมุขหลายประเทศในเครือจักรภพ UK ปกครองด้วยระบอบราชาธิปไตยภายใต้รัฐธรรมนูญซึ่งหมายถึง พระมหากษัตริย์และราชินีมิได้ปกครองประเทศโดยตรงแต่แต่งตั้งรัฐบาลที่ ประชาชน เป็นผู้เลือกตั้งในการเลือกตั้งภายใต้ระบบประชาธิปไตย พระมหากษัตริย์ จะเชิญหัวหน้าพรรคที่มีจำนวนสมาชิกรัฐสภามากที่สุดหรือหัวหน้าพรรคร่วมกันหลายพรรค ให้เป็นนายกรัฐมนตรีปกครองประเทศแต่พระมหากษัตริย์หรือพระราชินีสามารถให้คำแนะนำตักเตือนและสนับสนุนได้แต่การตัดสินใจเกี่ยวกับนโยบายการปกครองให้นายกรัฐมนตรีและคณะรัฐมนตรีเป็นผู้รับผิดชอบ (โปรดดูหมวด "รัฐบาล")

พระราชินีขึ้นครองราชย์ตั้งแต่พระราชบิดาของพระองค์สิ้นพระชนม์ในปี ค.ศ. 1952 และในปี ค.ศ. 2012 พระองค์ก็ทรงฉลองครบรอบ 60 ปีของการครองราชย์พระองค์ทรงเสกสมรสกับเจ้าชายฟีลลิปดยุคแห่ง เอดินเบิรก โอรสพระองค์โตคือเจ้าชายชาร์ลส (เจ้าชายแห่งเวลส์) เป็นมงกุฎราชกุมารที่จะขึ้นครองราชย์ต่อไป

พระราชินีมีพระราชกรณียกิจที่สำคัญ เช่น การเปิดประชุมรัฐสภาในแต่ละปี ในโอกาสนี้ พระองค์จะมีพระราชดำรัสสรุปนโยบายของรัฐบาลในปีต่อไป การกระทำต่างๆ ของรัฐสภาจะทำในนามของพระองค์

พระราชินีทรงเป็นตัวแทน UK ในการติดต่อกับประเทศส่วนอื่นๆ ของโลก พระองค์ต้อนรับเอกอัครราชทูตและข้าหลวงใหญ่จากต่างประเทศและต้อนรับประมุขของประเทศต่างๆ ที่มาเยี่ยมเยียน รวมทั้งเสด็จเยี่ยมเยียนประเทศต่างๆ เพื่อสนับสนุนความสัมพันธ์ทางการทูตและเศรษฐกิจกับประเทศอื่นๆ

พระราชินีมีบทบาทสำคัญในการจัดให้มีความมั่นคงและต่อเนื่อง แม้ว่าจะมีการเปลี่ยนรัฐบาลและนายกรัฐมนตรีเป็นประจำพระราชินีก็ยังคงทรงเป็นประมุขของประเทศ พระองค์ให้ความสำคัญเรื่องเอกลักษณ์และความภาคภูมิใจในชาติ ซึ่งแสดงให้เห็นจากการเฉลิมฉลองครบรอบ 60 ปีของการครองราชย์

เพลงชาติ (The National Anthem)

เพลงชาติของอังกฤษคือ "God Save the Queen"
มักร้องในโอกาสสำคัญๆ ของประเทศ และในงานต่างๆ
ที่พระราชินีหรือราชวงศ์เข้าร่วมงานด้วย ซึ่งเนื้อร้องท่อนแรกคือ
> "God save our gracious Queen!
> Long live our noble Queen!
> God save the Queen!
> Send her victorious,
> Happy and glorious,
> Long to reign over us,
> God save the Queen!"

ประชากรใหม่ต้องสาบานตนและยืนยันในความจงรักภักดีที่มีต่อพระราชินี
ซึ่งเป็นส่วนหนึ่งของพิธีการเข้ารับสัญชาติ

การให้คำสัตย์ปฏิญาณ (Oath of allegiance)
ข้าพเจ้า (ชื่อ) ขอสาบานตนต่อหน้าพระเจ้าผู้ยิ่งใหญ่ว่าเมื่อข้าพเจ้าเป็น
พลเมืองของอังกฤษ ข้าพเจ้าจะซื่อสัตย์และจงรักภักดีต่อสมเด็จพระราชินี
เอลิซาเบธที่สอง รัชทายาทและผู้สืบราชบัลลังก์ตามกฎหมาย

คำรับรองตน (Affirmation of allegiance)
ข้าพเจ้า (ชื่อ) ขอประกาศและยืนยันด้วยความซื่อสัตย์และจริงใจว่าเมื่อข้า
พเจ้าเป็นพลเมืองของอังกฤษ ข้าพเจ้าจะซื่อสัตย์และจงรักภักดีต่อสมเด็จ
พระราชินีเอลิซาเบธที่สอง รัชทายาทและผู้สืบราชบัลลังก์ตามกฎหมาย

ระบบของรัฐบาล (System of government)
ระบบของรัฐบาลใน UK คือระบบประชาธิปไตยภายใต้รัฐสภา UKแบ่งออก
เป็นเขตเลือกตั้งต่างๆ ผู้ลงคะแนนเสียงในแต่ละเขตเลือกตั้งจะเลือกสมา
ชิกรัฐสภา (MPs) ของตนในการเลือกตั้งทั่วไป สมาชิกรัฐสภาทั้งหมดที่
ได้รับเลือกตั้งจะจัดตั้งรัฐบาล สมาชิกรัฐสภาส่วนมากจะสังกัดพรรคการ
เมืองและพรรคที่มี MPs เป็นส่วนมากจะได้จัดตั้งรัฐบาล หากพรรคเดียว
ไม่สามารถได้รับเสียงข้างมาก สองพรรคสามารถจัดตั้งรัฐบาลร่วมกันได้

สภาสามัญ (House of Commons)
สภาสามัญเป็นสภาที่มีความสำคัญมากในระหว่างสองสภาเพราะว่าสมา

ชิกมาจากการเลือกตั้งภายใต้ระบบประชาธิปไตยนายกรัฐมนตรีและสมาชิก ในคณะรัฐมนตรีส่วนมากก็เป็นสมาชิกของสภาสามัญ สมาชิกแต่ละคนทำหน้าที่แทนเขตเลือกตั้ง ซึ่งเป็นพื้นที่เล็กๆ ของประเทศ
สมาชิกรัฐสภามีหน้าที่ต่างๆ กล่าวคือ
- เป็นผู้แทนของทุกคนในเขตเลือกตั้งนั้นๆ
- ช่วยออกกฎหมายใหม่
- ตรวจสอบและแสดงความคิดเห็นเกี่ยวกับสิ่งที่รัฐบาลกำลังทำ และ
- อภิปรายเกี่ยวกับประเด็นสำคัญๆ ของประเทศ

สภาขุนนาง (House of Lords)
สมาชิกของสภาขุนนาง หรือที่รู้จักกันในนามของ "ขุนนาง" ไม่ได้มาจากการเลือกตั้งโดยประชาชน และมิได้เป็นผู้แทนของเขตเลือกตั้งหน้าที่และสมาชิกภาพของสภาขุนนางเพิ่งมีการเปลี่ยนแปลงในช่วง 50 ปีที่ผ่านมา

จนกระทั่งปี ค.ศ. 1958 ขุนนางทุกคนคือ
- "Hereditary" หมายความว่าเป็นขุนนางโดยการสืบทอดตำแหน่งตามฐานันดรศักดิ์
- เป็นผู้พิพากษาอาวุโส
- เป็นหัวหน้าบาทหลวงในศาสนาคริสต์ประจำชาติอังกฤษ

ตั้งแต่ปี ค.ศ. 1958 นายกรัฐมนตรีมีอำนาจในการแต่งตั้งสมาชิกสภาขุนนางให้ดำรงตำแหน่งตลอดชั่วชีวิต หรือเรียกว่าเป็น "ขุนนางชั่วชีวิต" (life peers) พวกนี้มักเป็นผู้ประสบความสำเร็จในอาชีพด้านการเมือง ธุรกิจ กฎหมายหรืออาชีพอื่นๆ Life peers ได้รับการแต่งตั้งโดยพระมหากษัตริย์ โดยคำแนะนำของนายกรัฐมนตรี นอกจากนี้ยังรวมถึงคนที่ได้รับการเสนอชื่อโดยหัวหน้าพรรคการเมืองหลัก หรือโดยคณะกรรมการแต่งตั้งอิสระซึ่งจะเสนอชื่อผู้ที่ไม่สังกัดพรรค

ตั้งแต่ ปี ค.ศ. 1999 สมาชิกสภาขุนนางที่ได้รับการแต่งตั้งการสืบทอดตำแหน่งตามฐานันดรศักดิ์ได้สูญเสียสิทธิที่จะเข้าร่วมเป็นสมาชิกสภาขุนนางโดยอัตโนมัติ แต่ตอนนี้สมาชิกสภาขุนนางตามฐานันดรศักดิ์นี้ได้รับอนุญาตให้เลือกผู้แทนกลุ่มเป็นตัวแทนในสภาขุนนางได้

สภาขุนนางมีความเป็นเอกเทศจากรัฐบาลมากกว่าสภาสามัญ สภาขุนนางสามารถแนะนำให้ทำการเปลี่ยนแปลงหรือเสนอกฎหมายใหม่ซึ่งจะทำการหารือโดยสมาชิกรัฐสภาสภาขุนนาง จะทำหน้าที่ตรวจสอบกฎหมายที่ได้

รับการอนุมัติโดยสภาสามัญ เพื่อให้มั่นใจว่ามีความเหมาะสมตรงตามจุด
ประสงค์นอกจากนี้ยังให้รัฐบาลพิจารณาเพื่อให้มั่นใจว่ากฎหมายดังกล่าว
สามารถใช้งานได้ในลักษณะที่ก่อให้เกิดประโยชน์อันดีที่สุดของประชาชน
มีขุนนางที่เป็นผู้เชี่ยวชาญในด้านต่างๆ และมีความรู้ที่เป็นประโยชน์ใน
การจัดทำและตรวจสอบกฎหมาย สภาสามัญมีอำนาจในการลบล้าง สภา
ขุนนางแต่อำนาจดังกล่าวก็มิได้มีการใช้บ่อยนัก

ประธานสภา (The Speaker)

การอภิปรายต่างๆ ในสภาสามัญจะมีประธานสภาเป็นประธาน ประธานสภา
เป็นหัวหน้าเจ้าพนักงานของสภาสามัญ ประธานสภาคือคนกลางและมิได้
เป็นตัวแทนของพรรคการเมืองใดๆ แม้ว่าประธานสภาจะเป็นสมาชิกรัฐ
สภาก็ตาม แต่เป็นตัวแทนเขตการเลือกตั้งและแก้ไขปัญหาของเขตการ
เลือกตั้งเหมือนเช่นสมาชิกรัฐสภาคนอื่นๆ ประธานสภาจะได้รับเลือกโดย
สมาชิกรัฐสภาคนอื่นๆ โดยวิธีการลงคะแนนลับ

ประธานสภาจะรักษาความเรียบร้อยระหว่างที่มีการอภิปรายทางการเมือง
เพื่อให้มั่นใจว่ามีการปฏิบัติตามหลักเกณฑ์ที่กำหนดซึ่งรวมถึงต้องมั่นใจ
ว่าฝ่ายค้าน (โปรดดูหมวด "รัฐบาล") มีเวลาในการอภิปรายปัญหาต่างๆ
ที่ตนเลือก นอกจากนี้ประธานสภายังเป็นตัวแทนรัฐสภาในงานพิธีต่างๆ

การเลือกตั้ง (Elections)

การเลือกตั้งของ UK

สมาชิกรัฐสภาจะได้รับการเลือกตั้งในการเลือกตั้งทั่วไป
ซึ่งจัดขึ้นอย่างน้อยทุกห้าปี

ถ้าสมาชิกรัฐสภาคนใดเสียชีวิต หรือลาออกจะต้องทำการเลือกตั้งใหม่
เรียกว่า"การเลือกตั้งซ่อม" ในเขตเลือกตั้งของสมาชิกดังกล่าว

สมาชิกรัฐสภาจะได้รับการเลือกตั้งโดยผ่านระบบที่เรียกว่า "ผู้ได้คะแนน
สูงสุดถือว่าชนะการเลือกตั้ง" หรือ (First past the post) ในแต่ละเขต
เลือกตั้ง ผู้สมัครรับเลือกตั้งที่ได้รับคะแนนเสียงมากที่สุดจะได้รับเลือก รัฐ
บาลมักจัดตั้งโดยพรรคการเมืองที่ชนะได้เสียงข้างมากในเขตการเลือกตั้ง
ในกรณีที่ไม่มีพรรคใดได้เสียงข้างมากให้พรรคการเมืองสองพรรคสามารถ
จัดตั้งรัฐบาลร่วมกันได้

การเลือกตั้งตามระบบรัฐสภาของยุโรป

การเลือกตั้งสำหรับรัฐสภาของยุโรปจะจัดขึ้นทุกห้าปีเช่นกันสมาชิกที่ได้รับเลือกเรียกว่า สมาชิกรัฐสภายุโรป (MEPs) การเลือกตั้งสมาชิกรัฐสภายุโรปใช้ระบบผู้แทนตามสัดส่วน ซึ่งจะจัดสรรที่นั่งให้พรรคแต่ละพรรคตามสัดส่วนจำนวนเสียงทั้งหมดที่ตนชนะ

การติดต่อสมาชิกที่ได้รับเลือกตั้ง
(Contacting elected members)

สมาชิกที่ได้รับเลือกทุกคนมีหน้าที่ในการให้บริการและเป็นตัวแทนเขตเลือกตั้งของตนท่านสามารถติดต่อขอรายละเอียดเกี่ยวกับผู้แทนของท่านและพรรคจากห้องสมุดส่วนท้องถิ่นและจาก www.parliament.uk สมาชิกรัฐสภาสมาชิกสภา สมาชิกรัฐสภาสก็อต (MSPs) และ MEPs มีรายชื่ออยู่ในสมุดรายนามโทรศัพท์ ที่จัดพิมพ์เผยแพร่โดย BT และ Yellow Pages

ท่านสามารถติดต่อ MPs ทางจดหมายหรือโทรศัพท์ของสำนักงานเขตเลือกตั้ง หรือสำนักงานในสภาสามัญคือ: The House of Commons, Westminster, London SW1A 0AA โทรศัพท์ 020 7729 3000. นอกจากนี้ MPs, Assembly members, MSPs และ MEPs ยังจัดให้มีการพบปะพูดคุยกับประชาชนในท้องถิ่นเสมอ และประชาชนในพื้นที่สามารถพูดคุยเรื่องต่างๆ กับผู้แทนในท้องที่ได้ตัวต่อตัว

ตรวจสอบความเข้าใจของท่านในเรื่องต่อไปนี้
- ระบอบประชาธิปไตยพัฒนาขึ้นอย่างไรใน UK
- รัฐธรรมนูญคืออะไรและรัฐธรรมนูญของ UK แตกต่างจากรัฐธรรมนูญของประเทศอื่นๆ อย่างไร
- หน้าที่ของพระมหากษัตริย์
- หน้าที่ของสภาสามัญ (House of Commons) และสภาขุนนาง (House of Lords)
- ประธานรัฐสภาทำหน้าที่อะไร
- UK เลือกสมาชิกรัฐสภา (MPs) และสมาชิกรัฐสภายุโรป (MEPs) อย่างไร

รัฐบาล (The government)

นายกรัฐมนตรี (The Prime Minister)

นายกรัฐมนตรี (PM) เป็นหัวหน้าพรรคการเมืองที่มีเสียงข้างมาก ซึ่งจะทำการแต่งตั้งคณะรัฐมนตรีและมีอำนาจควบคุมการบริหารงานภาครัฐบ้านพักประจำตำแหน่งของนายกรัฐมนตรีคือ 10 Downing Street ใน central London ใกล้ the Houses of Parliament นอกจากนี้ยังมีบ้านประจำตำแหน่งในเขตชนบทนอกกรุงลอนดอนเรียกว่า Chequers

นายกรัฐมนตรีสามารถเปลี่ยนแปลงได้ถ้าขุนนางในฝ่ายปกครองตัดสินใจที่จะทำเช่นนั้นหรือถ้าเขาหรือเธอปรารถนาที่จะลาออกจากตำแหน่งนายกรัฐมนตรี มักจะลาออกหากพรรคของเขาหรือเธอสูญเสียการเลือกตั้งทั่วไป

คณะรัฐมนตรี (The Cabinet)

นายกรัฐมนตรีจะทำการแต่งตั้งสมาชิกรัฐสภาอาวุโสประมาณ 20 คนให้เป็นรัฐมนตรีรับผิดชอบกระทรวงต่างๆ ดังนี้

- รัฐมนตรีว่าการกระทรวงการคลัง – รับผิดชอบด้านเศรษฐกิจ
- รัฐมนตรีมหาดไทย – รับผิดชอบเรื่องเกี่ยวกับอาชญากรรม การกำหนดนโยบายและการเข้าเมือง
- รัฐมนตรีว่าการต่างประเทศ – รับผิดชอบการบริหารจัดการความสัมพันธ์กับต่างประเทศ
- รัฐมนตรีอื่นๆ (เรียกว่า "Secretaries of States") รับผิดชอบด้านการศึกษา สาธารณสุขและกลาโหม

รัฐมนตรีเหล่านี้จัดตั้งเป็นคณะรัฐมนตรี ที่ต้องประชุมกันเป็นประจำทุกสัปดาห์และตัดสินใจเรื่องสำคัญๆ เกี่ยวกับนโยบายของรัฐบาล ในเรื่องที่ตัดสินใจก็มีหลายๆ เรื่องที่ต้องนำเข้าที่ประชุมหรือได้รับอนุมัติโดยรัฐสภา

กระทรวงแต่ละกระทรวงจะประกอบด้วยรัฐมนตรีอื่นๆ เรียกว่า รัฐมนตรีว่าการกระทรวงและรัฐมนตรีช่วยว่าการกระทรวง ซึ่งรับหน้าที่เฉพาะด้านเกี่ยวกับงานของกระทรวง

ฝ่ายค้าน (The opposition)

พรรคการเมืองพรรคใหญ่เป็นอันดับสองในสภาสามัญเรียกว่าฝ่ายค้าน หัวหน้าพรรคฝ่ายค้านมักได้เป็นนายกรัฐมนตรีถ้าพรรคของตนชนะการเลือก

ตั้งทั่วไปในสมัยต่อไป หัวหน้าพรรคฝ่ายค้านเป็นผู้นำพรรคของตนในการ
ชี้ข้อผิดพลาดและจุดบกพร่องของรัฐบาล โอกาสสำคัญในการชี้ข้อบก
พร่องเหล่านี้คือช่วงตอบข้อซักถามของนายกรัฐมนตรีซึ่งจะจัดทุกสัปดาห์
ในสมัยประชุมสภาหัวหน้าฝ่ายค้านจะแต่งตั้งสมาชิกอาวุโสของพรรคให้
เป็นรัฐมนตรีเงา (shadow ministers) ซึ่งจะจัดตั้งคณะรัฐมนตรีเงาและมี
หน้าที่ในการคัดค้านรัฐบาลและเสนอ นโยบายใหม่

ระบบพรรคการเมือง (The party system)
บุคคลใดก็ตามที่อายุ 18 ปีขึ้นไปสามารถเข้ารับการเลือกตั้งเป็น สมาชิก
รัฐสภา แต่ผู้สมัครมักไม่ชนะการเลือกตั้งยกเว้นได้รับการเสนอชื่อให้เป็น
ผู้แทนพรรคการเมืองใหญ่ๆ   พรรคการเมืองใหญ่ๆ คือ พรรคอนุรักษ์นิยม
(Conservative Party) พรรคแรงงาน (Labour Party) พรรคเสรีประชาธิป
ไตย (Liberal Democrats) หรือพรรคอื่นๆ ที่เป็นตัวแทนผลประโยชน์
ของชาวสก็อต เวลส์หรือไอร์แลนด์เหนือ

มี MPs บางคนที่ไม่ได้สังกัดพรรคการเมืองหลัก MPs เหล่านี้เรียกว่า
"สมาชิกอิสระ" และมักเป็นตัวแทนเกี่ยวกับเรื่องสำคัญของเขตเลือกตั้ง

พรรคการเมืองใหญ่มักสนใจที่จะหาสมาชิกที่เป็นคนทั่วไปให้เข้าร่วมใน
การอภิปราย เพื่อช่วยเหลือสนับสนุนเรื่องค่าใช้จ่ายและช่วยในการเลือก
ตั้งทั้งการเลือกตั้งสมาชิกสภาและการเลือกตั้งท้องถิ่นพรรคเหล่านี้จะมีสา
ขา อยู่ในเกือบทุกพื้นที่การเลือกตั้งและจัดประชุมเพื่อจัดทำนโยบายทุกปี

กลุ่มกดดันและล็อบบี้เป็นองค์กรที่พยายามมีอิทธิพลเหนือนโยบายของ
รัฐบาล กลุ่มเหล่านี้มีบทบาทสำคัญทางด้านการเมือง บางกลุ่มก็เป็นตัว
แทนหน่วยงานต่างๆ เช่น CBI (Confederation of British Industry)
ซึ่งนำเสนอทัศนคติเกี่ยวกับธุรกิจของชาวอังกฤษนอกจากนี้ก็ยังมีเคมเปญ
อื่นๆ เกี่ยวกับเรื่องเฉพาะบางด้าน เช่น เรื่องสิ่งแวดล้อม (ตัวอย่างเช่น
Greenpeace) หรือสิทธิมนุษยชน (เช่นเรื่องสิทธิขั้นพื้นฐาน)

ข้าราชการพลเรือน (The civil service)
ข้าราชการคอยช่วยรัฐบาลในการพัฒนาและนำนโยบายของรัฐบาลไป
ปฏิบัติให้เกิดประโยชน์จริง นอกจากนี้ยังให้บริการแก่สาธารณชน ข้าราช
การขึ้นตรงต่อรัฐมนตรีต่างๆ พวกเขาถูกเลือกตามคุณความดีและความ
เป็นกลางทางการเมือง – ข้าราชการไม่ได้เป็นผู้ที่ได้รับการแต่งตั้งทาง
การเมือง คนมักสมัครเป็นข้าราชการโดยผ่านกระบวนการยื่นใบสมัคร เช่น

การสมัครงานอื่นๆ ใน UK ข้าราชการต้องปฏิบัติหน้าที่ด้วยความเสียสละและมุ่งมั่นในการให้บริการประชาชนและด้วยค่านิยมหลักของการเป็นข้าราชการ กล่าวคือ สามัคคี ซื่อสัตย์ ไร้อคติ และยุติธรรม (รวมทั้งต้องมีความเป็นกลางทางการเมือง)

รัฐบาลส่วนท้องถิ่น (Local government)
เขตเมืองและพื้นที่ชนบทใน UK อยู่ภายใต้การปกครองโดยคณะเทศมนตรีที่มาจากการเลือกตั้ง ซึ่งมักเรียกว่า "เทศบาลส่วนท้องถิ่น" บางพื้นที่ก็มีคณะเทศมนตรีทั้งประจำเขตและประจำนคร ซึ่งมีหน้าที่แตกต่างกัน เขตและเมืองขนาดใหญ่ส่วนมากมีคณะเทศมนตรีเพียงคณะเดียว

เทศบาลท้องถิ่นให้บริการต่างๆ ในพื้นที่ของตน ได้รับเงินทุนโดยเงินจากรัฐบาลกลางและโดยภาษีท้องถิ่น

เทศบาลส่วนท้องถิ่นหลายแห่งทำการแต่งตั้งนายกเทศมนตรี ซึ่งเป็นผู้นำพิธีการของคณะเทศมนตรี ในบางเขตนายกเทศมนตรีจะได้รับเลือกตั้งให้เป็นผู้นำด้านการบริหาร

ลอนดอนมีองค์กรส่วนท้องถิ่น 33 องค์กร โดยมีองค์กรส่วนท้องถิ่นส่วนกลางของลอนดอน (Greater London Authority) และนายกเทศมนตรีกรุงลอนดอนเป็นผู้ประสานนโยบายทั่วเมืองหลวงสำหรับองค์กรท้องถิ่นส่วนมาก การเลือกตั้งท้องถิ่นเพื่อคัดเลือกคณะเทศมนตรีมักจัดในเดือนพฤษภาคมของทุกปี มีผู้สมัครเข้ารับการเลือกตั้งคณะเทศมนตรีเพื่อเป็นสมาชิกพรรคการเมือง

การกระจายอำนาจบริหาร (Devolved administration)
ตั้งแต่ปี ค.ศ. 1997 มีการกระจายอำนาจบางอย่างจากรัฐบาลกลางให้ประชาชนในเวลส์ สก็อตแลนด์และไอร์แลนด์เหนือสามารถควบคุมเรื่องต่างๆ ที่มีผลกระทบต่อพวกเขาโดยตรงได้ นอกจากนี้ยังมีการจัดตั้งสภาภูมิภาคแห่งไอร์แลนด์เหนือ (Northern Ireland Assembly) อย่างไรก็ดีก็มีอยู่เพียงระยะหนึ่ง
นโยบายและกฎหมายที่ควบคุมการกลาโหม การต่างประเทศการเข้าเมืองการภาษีอากรและประกันสังคม ก็ยังคงอยู่ภายใต้ความควบคุมของรัฐบาลกลางของ UK อย่างไรก็ดี ก็มีบริการสาธารณะอื่นๆ มากมาย เช่น การศึกษาที่อยู่ภายใต้ความควบคุมการกระจายอำนาจบริหาร องค์กร ที่ได้รับการกระจายอำนาจในการบริหารต่างก็ให้บริการประชาชนของตัวเอง

รัฐบาลแห่งเวลส์ (The Welsh government)
รัฐบาลของเวลส์และสภาประจำแคว้นเวลส์ (National for Wales) ตั้งอยู่ในคาร์ดิฟฟ์ ซึ่งเป็นเมืองหลวงของเวลส์ สภาประจำแคว้นมีสมาชิก 60 คน (AMs) และจัดเลือกตั้งทุก 4 ปี โดยใช้รูปแบบการส่งตัวแทนตามสัดส่วน สมาชิกสามารถพูดภาษาเวลส์หรือภาษาอังกฤษ และประกาศต่างๆ ของสภาประจำแคว้นต้องทำเป็นทั้งสองภาษา
สภาประจำแคว้นมีอำนาจในการการออกกฎหมายสำหรับเวลส์ใน 20 เขตพื้นที่ ซึ่งรวมถึง:

- การศึกษาและฝึกอบรม
- สาธารณสุขและบริการสังคม
- การพัฒนาเศรษฐกิจ
- ที่พักอาศัย

ตั้งแต่ปี พ.ศ. 2011 สภาประจำแคว้นเวลส์ สามารถอนุมัติกฎหมายเกี่ยวกับเรื่องเหล่านี้โดยไม่ต้องขอความเห็นชอบจากรัฐสภาของ UK

รัฐสภาแห่งสก็อตแลนด์
รัฐสภาแห่งสก็อตจัดตั้งขึ้นในปี ค.ศ.1999 ตั้งอยู่ในเอดินเบิร์กซึ่งเป็นเมืองหลวงของสก็อตแลนด์

รัฐสภาแห่งสก็อตแลนด์ (MSPs) มีสมาชิก 129 คน ได้รับเลือกตั้งตามการเป็นผู้แทนตามสัดส่วน รัฐสภาแห่งสก็อตสามารถอนุมัติกฎหมายต่างๆของสก็อตแลนด์เกี่ยวกบเรื่องที่มิได้สงวนไว้ให้เป็นอำนาจของรัฐสภาของ UK โดยเฉพาะ เรื่องที่รัฐสภาแห่งสก็อตแลนด์สามารถออกกฎหมายได้คือ:

- กฎหมายแพ่งและกฎหมายอาญา
- สาธารณสุข
- การศึกษา
- การวางแผน
- อำนาจในการเรียกเก็บภาษีเพิ่ม

สภาภูมิภาคแห่งไอร์แลนด์เหนือ (The Northern Ireland Assembly)
รัฐสภาของไอร์แลนด์เหนือจัดตั้งขึ้นในปี ค.ศ. 1922
เมื่อมีการแบ่งแยกไอร์แลนด์ แต่ก็ได้ยกเลิกไปในปี ค.ศ. 1972 ไม่นานหลังจากที่มีปัญหาเกิดขึ้นในปี ค.ศ. 1969

สภาภูมิภาคของไอร์แลนด์เหนือจัดตั้งขึ้นไม่นานหลังจากที่มีการลงนามใน
Belfast Agreement (หรือ Good Friday Agreement) ในปีค.ศ. 1998
มีข้อตกลงการแบ่งอำนาจซึ่งกระจายอำนาจให้แก่สำนักรัฐมนตรีของพรรค
การเมืองหลัก สภามีสมาชิกที่ได้รับการเลือกตั้ง 108 คนเรียกว่า MLAs
(สมาชิกสภานิติบัญญัติ) ซึ่งได้รับการเลือกตั้งโดยการจัดตั้งผู้แทนตามสัด
ส่วน
สภาภูมิภาคของไอร์แลนด์เหนือ สามารถตัดสินใจในเรื่องต่างๆ เช่น

- การศึกษา
- เกษตรกรรม
- สิ่งแวดล้อม
- สาธารณสุข
- บริการสังคม

รัฐบาลของ UK มีอำนาจในการระงับสภาภูมิภาคที่ได้รับการกระจายอำ
นาจซึ่งมีการใช้อำนาจนี้หลายครั้งแล้วในไอร์แลนด์เหนือเมื่อหัวหน้าพรรค
การเมืองท้องถิ่นเห็นว่าเป็นการยากที่จะทำงานร่วมกัน อย่างไรก็ดี สภาภูมิ
ภาคก็ดำเนินการอย่างประสบความสำเร็จตั้งแต่ปี ค.ศ. 2007

สื่อและรัฐบาล (The Media and government)
กระบวนการต่างๆ ในรัฐสภาได้มีการกระจายเสียงทางทีวีและพิมพ์เผย
แพร่ในรายงานอย่างเป็นทางการ ที่เรียกว่า Hansard รายงานที่ทำเป็น
ลายลักษณ์อักษรสามารถหาดูได้จากห้องสมุดใหญ่ๆ และที่
www.parliament.uk คนส่วนมากได้รับข้อมูลเกี่ยวกับปัญหาและเหตุ
การณ์ทางการเมืองจากหนังสือพิมพ์ (ซึ่งเรามักเรียกว่า "Press")
โทรทัศน์ วิทยุและอินเตอร์เน็ท

UK ให้อิสระแก่สื่อมวลชล หมายความว่าสิ่งที่เขียนลงในหนังสือพิมพ์นั้น
ได้รับอิสระ โดยไม่ถูกควบคุมโดยรัฐบาลเจ้าของหนังสือพิมพ์บางรายและ
บรรณาธิการยังมีความเห็นทางการเมืองที่ชัดเจน และมักมีการรณรงค์เพื่อ
โน้มน้าวนโยบายของรัฐบาลและความเห็นของสาธารณะชนให้เป็นไปตาม
ที่เขาต้องการ

ตามกฎหมายการรายงานข่าวทางวิทยุและโทรทัศน์ในช่วงเลือกตั้งจะต้อง
ให้โอกาสแก่พรรคการเมืองต่างๆในการแสดงความคิดเห็นอย่างเท่าเทียม
กัน

ตรวจสอบความเข้าใจของท่านในเรื่องต่อไปนี้

- บทบาทหน้าที่ของนายกรัฐมนตรี คณะรัฐมนตรี ฝ่ายค้านและ คณะ รัฐมนตรีเงา
- บทบาทหน้าที่ของพรรคการเมืองในระบบการปกครองของ UK
- พรรคการเมืองหลักคือพรรคอะไร
- กลุ่มกดดันและกลุ่มล็อบบี้ทำอะไร
- บทบาทหน้าที่ของข้าราชการ
- บทบาทหน้าที่ของรัฐบาลท้องถิ่น
- อำนาจของรัฐบาลที่ได้รับการกระจายอำนาจในเวลส์ สก็อตแลนด์และไอร์แลนด์เหนือ
- มีการบันทึกกระบวนการต่างๆ ในรัฐสภาอย่างไร
- บทบาทหน้าที่ของสื่อในการทำให้ประชาชนได้รับทราบปัญหาทางการ เมือง

ใครที่สามารถลงคะแนนเสียงได้ (Who can vote)

UK มีระบบการลงคะแนนเสียงที่เป็นประชาธิปไตยที่สมบูรณ์แบบตั้งแต่ ปี ค.ศ. 1928 อายุสำหรับผู้ที่จะ ลงคะแนนเสียงที่กำหนดไว้ในปี ค.ศ. 1969 คือ 18 ปี และ (มีข้อยกเว้นบางประการ) ต้องเป็นผู้ที่เกิดใน UK และพล เมืองที่บรรลุนิติภาวะแล้วที่แปลงสัญชาติแล้วมีสิทธิในการลงคะแนนเสียง

พลเมืองที่บรรลุนิติภาวะแล้วของ UK และพลเมืองของเครือจักรภพและ สาธารณรัฐไอริชที่เป็นผู้มีถิ่นที่อยู่ใน UK สามารถลงคะแนนเสียงในการ เลือกตั้งทุกครั้ง ผู้ที่บรรลุนิติภาวะในประเทศอื่นๆในสหภาพยุโรป ที่เป็น ผู้มีถิ่นที่อยู่ใน UK สามารถลงคะแนนเสียงในการเลือกตั้งได้ทุกครั้งยกเว้น การเลือกตั้งทั่วไป

ทะเบียนรายชื่อผู้มีสิทธิเลือกตั้ง (The electoral register)

เพื่อให้มีสิทธิในการลงคะแนนเสียงเลือกตั้งในรัฐสภา การเลือกตั้งท้องถิ่น หรือการเลือกตั้งของยุโรปท่านต้องมีชื่อปรากฏบนทะเบียนรายชื่อผู้มีสิทธิ เลือกตั้ง

หากท่านสามารถลงคะแนนเสียงได้ ท่านสามารถลงทะเบียนชื่อของท่าน โดยการติดต่อสำนักทะเบียนผู้มีสิทธิเลือกตั้งของสภาท้องถิ่นซึ่งมักตั้งอยู่ ในสภาท้องถิ่นของท่าน (ในสก็อตแลนด์ สภาท้องถิ่นอาจตั้งอยู่ที่อื่น)หาก ท่านไม่ทราบว่าท่านขึ้นอยู่กับเขตไหนท่านสามารถตรวจสอบได้โดยการดู ที่ www.aboutmyvote.co.uk และระบุรหัสไปรษณีย์ของท่าน ท่าน

สามารถดาวน์โหลดแบบฟอร์มลงทะเบียนผู้มีสิทธิลงคะแนนเสียงเป็น
ภาษาอังกฤษ ภาษาเวลส์ และภาษาอื่นๆ บางภาษา

ทะเบียนผู้มีสิทธิเลือกตั้ง จะมีการปรับปรุงทุกปีใน เดือนกันยายน และ
ตุลาคมโดยจะส่งแบบฟอร์มการลงทะเบียนผู้มีสิทธิเลือกตั้งไปยังทุกครัว
เรือนซึ่งจะต้องกรอกและส่งคืนโดยระบุชื่อของทุกคนที่เป็นผู้อาศัยอยู่ใน
ครัวเรือนและมีสิทธิลงคะแนนเสียง
ในไอร์แลนด์เหนือจะใช้ระบบที่แตกต่างออกไป ซึ่งเรียกว่า
"การจดทะเบียนบุคคล" (individual registration) และคนที่มีสิทธิลงคะ
แนนเสียงต้องกรอกแบบฟอร์มการลงทะเบียนเอง เมื่อลงทะเบียนแล้วราย
การส่วนบุคคลของผู้ที่มีชื่อในทะเบียนจะต้องไม่เปลี่ยนแปลง สำหรับข้อ
มูลเพิ่มเติมท่านสามารถดูได้ที่สำนักการเลือกตั้ง (Electoral Office)
สำหรับไอร์แลนด์เหนือที่เว็บไซต์ www.eoni.org.uk

ตามกฎหมาย หน่วยงานท้องถิ่นแต่ละแห่งจะต้องทำทะเบียนรายชื่อผู้มี
สิทธิเลือกไว้ให้พร้อมสำหรับคนที่ต้องการตรวจดูรายชื่อของตน ปัจจุบันนี้
การตรวจดูรายชื่อต้องอยู่ภายใต้ความควบคุมโดยกฎหมาย โดยต้องเก็บ
ทะเบียนไว้ที่สำนักทะเบียนการเลือกตั้ง (หรือสำนักงานสภาในอังกฤษ
และเวลส์) นอกจากนี้ยังสามารถดูทะเบียนได้ที่อาคารสาธารณะและห้อง
สมุดบางแห่ง

จะลงคะแนนเสียงได้ที่ใด (Where to vote)
ประชาชนจะลงคะแนนเสียงในการเลือกตั้ง ณ สถานที่ที่เรียกว่าคูหาเลือก
ตั้งหรือกล่องใส่บัตรลงคะแนนในสก็อตแลนด์ ก่อนเลือกตั้งท่านจะได้รับ
บัตรลงคะแนนซึ่งจะแจ้งให้ท่านทราบว่าคูหาเลือกตั้งหรือกล่องใส่ บัตรลง
คะแนนของท่านอยู่ที่ไหนและเมื่อไหร่จึงจะเลือกตั้งในวันเลือกตั้ง จะทำ
การเปิดคูหาหรือกล่องใส่บัตรเลือกตั้งที่เวลา 7.00 น. จนถึง 22.00 น.

เมื่อท่านไปถึงคูหา พนักงานจะถามชื่อและที่อยู่ของท่าน ในไอร์แลนด์
เหนือท่านต้องแสดงบัตรประจำตัวที่มีรูปติด ท่านก็จะได้รับ บัตรลงคะแนน
ซึ่งท่านต้องถือไปยังกล่องใส่บัตรลงคะแนนและกรอกรายการเองท่านควร
ตัดสินใจเองว่าจะลงคะแนนเสียงให้ใคร ไม่มีใครมีสิทธิทำให้ท่านลงคะแน
นเสียงให้ผู้สมัครรายหนึ่งรายใดเป็นกรณีเฉพาะท่านต้องปฏิบัติตามคำแนะ
นำบนกระดาษลงคะแนน เมื่อท่านกรอกเสร็จแล้ว ให้หย่อนบัตรลงคะแนน
ลงตู้รับบัตรลงคะแนนเสียงได้เลย

หากท่านมีปัญหาในการไปยังคูหาหรือสถานที่หย่อนบัตร ท่านสามารถลง
คะแนนเสียงทางไปรษณีย์ก็ได้ โดยจะส่งใบลงคะแนนเสียงไปให้ที่บ้าน
ของท่านก่อนที่จะถึงวันเลือกตั้งแล้วให้ท่านกรอกและส่งกลับท่านสามารถ
เลือกปฏิบัติตามวิธีนี้เมื่อท่านลงทะเบียนเพื่อลงคะแนนเสียง

การลงรับสมัครเลือกตั้ง (Standing for office)
ประชาชนส่วนใหญ่ของสหราชอาณาจักร สาธารณรัฐไอริช หรือเครือจักร
ภพที่อายุ 18 ปีขึ้นไปสามารถลงรับสมัครเลือกตั้งโดยมีข้อยกเว้นบางประ
การ กล่าวคือ
- ข้าราชการทหาร
- ข้าราชการพลเรือน
- ผู้ที่กระทำความผิดทางอาญาบางกระทง

สมาชิกของสภาขุนนางไม่สามารถลงรับสมัครเลือกตั้งเพื่อเข้าสู่ สภาสา
มัญ แต่มีสิทธิลงรับสมัครเลือกตั้งในองค์กรอื่นๆ ได้

การเยี่ยมชมรัฐสภาและองค์กรรัฐบาลส่วนภูมิภาค

รัฐสภาของ UK (UK Parliament)
ประชาชนสามารถรับฟังการอภิปรายในพระราชวัง เวสต์มินสเตอร์
(Palace of Westminister) จากสถานที่ที่จัดไว้โดยเฉพาะทั้งที่
สภาสามัญ และ สภาขุนนาง

ท่านสามารถเขียนจดหมายถึง MP ประจำท้องถิ่นของท่านล่วงหน้าเพื่อขอ
ตั๋ว หรือสามารถเข้าคิวที่ทางเข้าสำหรับประชาชนทั่วไปโดยไม่เสียค่าผ่าน
ประตู บางครั้งคิวที่สภาสามัญจะยาวมากและคนต้องรอเป็นเวลาอย่างน้อย
หนึ่งหรือสองชั่วโมง จึงเป็นการง่ายกว่าในการเข้าไปฟังที่สภาขุนนาง

ท่านสามารถดูข้อมูลเพิ่มเติมได้จากเว็บไซต์ของรัฐสภาของ UK ได้ที่
www.Parliament.uk

สภาภูมิภาคแห่งไอร์แลนด์เหนือ (Northern Ireland Assembly)
ในการเลือกตั้งสมาชิกของไอร์แลนด์เหนือเรียกว่า MLAs
ทำโดยการประชุมในอาคารรัฐสภาที่ Stormont ในเบลฟัสต์ Belfast

มีวิธีการในการจัดเยี่ยมชุมStormont สองวิธีคือท่านสามารถติดต่อกับฝ่ายบริการการศึกษา (รายละเอียดสามารถดูได้จากเว็บไซต์ the Northern Ireland Assembly ที่ www.niassembly.gov.uk) หรือติดต่อ MLA.

รัฐสภาของสก็อต (Scottish Parliament)
การเลือกตั้งสมาชิกใน สกอตแลนด์ เรียกว่า MSPs,ซึ่งจัดให้มีการเลือกตั้งที่อาคารรัฐสภาของสก็อตที่ฮอลลีวูดในเมืองเอดินเบิร์ก (สำหรับข้อมูลเพิ่มเติมโปรดดูได้ที่ www.scottish.parliament.uk)
ท่านสามารถขอข้อมูล จองตั๋วหรือจัดทัวร์ผ่านฝ่ายบริการผู้เยี่ยมชม ท่านสามารถเขียนจดหมายถึงฝ่ายบริการดังกล่าวได้ที่ รัฐสภาของสกอตแลนด์ที่เอดินเบิร์ก EH99 1SP โทรศัพท์ 01313485200 หรือ
อีเมล์ sp.bookings@scottish.parliament.uk

สภาภูมิภาคแห่งเวลส์ (National Assembly for Wales)
ในการเลือกตั้งสมาชิกในเวลส์เรียกว่า AMs ทำโดยการประชุมกันที่อาคารสภาภูมิภาคของเวลส์ ใน Senedd ในคาร์ดิฟฟ์เบย์ (สำหรับข้อมูลเพิ่มเติมโปรดดูได้ที่ www.wales.gov.uk)

Senedd เป็นอาคารเปิด ท่านสามารถจองเพื่อเข้าเยี่ยมชมสถานที่โดยมีผู้บรรยายหรือจองที่นั่งในห้องที่จัดไว้สำหรับประชาชนในสภาแห่งเวลส์ได้ ในการจองให้ติดต่อ the Assembly Booking Service ที่หมายเลข 08451 010 5500 หรืออีเมล์ไปยัง assembly.bookings@wales.gsi.gov.uk

ตรวจสอบความเข้าใจของท่านในเรื่องต่อไปนี้:
- ใครคือผู้มีสิทธิลงคะแนนเสียง
- จะลงทะเบียนเพื่อลงคะแนนเสียงได้อย่างไร
- จะลงคะแนนเสียงได้อย่างไร
- ใครที่สามารถสมัครเข้าดำรงตำแหน่งด้านการปกครอง (public office)
- ท่านสามารถเยี่ยมชมรัฐสภา (Parliament),

สภาภูมิภาคของไอร์แลนด์เหนือ (Northern Ireland Assembly),
รัฐสภาของสก็อต (Scottish Parliament) และสภาภูมิภาคของเวลส์
(Welsh Assembly) ได้อย่างไร

สถาบันต่างๆ ของ UK และสถาบันระหว่างประเทศ

เครือจักรภพ (The commonwealth)
เครือจักรภพเป็นสมาคมของประเทศต่างๆ ที่ให้ความสนับสนุนกันและกัน
และทำงานร่วมกันโดยมีเป้าหมายร่วมกันในด้านประชาธิปไตยและการ
พัฒนา รัฐส่วนมากที่เป็นสมาชิกเคยเป็นส่วนหนึ่งของจักรวรรดิอังกฤษ
อย่างไรก็ดี ก็มีเพียงไม่กี่ประเทศที่ไม่ได้เข้าร่วมในเครือจักรภพ

พระราชินีเป็นผู้นำพิธีการของเครือจักรภพ ซึ่งปัจจุบันมีประเทศสมาชิก 54
ประเทศ (ดังรายชื่อต่อไปนี้) การเป็นสมาชิกถือว่าเป็นด้วยความสมัครใจ
เครือจักรภพไม่มีอำนาจเหนือสมาชิกของตน แม้ว่าจะสามารถระงับสมาชิก
ภาพได้ก็ตาม เครือจักรภพขึ้นอยู่กับค่านิยมหลักของระบอบประชาธิปไตย
การปกครองที่ดีและหลักเกณฑ์ทางกฎหมาย

สมาชิกของเครือจักรภพประกอบด้วย:แอนติกาและบาร์บูดา
ออสเตรเลีย บาฮามาส์ บังคลาเทศ บาร์บาดอส เบลิตซ์ บอสวานา
บรูไนดารุสซาลาม แคเมอรูน แคนาดา ไซปรัส โดมินิกา ฟีจิ
(ปัจจุบันถูกระงับไปแล้ว) แกมเบีย กานา เกรนาดา กายอนา อินเดีย
จาไมกา เคนยา คิริบาส เลโซโท มาลาวี มาเลเซีย มัลดีฟส์
มอลตา มอริเชียส โมแซมบิก นามิเบีย นาอูรู นิวซีแลนด์ ไนจีเรีย
ปากีสถาน ปาปัวนิวกินี รวันดา ซามัว เซเชลล์ เซียร์ราลีโอน
สิงคโปร์ หมู่เกาะโซโลมอน แอฟริกาใต้ ศรีลังกา เซนต์คิตส์และเนวิส
เซนต์ลูเซีย เซนต์วินเซนต์และเกรนาดีนส์ สวาซีแลนด์ แทนซาเนีย
ทองโก ทรินิแดดและโทบาโก ทูวาลู อูกานดา สหราชอาณาจักร
วานูอาตู แซมเบีย

สหภาพยุโรป (The European Union)
สหภาพยุโรป (EU) เดิมเรียกว่าชุมชนเศรษฐกิจยุโรป (European
Economic Community หรือ EEC) จัดตั้งขึ้นโดยประเทศต่างๆ
ในยุโรปหกประเทศ (คือ เบลเยี่ยม ฝรั่งเศส เยอรมัน อิตาลี ลักซ์เซมเบิร์ก
และเนเธอร์แลนด์) ซึ่งลงนามในสนธิสัญญากรุงโรมเมื่อวันที่ 25 มีนาคม
ค.ศ. 1957 สหราชอาณาจักรเดิมตัดสินใจไม่เข้าร่วมในกลุ่มนี้แต่กลับ
กลายเป็นสมาชิกในปี ค.ศ. 1973
ตอนนี้มีประเทศสมาชิกของ EU 27 ประเทศ โดยโครเอเชียกลายเป็น
ประเทศสมาชิกในปี ค.ศ. 2013

ประเทศสมาชิกของ EU คือ: ออสเตรีย เบลเยี่ยม บัลแกเรีย ไซปรัส สาธารณรัฐเช็ก เดนมาร์ก เอสโทเนีย ฟินแลนด์ ฝรั่งเศส เยอรมัน กรีซ ฮังการี ไอร์แลน อิตาลี ลัตเวีย ลิทัวเนีย ลักซ์เซมเบิร์ก มอลตา เนเธอร์แลนด์ โปแลนด์ โปรตุเกส โรมาเนีย สโลวาเกีย สโลเวเนีย สเปน สวีเดน และสหราชอาณาจักร

กฎหมายของสหภาพยุโรปมีผลผูกพันโดยชอบด้วยกฎหมายใน UK และประเทศสมาชิกอื่นๆของ EU กฎหมายของชาวยุโรปจะเรียกว่า directives, regulations หรือ framework decisions

สภายุโรป (The Council of Europe)

สภายุโรปเป็นองค์กรแยกต่างหากจาก EU มีประเทศสมาชิก 47 ประเทศ รวมทั้ง UK และรับผิดชอบในการคุ้มครองและส่งเสริมสิทธิมนุษยชน ในประเทศเหล่านั้นไม่มีอำนาจในการตรากฎหมายแต่สามารถร่างสนธิสัญญาและกฎบัตรได้ ที่เป็นที่รู้จักดีที่สุดซึ่งเป็นสนธิสัญญายุโรปเรื่องสิทธิมนุษยชน และเสรีภาพขั้นพื้นฐาน มักเรียกว่าสนธิสัญญาว่าด้วยสิทธิมนุษยชนของยุโรป (the European Convention of Human Rights)

สหประชาชาติ (The United Nations)

UK เป็นส่วนหนึ่งของสหประชาชาติ (UN) ซึ่งเป็นองค์กรระหว่างประเทศที่มีประเทศสมาชิกมากกว่า190 ประเทศ

UN จัดตั้งขึ้นหลังจากสงครามโลกครั้งที่สองและมีจุดประสงค์เพื่อป้องกันสงครามและส่งเสริมสันติสุขและความปลอดภัยระหว่างประเทศ มีสมาชิก 15 ประเทศในคณะมนตรีความมั่นคงของ UK ซึ่งจะให้คำแนะนำเกี่ยวกับการปฏิบัติการเมื่อเกิดวิกฤตระหว่างประเทศและการคุกคามต่อสันติสุข UK เป็นสมาชิกถาวรหนึ่งของคณะมนตรีความมั่นคง

องค์การสนธิสัญญาป้องกันแอตแลนติกเหนือ หรือ นาโต (The North Atlantic Treaty Organization or NATO)

UK ก็เป็นสมาชิก NATO เช่นกัน NATO เป็นกลุ่มประเทศยุโรปและอเมริกาเหนือที่ตกลงว่าจะช่วยกันและกันในกรณีที่ถูกโจมตี นอกจากนี้ยังมีจุดมุ่งหมายเพื่อดำรงรักษาไว้ซึ่งสันติสุขระหว่างประเทศสมาชิกต่างๆขององค์การ

ตรวจสอบความเข้าใจของท่านในเรื่องต่อไปนี้:
- เครือจักรภพคืออะไรและมีบทบาทอย่างไร
- องค์การระหว่างประเทศอื่นๆ ที่ UK เป็นสมาชิก

การเคารพกฎหมาย (Respecting the law)

ความรับผิดชอบที่สำคัญที่สุดประการหนึ่งของผู้มีถิ่นที่อยู่ใน UK คือต้องทราบและเชื่อฟังกฎหมาย หมวดนี้จะบอกท่านเกี่ยวกับระบบกฎหมาย ใน UK และกฎหมายบางฉบับที่มีผลกระทบต่อท่าน อังกฤษมีความภูมิใจในการเป็นประเทศที่ยินดีต้อนรับ แต่ผู้มีถิ่นที่อยู่ใน UK ทุกคน ไม่ว่าที่มีพื้นฐานเช่นใด จะต้องปฏิบัติตามกฎหมายและเข้าใจในเรื่องบางสิ่งยางอย่างที่เขาได้รับอนุญาตให้ทำได้ในระบบกฎหมายอื่นที่มิได้ใช้บังคับใน UK ผู้ที่ไม่เคารพกฎหมายก็จะไม่ได้รับอนุญาตให้เป็นผู้มีถิ่นที่อยู่ถาวรใน UK

กฎหมายมีส่วนเกี่ยวข้องกับชีวิตใน UK ทุกด้านท่านจึงต้องมั่นใจได้ว่าท่านทราบกฎหมายต่างๆ ที่มีผลกระทบต่อชีวิตประจำวันของท่าน รวมทั้งมีผลกระทบต่อการทำกิจการทั้งส่วนบุคคลและกิจการทางธุรกิจ

กฎหมายใน UK

บุคคลทุกคนใน UK ได้รับการปฏิบัติอย่างเท่าเทียมกันภายใต้กฎหมาย หมายความว่ากฎหมายใช้บังคับในลักษณะเดียวกันกับทุกคน ไม่ว่าพวกเขาจะเป็นใครหรือมาจากที่ไหน

กฎหมายสามารถแบ่งออกเป็นกฎหมายอาญาและกฎหมายแพ่ง

- กฎหมายอาญาเป็นเรื่องเกี่ยวกับการกระทำความผิดทางอาญาซึ่งมักถูกสอบสวนโดยเจ้าหน้าที่ตำรวจ หรือหน่วยงานอื่นๆเช่นสภาและถูกลงโทษโดยศาล
- กฎหมายแพ่ง ใช้เพื่อยุติข้อพิพาทระหว่างบุคคลหรือกลุ่มบุคคล

ตัวอย่างของกฎหมายอาญา

- การพกพาอาวุธ: การพกพาอาวุธไม่ว่าประเภทใด แม้ว่าเพื่อป้องกันตัวเองถือว่าเป็นความผิดทางอาญา อาวุธดังกล่าวรวมถึง ปืน มีด หรือสิ่งใดๆ ที่ทำขึ้นหรือปรับปรุงขึ้นที่ก่อให้เกิดอันตราย
- ยาเสพติด: การขายหรือซื้อยาเสพติด เช่น เฮโรอีน โคเคน ยาอี และกัญชา ถือว่าผิดกฎหมายใน UK

- ความผิดเกี่ยวกับเชื้อชาติ: การทำให้บุคคลอื่นต้องอับอาย ตกใจหรือ เสียใจเพราะเรื่องทางศาสนาหรือต้นกำเนิดชาติพันธุ์ถือว่าเป็นความ ผิดทางอาญา
- การขายยาสูบ: การขายผลิตภัณฑ์ยาสูบ (ตัวอย่างเช่น บุหรี่ ซิการ์ ยาสูบที่นำมามวนเอง) ให้แก่บุคคลที่อายุต่ำกว่า 18 ปี ถือว่าผิดกฎหมาย
- การสูบบุหรี่ในที่สาธารณะ: การสูบผลิตภัณฑ์ยาสูบในพื้นที่สาธารณะ ที่ปิดสนิททุกแห่งใน UK ถือว่าขัดต่อกฎหมาย โดยจะมีป้ายแสดงให้ เราทราบว่าที่ใดที่ท่านสามารถสูบได้
- การซื้อสุรา: การขายสุราให้แก่คนที่อายุต่ำกว่า 18 ปี หรือซื้อสุราให้คนอายุต่ำกว่า 18 ปี ถือว่าเป็นความผิดทางอาญา (มีข้อยกเว้นประการหนึ่งกล่าวคือ บุคคลที่อายุ 16 ปีขึ้นไปสามารถดื่ม สุราได้พร้อมกับการรับประทานอาหารในโรงแรมหรือภัตตาคาร

- การดื่มในที่สาธารณะ: บางสถานเป็นเขตปลอดสุราซึ่งท่านไม่สามารถ ดื่มในที่สาธารณะ นอกจากนี้เจ้าหน้าที่ตำรวจก็จะยึดสุราหรือนำผู้นั้น ออกจากสถานที่สาธารณะ ซึ่งท่านจะต้องถูกปรับหรือไม่ก็ถูกจับ

รายการดังกล่าวไม่ได้รวมการกระทำความผิดทางอาญาทั้งหมด มีความ ผิดหลายประเภทที่ใช้บังคับในประเทศส่วนมาก เช่น การฆาตกรรม ลัก ทรัพย์และทำร้ายร่างกาย ท่านสามารถดูรายละเอียดเกี่ยวกับประเภทของ ความผิดทางอาญาได้ที่เว็บไซต์ของ UK ที่ www.gov.uk

ตัวอย่างกฎหมายแพ่ง คือ
- กฎหมายเกี่ยวกับที่พักอาศัย: รวมถึงข้อพิพาทระหว่างเจ้าของที่ดินและ ผู้เช่าในเรื่องต่างๆ เช่นการซ่อมแซมและการการขับไล่ออกจากสถานที่

- สิทธิของผู้บริโภค: ตัว อย่างเช่นข้อพิพาทเกี่ยวกับสินค้าหรือการ บริ การที่มีข้อผิดพลาด

- กฎหมายการจ้างงาน: กรณีเหล่านี้รวมถึงข้อพิพาทเกี่ยวกับเรื่องค่าจ้าง และการให้ออกโดยไม่เป็นธรรม หรือการแบ่งแยกเล่นพรรคเล่นพวกใน สถานที่ทำงาน

- ภาระหนี้สิน: คนที่ไม่ชำระหนี้ให้คนอื่นจะถูกฟ้องศาล

เจ้าหน้าที่ตำรวจและหน้าที่ของเจ้าหน้าที่ตำรวจ
งานของเจ้าหน้าที่ตำรวจใน UK คือ
1. คุ้มครองชีวิตและทรัพย์สิน
2. ป้องกันการถูกรบกวน (หรือเรียกว่า การรักษาความสงบ)
3. ป้องกันและตรวจจับในกรณีกระทำความผิดทางอาญา

เจ้าหน้าที่ตำรวจจัดตั้งขึ้นแยกต่างหากจากกองกำลังตำรวจที่นำโดยหัวหน้าตำรวจประจำภาค (Chief Constables) ซึ่งเป็นอิสระจากรัฐบาล

ในเดือนพฤศจิกายน ค.ศ. 2012 ประชาชนได้ทำการเลือก Police and Crime Commissioners (PCCs) ในอังกฤษและเวลส์ซึ่งเป็นการเลือกตั้งตัวบุคคล โดยตรงที่มีความรับผิดชอบในการจัดกองกำลังตำรวจที่มี ประสิทธิภาพและประสิทธิผลที่สะท้อนให้เห็นความต้องการของชุมชนท้องถิ่น PCCs กำหนดลำดับความสำคัญของท้องถิ่นและงบประมาณในการกำนดนโยบายในท้องถิ่น นอกจากนี้ยังทำการแต่งตั้งหัวหน้าตำรวจประจำท้องถิ่น (local Chief Constable)

กองกำลังตำรวจเป็นบริการสาธารณะที่ให้ความช่วยเหลือและคุ้มครองทุกคนไม่ว่าคนเหล่านั้นจะมีพื้นฐานเช่นใดหรืออยู่ ณ ที่แห่งใด เจ้าหน้าที่ตำรวจเองก็ต้องเชื่อฟังกฎหมาย ต้องไม่ใช้อำนาจในทางที่ผิด ไม่ทำคำให้การที่เป็นเท็จ หยาบคายหรือดูถูก หรือเลือกปฏิบัติเกี่ยวกับเชื้อชาติ ถ้าเจ้าหน้าที่ตำรวจคอรัปชั่นหรือใช้อำนาจในทางที่ผิดก็จะถูกลงโทษอย่างรุนแรง

เจ้าพนักงานตำรวจได้รับการสนับสนุนโดยเจ้าพนักงานให้ความสนับสนุนชุมชนตำรวจ (PCSOs)   PCSOs มีบทบาทแตกต่างกันตามเขตพื้นที่ แต่มักทำหน้าที่ลาดตระเวนตามถนน ทำงานร่วมกับประชาชน และให้ความสนับสนุนเจ้าหน้าที่ตำรวจในกรณีเกิดเหตุอาชญากรรมและเหตุการณ์สำคัญอื่นๆ

ทุกคนใน UK ต้องช่วยเจ้าหน้าที่ตำรวจในการป้องกันและตรวจสอบอาชญากรรมไม่ว่าเมื่อใดก็ตามที่สามารถทำได้ หากท่านถูกจับและถูกนำตัวไปสถานีตำรวจ เจ้าหน้าที่ตำรวจจะบอกเหตุผลในการจับกุมท่านและท่านก็สามารถขอคำแนะนำทางกฎหมายได้

ในกรณีที่เกิดบางอย่างผิดพลาด ก็จะมีการใช้ระบบการร้องทุกข์เจ้าพนัก

งานตำรวจ ทุกคนสามารถทำคำร้องทุกข์เกี่ยวกับเจ้าหน้าที่ตำรวจโดยการ
ไปที่สถานีตำรวจหรือเขียนไปยังหัวหน้าตำรวจของกรมตำรวจที่เกี่ยวข้อง
นอกจากนี้ยังสามารถทำคำร้องทุกข์ไปยังองค์กรอิสระ เช่น
the Independent Police Complaints Commission ในอังกฤษและเวลส์
the Police Complaints Commissioner สำหรับสก็อตแลนด์ หรือ
the Police Ombudsman สำหรับไอร์แลนด์เหนือ

การก่อการร้ายและพวกหัวรุนแรง (Terrorism and extremism)

UK ต้องประสบกับการถูกคุกคามโดยผู้ก่อการร้ายหลายครั้ง ครั้งที่ร้ายแรง
ที่สุดคือการก่อการร้ายโดยกุ่ม Al Qu'ida ซึ่งเป็นเครือข่ายและองค์กรที่มี
จุดมุ่งหมายเดียวกันนอกจากนี้ UK ยังต้องเผชิญกับการคุกคามจากการก่อ
การร้ายประเภทอื่นๆ เช่น การก่อการร้ายเกี่ยวกับไอร์แลนด์เหนือ

กลุ่มผู้ก่อการร้ายทุกกลุ่มพยายามเปลี่ยนแปลงและสรรหาคนที่ตรงตาม
ต้องการ ไม่ว่าอะไรที่ไหนและเมื่อใดที่พวกเขาจะทำนั้น จะเปลี่ยนไป
เรื่อยๆ มีหลักฐานแสดงว่ากลุ่มนี้ชอบดึงคนที่ได้รับความสนับสนุนน้อย
มากจากภาครัฐ แต่คนที่ต้องการสร้างบ้านใน UK จะต้องตระหนักถึงการ
คุกคามนี้ จึงจำเป็นที่พลเมืองทุกคนจะต้องรู้สึกปลอดภัยซึ่งความรู้สึกเช่น
นี้รวมถึงความรู้สึกปลอดภัยจากกลุ่มที่หัวรุนแรงทุกประเภท (การขัดแย้ง
ต่อค่านิยมพื้นฐานของชาวอังกฤษ) รวมทั้งหัวรุนแรงเกี่ยวกับศาสนาหรือ
พวกขวาจัดลัทธิหัวรุนแรง

หากท่านคิดว่ามีใครบางคนพยายามที่จะชักชวนท่านให้เข้าร่วมในกลุ่ม
หัวรุนแรงหรือกลุ่มก่อการร้าย ท่านควรแจ้งให้เจ้าหน้าที่ตำรวจในท้องถิ่น
ทราบ

ตรวจสอบความเข้าใจของท่านในเรื่องต่อไปนี้:

- ความแตกต่างระหว่างศาลแพ่งและศาลอาญา
  และกรุณายกตัวอย่างของศาลทั้งสอง
- หน้าที่ของเจ้าพนักงานตำรวจ
- การคุกคามของกลุ่มผู้ก่อการร้ายที่ต้องเผชิญใน UK

บทบาทของศาล (The role of the courts)

ฝ่ายตุลาการ (The judiciary)
ผู้พิพากษา (ซึ่งรวมเรียกว่า "ฝ่ายตุลาการ") รับผิดชอบในการตีความกฎหมายและต้องมั่นใจว่าการพิจารณาคดีนั้นทำด้วยความยุติธรรม และรัฐบาล ไม่สามารถแทรกแซงฝ่ายตุลาการ

บางครั้งการกระทำของรัฐบาลก็ถูกร้องเรียนว่าไม่ชอบด้วยกฎหมาย ถ้าผู้พิพากษาเห็นด้วย รัฐบาลต้องเปลี่ยนนโยบายของตน หรือขอให้รัฐสภาเปลี่ยนแปลงกฎหมาย ถ้าผู้พิพากษาเห็นว่าองค์กรภาครัฐไม่เคารพสิทธิโดยชอบด้วยกฎหมายของบางคน ผู้พิพากษาก็จะสั่งให้องค์กรนั้นเปลี่ยนแปลงหลักปฏิบัติ และ/หรือจ่ายค่าชดเชย
ผู้พิพากษาต้องทำการตัดสินข้อพิพาทระหว่างสมาชิก ของส่วนราชการหรือขององค์การซึ่งมักเป็นเรื่องเกี่ยวกับสัญญา ทรัพย์สินหรือการจ้างงานหรือข้อพิพาทหลังจากเกิดอุบัติเหตุ

ศาลอาญา (Criminal Courts)

มีความแตกต่างบางประการระหว่างระบบศาลในอังกฤษและเวลส์ สก็อตแลนด์ และไอร์แลนด์เหนือ

Magistrates' and Justice of the Peace Courts
ในอังกฤษ เวลส์ และไอร์แลนด์เหนือ คดีอาญาของผู้เยาว์ส่วนมากต้องดำเนินการใน Magistrates' Court ใน
สก็อตแลนด์ ความผิดทางอาญาที่กระทำโดยผู้เยาว์จะต้องดำเนินการใน Justice of the Peace Court

Magistrates และ Justice of the Peace (JPs)
เป็นสมาชิกของชุมชนท้องถิ่น ในอังกฤษ เวลส์และสก็อตแลนด์
Magistrates และ Justice of the Peace มักทำงานโดยไม่ได้รับค่าตอบแทนและไม่จำเป็นต้องมีคุณวุฒิทางกฎหมาย พวกเขาได้รับการฝึกอบรมให้ทำงานนี้และได้รับการสนับสนุนโดยที่ปรึกษากฎหมาย Magistrates ทำหน้าที่ตัดสินในแต่ละคดีที่ยื่นต่อพวกเขา และถ้าพบว่ามีความผิดจริง Magistrates ก็จะทำการตัดสิน ในไอร์แลนด์เหนือ จะมีการพิจารณาคดีโดยผู้พิพากษาศาลแขวงหรือรองผู้พิพากษาศาลแขวง ซึ่งมีคุณสมบัติโดยชอบด้วยกฎหมายและได้รับค่าตอบแทน

Crown Courts และ Sheriff Courts

ในอังกฤษ เวลส์ และไอร์แลนด์เหนือ ความผิดร้ายแรงจะได้รับการพิจารณา ต่อหน้าผู้พิพากษาและลูกขุนใน Crown Court ในสก็อตแลนด์ คดีที่ร้ายแรงจะพิจารณาใน Sheriff Court โดยนายอำเภอเพียงคนเดียว หรือนายอำเภอร่วมกับลูกขุนเป็นผู้พิจารณาคดี คดีที่ร้ายแรงที่สุดในสก็อตแลนด์ เช่นการฆาตกรรม จะทำการพิจารณาคดีใน High Court โดยผู้พิพากษาและลูกขุน คณะลูกขุนประกอบด้วยสมาชิกของส่วนราชการ ที่สุ่มเลือกจากทะเบียนผู้มีสิทธิเลือกตั้งในท้องถิ่น ในอังกฤษ เวลส์และไอร์แลนด์เหนือ คณะลูกขุนมีสมาชิก 15 คน ทุกคนที่ได้รับเรียกให้ปฏิบัติหน้าที่เป็นลูกขุนต้องทำหน้าที่ดังกล่าวยกเว้นในกรณีที่บุคคลผู้นั้นไม่มีคุณสมบัติ (ตัวอย่างเช่น เพราะว่าพวกเขามีความผิดทางอาญา) หรือพวกเขาให้เหตุผลที่ดีสมควรแก่การได้รับการให้อภัย เช่น ความเจ็บป่วย

คณะลูกขุนต้องฟังหลักฐานที่ยื่นในการพิจารณาคดีแล้วจึงตัดสินใจพิพากษาความว่า "ผิด" หรือ "ไม่ผิด" ตามสิ่งที่ตนได้รับฟัง ในสก็อตแลนด์ คำพิพากษาแบบที่สามคือ "ไม่ได้พิสูจน์" ก็อาจนำมาใช้ ในกรณีที่คณะลูกขุนเห็นว่าจำเลยทำความผิด และผู้พิพากษาตัดสินใจลงโทษ

ศาลเยาวชน (Youth Courts)

ในอังกฤษ เวลส์และไอร์แลนด์เหนือ ถ้าผู้ต้องหาอายุ 10-17 ปีมักทำการพิจารณาคดีในศาลเยาวชนต่อหน้า magistrate ที่ผ่านการฝึกหัดมาโดยเฉพาะสามคนหรือผู้พิพากษาศาลแขวง คดีที่ร้ายแรงที่สุดจะนำเข้าสู่ Crown Court บิดามารดาหรือผู้ดูแลของเยาวชนจะต้องเข้าฟังคำพิจารณาคดี ประชาชนทั่วไปไม่ได้รับอนุญาตให้ฟังคำพิจารณาคดีในศาลเยาวชน และห้ามพิมพ์เผยแพร่ชื่อหรือรูปถ่ายของเยาวชนที่เป็นผู้ต้องหาในหนังสือพิมพ์ และห้ามสื่อนำไปใช้

ในสก็อตแลนด์ ระบบที่เรียกว่า "ระบบพิจารณาคดีเด็ก" (Children's Hearings System) จะนำมาใช้ในการดำเนินการกับเด็กหรือเยาวชนที่กระทำความผิด ไอร์แลนด์เหนือมีระบบ Youth conferencing เพื่อพิจาณาวิธีการที่เด็กควรดำเนินการเมื่อพวกเขากระทำความผิด

ศาลแพ่ง (Civil Courts)

County Courts

County Courts เป็นศาลที่ดำเนินการเกี่ยวกับข้อพิพาททางแพ่งอย่าง

กว้างขวาง ซึ่งรวมถึงบุคคลที่พยายามจะเรียกเงินที่เป็นหนี้ตนคืนคดีเกี่ยว
กับความบาดเจ็บส่วนบุคคล เรื่องเกี่ยวกับครอบครัวการประพฤติผิดสัญญา
และการหย่า ในสก็อตแลนด์ เรื่องเหล่านี้ส่วนมากจะดำเนินการใน Sheriff
Court มีคดีแพ่งจำนวนมากที่มีความร้ายแรง ตัวอย่างเช่น เมื่อมีการเรียก
ร้องค่าชดเชยความเสียหายเป็นจำนวนเงินมากๆ จะดำเนินการใน High
Court of England เวลส์และไอร์แลนด์เหนือ ในสก็อตแลนด์ คดีดังกล่าว
จะดำเนินการใน Court of Session ในเอดินเบิร์ก

วิธีปฏิบัติเกี่ยวกับการเรียกร้องเงินจำนวนไม่มาก

วิธีปฏิบัติเกี่ยวกับการเรียกร้องเงินจำนวนไม่มาก เป็นวิธีการอย่างไม่เป็น
ทางการในการช่วยให้คนสามารถยุติข้อพิพาทเล็กๆ น้อยๆ ได้โดยไม่ต้อง
ใช้เวลาและเงินมากในการใช้ทนายความ วิธีการนี้ใช้สำหรับการเรียกร้องเ
งินที่น้อยกว่า 5,000 ปอนด์ในอังกฤษและเวลส์ และ 3,000 ปอนด์ใน
สก็อตแลนด์และไอร์แลนด์เหนือ การพิจารณาคดีจะจัดขึ้นต่อหน้าผู้พิพาก
ษาในห้องปกติทั่วไป และบุคคลจากคู่พิพาททั้งสองฝ่ายจะนั่งรอบๆ โต๊ะ
การเรียกร้องเงินจำนวนไม่มากนี้สามารอนุมัติบนระบบออนไลน์โดยผ่าน
Money Claims Online (www.moneyclaim.gov.uk)

ท่านสามารถดูรายละเอียดเกี่ยวกับวิธีปฏิบัตินี้จาก County Court
ในท้องถิ่นของท่านหรือ Sheriff Court
รายละเอียดเกี่ยวกับศาลในท้องถิ่นของท่านสามารถดูได้จาก:
• สำหรับอังกฤษและเวลส์ สามารถดูได้ที่ www.gov.uk
• สำหรับสก็อตแลนด์ สามารถดูได้ที่ www.scotcourts.gov.uk
• สำหรับไอร์แลนด์เหนือ สามารถดูได้ที่ www.courtsni.gov.uk

คำแนะนำทางกฎหมาย (Legal advice)

Solicitors

Solicitors คือทนายความที่ได้รับการฝึกอบรมซึ่งเป็นผู้ให้คำแนะนำเกี่ยว
กับเรื่องทางกฎหมายดำเนินการให้ลูกความและทำการแทนลูกความใน
ศาล
มีสำนักงาน Solicitor ทั่ว UK จึงจำเป็นต้องหาว่า solicitor ผู้นั้นมีความ
เชี่ยวชาญในเรื่องใดๆของกฎหมายและตรวจสอบว่า Solicitor นั้นมีประสบ
การณ์เหมาะสมที่จะช่วยเหลือท่านในคดีของท่านเพียงใดมีการโฆษณาใน
หนังสือพิมพ์ท้องถิ่นและใน Yellow Pages มากมาย สำนักงาน
The Citizens Advice Bureau (www.citizensadvice.org.uk)

ก็สามารถให้รายชื่อของ Solicitors ในท้องถิ่นและสาขาความเชี่ยวชาญ
ของ solicitor คนนั้นๆ นอกจากนี้ท่านยังสามารถขอขอมูลจากสมาคมกฎ
หมาย (Law Society) (www.lawsociety.org.uk) หรือสมาคมกฎหมาย
ของไอร์แลนด์เหนือ (www.lawsoc.ni.org) ค่าบริการของ solicitors มัก
ขึ้นอยู่กับเวลาที่ใช้ในแต่ละคดี จึงเป็นต้องคำนวณตั้งแต่ต้นว่าคดีของท่าน
ต้องใช้ค่าใช้จ่ายเท่าใด

ตรวจสอบความเข้าใจของท่านในเรื่องต่อไปนี้:
- บทบาทของฝ่ายตุลาการ
- เกี่ยวกับศาลอาญาต่างๆ ใน UK
- ท่านสามารถชำระเงินที่มีการเรียกร้องจำนวนไม่มากนักได้อย่างไร

หลักเกณฑ์พื้นฐาน (Fundamental Principles)

อังกฤษมีประวัติอันยาวนานเกี่ยวกับการเคารพในสิทธิส่วนบุคคลและต้อง
ยึดมั่นในเสรีภาพเป็นหลัก สิทธิเหล่ามีรากฐานอยู่ใน Magna Carta พระ
ราชบัญญัติ Habeas Corpus Act และกฎหมายรัฐธรรมนูญปี พ.ศ. 1689
ซึ่งมีการพัฒนามาตลอด นักการทูตอังกฤษและทนายความมีบทบาทที่
สำคัญในการร่าง the European Convention on Human Rights and
Fundamental Freedoms UK ยังเป็นประเทศแรกที่ลงนามในสนธิสัญญา
ในปี ค.ศ. 1950

หลักเกณฑ์บางอย่างที่รวมอยู่ในสนธิสัญญายุโรป (European
Convention) เรื่องสิทธิมนุษยชน ซึ่งสิทธิดังกล่าวคือ:
- สิทธิในการใช้ชีวิต
- ห้ามทรมาน
- ห้ามค้าทาสและบังคับใช้แรงงาน
- สิทธิในเสรีภาพและความปลอดภัย
- สิทธิในการพิจารณาคดีด้วยความยุติธรรม
- เสรีภาพทางความคิด ความรู้ผิดชอบชั่วดี และศาสนา
- เสรีภาพของการพูด (คำพูด)
พระราชบัญญัติว่าด้วยสิทธิมนุษยชนปี ค.ศ. 1998
ได้รวมไว้ในสนธิสัญญายุโรป (European Convention) เกี่ยวกับ สิทธิ
มนุษยชนในกฎหมายสหราชอาณาจักร รัฐบาล องค์กรภาครัฐ และศาล
ต้องปฏิบัติตามหลักเกณฑ์ของสนธิสัญญา

โอกาสที่เท่าเทียมกัน (Equal opportunities)

กฎหมายของ UK รับรองว่าประชาชนจะต้องไม่ได้รับการปฏิบัติโดยไม่ยุติธรรมไม่ว่าทางด้านการใช้ชีวิต หรือการทำงาน อันเนื่องมาจากอายุ ความพิการ เพศ การตั้งครรภ์และความเป็นแม่ เชื้อชาติ ศาสนาหรือความเชื่อ เรื่องเกี่ยวกับเพศหรือสถานภาพสมรส หากท่านต้องประสบกับปัญหาที่มีการแบ่งพรรคแบ่งพวก ท่านสามารถดูข้อมูลเพิ่มเติมได้ จาก Citizens Advice Bureau หรือจากองค์กรต่างๆ ต่อไปนี้

- สำหรับอังกฤษ และเวลส์: คณะกรรมการด้านความเท่าเทียมกันและสิทธิมนุษยชน (www.equality.humanrights.com)
- สำหรับสก็อตแลนด์: คณะกรรมการด้านความเสมอภาคและสิทธิมนุษยชนในสก็อตแลนด์ (www.equalityhumanright.com/Scotland/the-commission-in-Scotland) และคณะกรรมการสิทธิมนุษยชนสก็อต (www.Scottish/HumanRights.com)
- สำหรับไอร์แลนด์เหนือ: Equality Commission ของไอร์แลนด์เหนือ (equalityni.org)
- คณะกรรมการสิทธิมนุษยชนของไอร์แลนด์เหนือ (www.nihrc.org)

การใช้ความรุนแรงในครอบครัว (Domestic violence)

ในปี UK ความทารุณและความรุนแรงภายในครอบครัวถือว่าเป็นความผิดร้ายแรง บุคคลใดก็ตามที่ใช้ความรุนแรงกับคู่ชีวิต- ไม่ว่าเป็นชายหรือหญิง ไม่ว่าที่ได้ทำการสมรสหรืออยู่ด้วยกันเฉยๆ จะถูกฟ้องร้อง ชายใดก็ตามที่บังคับให้หญิงมีเพศสัมพันธ์ด้วย รวมทั้งสามีของหญิงนั้น จะถูกฟ้องร้องในข้อหาข่มขืนกระทำชำเรา

เป็นสิ่งสำคัญที่บุคคลที่ประสบกับการใช้ความรุนแรงภายในครอบครัวต้องขอรับความช่วยเหลือโดยเร็วที่สุดเท่าที่จะทำได้ Solicitor หรือ Citizen Advice Bureau สามารถอธิบายทางเลือกอื่นๆ ในบางด้านก็มี สถานที่ ที่ปลอดภัยในการเข้าพักอาศัย ซึ่งเรียกว่าที่หลบภัยหรือที่พักพึง (refuges or shelters) นอกจากนี้ยังมีสายด่วนฉุกเฉินในแผนก Helpline ซึ่งดูได้บนด้านหน้าของ Yellow Pages รวมทั้งสำหรับผู้หญิงก็มีหมายเลขศูนย์ช่วยเหลือสตรีที่อยู่ใกล้ที่สุด ท่านสามารถโทรศัพท์ติดต่อ National Domestic Violence Freephone Helpline ได้ตลอด 24ชั่วโมง ที่หมายเลข 0808 2000 247 ได้ตลอดเวลา หรือเจ้าหน้าที่ตำรวจก็สามารถช่วยท่านค้นหาสถานที่ปลอดภัยให้เข้าพักพิงได้

การขลิบอวัยวะเพศสตรี (Female genital mutilation)

การขลิบอวัยวะเพศสตรี หรือเรียกสั้นๆ ว่า FGM คือการขลิบอวัยวะเพศสตรีถือว่าผิดกฎหมายใน UK การทำ FGM หรือการนำเด็กหญิง หรือผู้หญิงสาวไปต่างประเทศเพื่อทำ FGM ถือว่าเป็นความผิดทางอาญา

การถูกบังคับให้แต่งงาน (Forced marriage)

การสมรสต้องทำด้วยความเต็มใจและยินยอมของคู่สมรสทั้งสองที่เกี่ยวข้อง การจัดงานสมรสที่ทั้งสองฝ่ายตกลงว่าจะทำการสมรสกันถือว่าเป็นที่ยอมรับใน UK

การบังคับให้แต่งงาน คือการที่คู่สมรสฝ่ายใดฝ่ายหนึ่งหรือทั้งสองฝ่ายไม่สามารถให้ความยินยอมในการเป็นคู่สมรสกัน การบังคับให้อีกฝ่ายหนึ่งทำการสมรสถือว่าเป็นความผิดทางอาญา

คำสั่งป้องกันการบังคับให้แต่งงานนำมาใช้ในปี ค.ศ. 2008 ในอังกฤษ เวลส์ และไอร์แลนด์เหนือ ภายใต้พระราชบัญญัติ (การคุ้มครองทางแพ่ง) เกี่ยวกับการบังคับให้แต่งงาน ปี ค.ศ. 2007 (Forced Marriage (Civil Protection) Act 2007) สามารถขอคำสั่งศาลได้เพื่อป้องกันบุคคลให้พ้นจากการถูกบังคับให้แต่งงาน หรือเพื่อป้องกันบุคคลในการแต่งงานเพราะถูกบังคับ คำสั่งป้องกันในทำนองเดียวกันนี้ได้นำมาใช้ในสก็อตแลนด์เมื่อเดือนพฤศจิกายน 2011

ผู้เคราะห์ร้าย หรือคนที่กระทำการแทนผู้เคราะห์ร้าย สามารถยื่นขอคำสั่งได้ ส่วนคนที่เห็นว่าได้มีการประพฤติผิดคำสั่งจะถูกจำคุกเป็นเวลาสองปีฐานไม่เชื่อฟังคำสั่งศาล

การภาษีอากร (Taxation)

ภาษีเงินได้ (Income Tax)

ประชาชนใน UK ต้องชำระภาษีเงินได้ ซึ่งรวมถึง:

- ค่าจ้างที่ได้จากการทำงาน
- กำไรที่ได้จากการทำงานส่วนตัว
- ผลประโยชน์ที่ต้องเสียภาษี
- เงินบำนาญ
- รายได้จากทรัพย์สิน เงินออมและเงินปันผล

เงินที่เรียกเก็บจากภาษีเงินได้ที่จ่ายให้แก่บริการของรัฐบาล เช่น ถนนการ
ศึกษาและกองทัพ

สำหรับประชาชนส่วนมาก จำนวนเงินภาษีเงินได้ที่ถูกต้องจะหักจากราย
ได้จากการทำงานโดยอัตโนมัติ ซึ่งหักโดยนายจ้างและต้องชำระโดยตรง
ไปยัง HM Revenue & Customs (HMRC) ซึ่งเป็นส่วนราชการ ที่เรียก
เก็บภาษี ระบบนี้เรียกว่า "Pay As You Earn" (PAYE) หากท่านทำงาน
ส่วนตัวท่านจำเป็นต้องจ่ายภาษีเองโดยผ่านระบบที่เรียกว่า
"self-assessment" ซึ่งรวมถึงการกรอกขอคืนภาษี ส่วนคนอื่นอาจจำเป็น
ต้องกรอกแบบฟอร์มขอคืนภาษีเองเช่นกัน ถ้า HMRC ส่งแบบฟอร์มขอ
คืนภาษีมายังท่าน ท่านก็จำเป็นต้องกรอกและส่งแบบฟอร์ม คืนทันทีที่
ท่านได้ข้อมูลที่จำเป็นทั้งหมดแล้ว

ท่านสามารถดูรายละเอียดเพิ่มเติมเกี่ยวกับภาษีเงินได้ได้ที่ www.hmrc.
gov.uk/incometax ท่านสามารถขอความช่วยเหลือและคำแนะนำเกี่ยว
กับภาษีและการกรอกแบบฟอร์มภาษีจาก HMRC self-assessment
helpline ที่หมายเลข 0845 300 0627 และที่เว็บไซต์ของ HMRC ที่
www.hmrc.gov.uk

ประกันภัยแห่งชาติ (National Insurance)

เกือบทุกคนใน UK ที่ทำงานได้รับค่าจ้าง
รวมทั้งคนที่ประกอบอาชีพส่วนตัว ต้องจ่ายเงินสมทบเพื่อ National
Insurance เงินที่เรียกเก็บจากเงินที่จ่ายสมทบเข้าสู่ National Insurance
จะใช้เพื่อจ่ายผลประโยชน์ของ รัฐและบริการต่างๆ เช่นบำนาญกรณี
เกษียณอายุและบริการสาธารณสุขแห่งชาติ

ลูกจ้างจะถูกนายจ้างหักเงิน เงินสมทบประกันแห่งชาติ(National
Insurance Contributions)จากเงินเดือน คนที่ประกอบอาชีพส่วนตัวก็จำ
เป็นต้องจ่ายเงิน National Insurance Contributions เอง

บุคคลใดก็ตามที่ไม่จ่ายเงิน National Insurance Contributions ให้ไม่
เพียงพอจะไม่สามารถได้รับผลประโยชน์บางอย่าง เช่น เงินช่วยสำหรับ
คนหางาน หรือเงินบำนาญกรณีเกษียณอายุ คนงานบางคน เช่นคนทำงาน
พิเศษ (part-time) อาจไม่ได้รับเงินตามกฎหมาย เช่น การจ่ายเงินกรณี
คลอดบุตรในกรณีที่บุคคลผู้นั้นหาเงินได้ไม่พอ

คำแนะนำเพิ่มเติมเกี่ยวกับ National Insurance Contributions สามารถดูได้ที่เว็บไซต์ของ HMRC ที่ www.hmrc.gov.uk/ni

การขอเลขที่ National Insurance

เลขที่ National Insurance เป็นเลขบัญชีเฉพาะส่วนบุคคล เพื่อให้มั่นใจ ว่าเงินสมทบ National Insurance Contribution และภาษีที่ท่านจ่ายนั้น มีการบันทึกในชื่อของท่านอย่างถูกต้องแล้ว คนหนุ่มสาวใน UK จะได้รับ เลขที่ National Insurance ก่อนวันเกิดครบรอบอายุ 16 ปี

ประชาชนที่ไม่ได้ถือสัญชาติของ UK ที่พำนักอาศัยใน UK ที่กำลังมองหา งาน กำลังเริ่มงานหรือประกอบอาชีพส่วนตัวจำเป็นต้องมีเลขที่ National Insurance อย่างไรก็ดี ท่านสามารถเริ่มทำงานได้แม้ว่าจะยังไม่มีเลขที่ National Insurance ก็ตาม ถ้าท่านได้รับอนุญาตให้ทำงานใน UK ท่าน จำเป็นต้องโทรศัพท์ติดต่อกรมการหางานและบำนาญ (DWP) เพื่อดำเนิน การให้ได้เลขที่ National Insurance ซึ่งอาจมีการเรียกตัวท่านไป สัมภาษณ์ DWP จะแนะนำท่านว่าเอกสารอะไรที่ท่านจำเป็นต้องนำติดตัว ไปสัมภาษณ์ด้วยถ้าจำเป็นท่านต้องมีเอกสารที่พิสูจน์ตัวแทนของท่านและ การอนุญาตให้ท่านทำงานใน UK   เลขที่ National Insurance มิได้เป็น สิ่งพิสูจน์ต่อนายจ้างว่าท่านมีสิทธิในการทำงานใน UK

ท่านสามารถดูข้อมูลเพิ่มเติมเกี่ยวกับวิธีการยื่นคำร้องขอเลขที่ National Insurance ได้ที่ www.gov.uk

การขับขี่ (Driving)

ใน UK ท่านต้องอายุอย่างน้อย 17 ปีจึงจะสามารถขับขี่รถยนต์หรือจักร ยานยนต์ได้ และท่านต้องมีใบอนุญาตขับขี่บนถนนสาธารณะในการขอใบ อนุญาตขับขี่ของ UK ท่านต้องผ่านการสอบขับรถ ซึ่งจะสอบทั้งความรู้ ทักษะเชิงปฏิบัติ ท่านจำเป็นต้องอายุอย่างน้อย 16 ปีในการขับขี่รถจักร ยานยนต์ ขนาดเล็กและมีข้อกำหนดเรื่องอายุอื่นๆ และการสอบพิเศษเพื่อ การขับขี่ยานยนต์ขนาดใหญ่

ผู้ขับขี่สามารถใช้ใบอนุญาตขับขี่จนกระทั่งอายุ 70 ปี หลังจากนั้น ใบอนุญาตจะมีอายุคราวละ 3 ปี

ในไอร์แลนด์เหนือผู้ขับขี่ใหม่ต้องแสดงแผ่น"R"(สำหรับผู้ขับขี่ที่ถูกจำกัด) เป็นระยะเวลาหนึ่งปีหลังจากที่ผ่านการทดสอบ

ถ้าใบอนุญาตขับรถของท่านออกจากประเทศในสหภาพยุโรป (EU) ไอซ์แลนด์ ลิกเตนสไตน์ หรือนอร์เวย์ท่านสามารถขับขี่รถยนต์ ในอังกฤษได้ตราบเท่าที่ใบอนุญาตของ ท่านยังไม่หมดอายุหากท่านมี ใบอนุญาตจากประเทศอื่นๆ ท่านอาจใช้ใบอนุญาตขับขี่นั้นใน UK ได้จนถึง 12 เดือน ในกรณีที่ต้องการขับขี่หลังจากระยะเวลาดังกล่าว ท่านต้องมีใบอนุญาตขับขี่ของ UK

หากท่านเป็นผู้มีถิ่นที่อยู่ใน UK รถยนต์หรือจักรยานยนต์ของท่านต้องจดทะเบียนที่ the Driver and Vehicle Licensing Agency (DVLA) ท่านต้องจ่ายภาษีการใช้ถนนประจำปีและแสดงป้ายเสียภาษี ซึ่งแสดงว่าได้มีการชำระภาษีแล้วบนกระจกบังลมหน้า นอกจากนี้ประกันภัยยานยนต์ของท่านต้องยังไม่หมดอายุ การขับขี่รถยนต์โดยไม่ทำประกันภัย ถือว่าเป็นความผิดทางอาญาร้ายแรง หากรถยนต์ของท่านมีอายุมากกว่าสามปี ท่านต้องนำรถยนต์ไปยังกระทรวงคมนาคม เพื่อทำการทดสอบทุกปี ในกรณีที่ฝ่าฝืนไม่นำรถไปขอรับรองที่กระทรวงคมนาคมถ้ารถยนต์ของท่านอายุเกินสามปี ท่านสามารถดูรายละเอียดเกี่ยวกับภาษีรถยนต์และ ข้อกำหนดของกระทรวงคมนาคมจาก www.gov.uk

ตรวจสอบความเข้าใจของท่านในเรื่องต่อไปนี้:
- หลักเกณฑ์พื้นฐานของกฎหมาย UK
- ความรุนแรงในครอบครัว FGM และการบังคับให้แต่งงานถือว่าผิดกฎหมายใน UK
- ระบบภาษีเงินได้และ National Insurance
- ข้อกำหนดในการขับขี่รถยนต์

บทบาทหน้าที่ของท่านในชุมชน (Your role in the community)

ในการเป็นพลเมืองชาวอังกฤษหรือการตั้งถิ่นฐานในอังกฤษทำให้เกิดความรับผิดชอบและให้โอกาสด้วยเช่นกัน ทุกคนมีโอกาสในการมีส่วนร่วมในชุมชนเนื้อหาในบทนี้ให้ความสำคัญเกี่ยวกับความรับผิดชอบ บางประการ ในการเป็นพลเมืองและให้ข้อมูลเกี่ยวกับการที่ท่านสามารถช่วยสร้างชุมชนของท่านให้เป็นสถานที่ที่น่าอยู่และน่าทำงานมากยิ่งขึ้น

ค่านิยมและความรับผิดชอบ (Values and responsibilities)

แม้ว่าอังกฤษจะเป็นประเทศหนึ่งในโลกที่มีสังคมที่หลากหลายมากที่สุด แต่ก็มีค่านิยมและความรับผิดชอบร่วมกันที่ทุกคนสามารถยอมรับได้ ค่านิยมและความรับผิดชอบเหล่านี้รวมถึง:

- การเชื่อฟังและเคารพกฎหมาย
- การตระหนักในสิทธิของผู้อื่นและเคารพในสิทธิของคนเหล่านั้น
- การปฏิบัติต่อผู้อื่นด้วยความยุติธรรม
- การปฏิบัติตนด้วยความรับผิดชอบ
- การช่วยเหลือและป้องกันครอบครัวของท่าน
- การเคารพและสงวนรักษาสิ่งแวดล้อม
- การปฏิบัติต่อทุกคนอย่างเท่าเทียมกัน โดยไม่คำนึงเรื่องเพศ ศาสนา อายุ ความทุพลภาพ ชนชั้นหรือความเบี่ยงเบนทางเพศ
- ทำงานเพื่อเลี้ยงดูตัวเองและครอบครัวของท่าน
- ช่วยเหลือผู้อื่น
- ลงคะแนนเสียงในการเลือกตั้งของรัฐบาลแห่งชาติ

การยึดถือตามค่านิยม และความรับผิดชอบเหล่านี้จะทำให้ท่านเป็นพลเมืองโดยสมบูรณ์และคล่องแคล่วได้ง่ายขึ้น

การเป็นเพื่อนบ้านที่ดี (Being a good neighbour)

เมื่อท่านย้ายเข้าบ้านหรืออพาร์ทเมนท์ใหม่การแนะนำตัวเองต่อคนที่อาศัยอยู่ใกล้เคียงกับท่าน การทำความรู้จักเพื่อนบ้านของท่านสามารถช่วยให้ท่านกลายเป็นส่วนหนึ่งของชุมชนและเพื่อสร้างเพื่อน เพื่อนบ้านของท่านก็เป็นแหล่งขอความช่วยเหลือที่ดี ตัวอย่างเช่น พวกเขามีความยินดีที่จะช่วยเลี้ยงสัตว์เลี้ยงของท่านเวลาที่ท่านไม่อยู่ หรือให้คำแนะนำเกี่ยวกับเรื่องร้านค้าและบริการในท้องที่

ท่านสามารถช่วยป้องกันปัญหาและความขัดแย้งกับเพื่อนบ้านของท่านโดยเคารพในความเป็นส่วนตัวและจำกัดการเสียงดังที่ท่านก่อขึ้นนอกจากนี้การพยายามดูแลสวนของท่านให้เป็นระเบียบเรียบร้อย และทิ้งขยะในถุงและถังขยะที่จัดให้มีบนถนน หรือพื้นที่ส่วนกลางถ้าครบกำหนดเก็บ

การมีส่วนร่วมในการทำกิจกรรมท้องถิ่น (Getting involved in local activities)

เป็นอาสาสมัครและช่วยชุมชนของท่านเป็นสิ่งสำคัญในการเป็นพลเมืองที่ดีสิ่งเหล่านี้ทำให้ท่านสามารถเข้ากับคนอื่นๆ ได้ช่วยทำให้ชุมชนของท่าน

เป็นสถานที่ที่ดียิ่งขึ้นถ้าผู้อาศัยในชุมชนให้ความช่วยเหลือกันและกันนอก
จากนี้ยังช่วยให้ท่านสามารถทำหน้าที่ของท่านได้เป็นอย่างดี เช่น การ
ปฏิบัติตัวอย่างมีความรับผิดชอบและช่วยเหลือผู้อื่น

ท่านสามารถส่งเสริมชุมชนของท่านได้อย่างไร (How you can support your community)

มีวิธีการในเชิงบวกมากมายที่ท่านสามารถส่งเสริมชุมชนของท่านและเป็น
พลเมืองที่ดี

บริการลูกขุน (Jury service)

เช่นเดียวกับการมีสิทธิในการลงคะแนนเสียง ประชาชนที่มีหน้าที่ในการ
เลือกตั้งจะได้รับเลือกโดยการสุ่มให้ทำหน้าที่เป็นลูกขุน บุคคลใดก็ตามที่
มีชื่อในทะเบียนผู้มีสิทธิเลือกตั้งและอายุระหว่าง 18 ถึง 70 ปี อาจถูกขอ
ร้องให้ทำหน้าที่เป็นลูกขุน

การให้ความช่วยเหลือในโรงเรียน (Helping in schools)

หากท่านมีบุตร มีหลายวิธีที่ท่านสามารถช่วยโรงเรียนของบุตรได้ บิดา
มารดา สามารถช่วยในห้องเรียนโดยการช่วยส่งเสริมกิจกรรมต่างๆหรือ
การฟังนักเรียนอ่านบทเรียน

มีโรงเรียนหลายแห่งจัดงานเพื่อเรี่ยไรเงินเพื่อจัดซื้ออุปกรณ์เพิ่มเติมหรือ
เพื่อเป็นค่าใช้จ่ายในการทำกิจกรรมนอกโรงเรียน กิจกรรมต่างๆ ควรรวม
การขายหนังสือ ขายของเล่น หรือการนำอาหารมาขาย ท่านอาจมีความ
คิดดีๆ ของท่านเองในการเรี่ยไรเงิน บางครั้งอาจจัดงานต่างๆ โดยสมาคม
ผู้ปกครอง-ครู (PTAs) การเป็นอาสาสมัครเพื่อช่วยเหลือโดยการจัดงาน
หรือร่วมในสมาคมก็เป็นวิธีการทำบางสิ่งที่ก่อให้เกิดผลดีสำหรับโรงเรียน
และยังเป็นการสร้างเพื่อนใหม่ในชุมชนท้องถิ่นด้วย ท่านจะพบโอกาสจาก
ประกาศในโรงเรียนหรือบันทึกต่างๆ ที่บุตรของท่านนำกลับบ้าน

ผู้บริหารโรงเรียนและคณะกรรมการโรงเรียน (School governors and school boards)

ผู้บริหารโรงเรียนหรือสมาชิกคณะกรรมการโรงเรียนในสก็อตแลนด์คือ
บุคคลที่มาจากชุมชนท้องถิ่น ที่มีความประสงค์ต้องให้ความสนับสนุนใน
เชิงบวกในด้านการศึกษาของเด็กๆ คนเหล่านี้ต้องอายุ 18 ปีขึ้นไป ณ วัน
ที่มีการเลือกตั้งหรือที่ได้รับการแต่งตั้ง โดยไม่มีขีดจำกัดอายุสูงสุด

ผู้บริหารและคณะกรรมการโรงเรียนมีส่วนสำคัญในการยกมาตรฐาน ของ
โรงเรียน บทบาทสำคัญๆ มีสามประการคือ
1. การกำหนดทิศทางในเชิงกลยุทธ์ของโรงเรียน
2. ตรวจสอบให้มีการปฏิบัติตามหน้าที่ความรับผิดชอบ
3. การตรวจสอบและประเมินผลการดำเนินงานของโรงเรียน

ท่านสามารถติดต่อโรงเรียนในท้องถิ่นของท่านเพื่อสอบถามว่าทางโรง
เรียน ต้องการผู้ปกครองโรงเรียนหรือสมาชิกคณะกรรมการโรงเรียนหรือ
ไม่ในอังกฤษ ท่านสามารถยื่นสมัครได้บนระบบออนไลน์ ที่
School Governors' One Stop Shop at www.sgoss.org.uk

ในอังกฤษ บิดามารดาและกลุ่มอื่นๆ ในชุมชนสามารถยื่นขอเปิดโรงเรียน
แบบเรียนฟรีในพื้นที่ท้องถิ่นของตน สำหรับข้อมูลเกี่ยวกับเรื่องนี้สามารถ
ค้นได้จากเว็บไซต์กระทรวงศึกษาธิการที่ www.dfe.gov.uk

การให้ความสนับสนุนพรรคการเมือง
(Supporting political parties)
พรรคการเมืองต่างๆ ยินดีต้อนรับสมาชิกใหม่ การเข้าร่วมในพรรคการเมือง
เป็นวิธีหนึ่งที่จะแสดงให้เห็นการสนับสนุนของท่านเพื่อแสดงความคิดเห็น
มีส่วนร่วมในกระบวนการประชาธิปไตย
พรรคการเมืองเองมักยุ่งเป็นพิเศษระหว่างช่วงที่มีการเลือกตั้ง สมาชิก
พรรคต้องทำงานหนักมากเพื่อเชิญชวนให้คนลงคะแนนเสียงเพื่อผู้สมัคร
ของพรรค ตัวอย่างเช่น การแจกใบปลิวตามถนนหรือการแจกถึงหน้าบ้าน
ของคนทั่วไป และขอให้พวกเขาสนับสนุนพรรค การทำเช่นนี้เรียกว่า
"การสำรวจความคิดเห็น" ท่านไม่ต้องบอกผู้สำรวจความคิดเห็นว่าท่านมี
เจตนาที่จะลงคะแนนเสียงถ้าท่านไม่ต้องการลง

พลเมืองชาวอังกฤษสามารถดำรงตำแหน่งเป็นที่สมาชิกสภาท้องถิ่นซึ่ง
เป็นสมาชิกของรัฐสภา (หรือหน่วยงานที่มีอำนาจเทียบเท่ากัน) หรือ
สมาชิกสภายุโรป นี่คือโอกาสในการเป็นหรือมีส่วนร่วมในชีวิตทางการ
เมืองใน UK นอกจากนี้ท่านสามารถดำรงตำแหน่งหากท่านเป็นพลเมือง
ชาวไอริส เป็นพลเมืองของเครือจักรภพที่มีสิทธิ หรือ
(ยกเว้นการดำรงตำแหน่ง MP) เป็นพลเมืองของประเทศอื่นๆ ในยุโรป

ท่านสามารถค้นหาข้อมูลเพิ่มเติมเกี่ยวกับการเข้าร่วมพรรคการเมืองจาก
เว็บไซต์ของพรรคการเมืองนั้นๆ

การให้ความช่วยเหลือโดยการบริการท้องถิ่น (Helping with local services)

มีโอกาสในการเป็นอาสาสมัครกับผู้ให้บริการในท้องถิ่นอย่างกว้างขวาง รวมทั้งโรงพยาบาลประจำท้องถิ่นและโครงการเกี่ยวกับ เยาวชนบริการ ต่างๆ มักต้องการทำให้ประชาชนมีส่วนร่วมในการตัดสินใจเกี่ยวกับวิธีการ ทำงานของบริการนั้นๆ มหาวิทยาลัยสมาคมจัดหาบ้านพักอาศัยคณะกรรม การพิพิธภัณฑ์และศิลปะอาจประกาศให้ประชาชนมาเป็นอาสาสมัครใน ฝ่ายบริหารของแต่ละหน่วยงาน

ท่านสามารถเป็นอาสาสมัครกับตำรวจ และเป็นตำรวจพิเศษหรือเป็นตัวแทน (ที่ไม่ใช่ตำรวจ) นอกจากนี้ท่านยัง สามารถยื่นเป็นเจ้าหน้าที่ฝ่ายปกครอง (magistrate)ผู้พิพากษา ท่านจะ เห็นประกาศรับสมัครในหนังสือพิมพ์ท้องถิ่นของท่านหรือทางวิทยุท้องถิ่น นอกจากนี้ท่านสามารถหาข้อมูลเพิ่มเติมได้ที่ www.gov.uk

การบริจาคโลหิตและอวัยวะ (Blood and organ donation)

ทางโรงพยาบาลจะใช้โลหิตที่รับบริจาคเพื่อช่วยคนที่ได้รับบาดเจ็บและ เจ็บป่วย การบริจาคโลหิตใช้เวลาประมาณหนึ่งชั่วโมงเท่านั้นท่านสามารถ ลงทะเบียนบริจาคโลหิตได้ที่:

- สำหรับในอังกฤษและไอร์แลนด์เหนือ: www.blood.co.uk
- ส่วนของเวลส์: www.welsh-blood-org.uk
- สก็อตแลนด์: www.scotblood.co.uk
- ไอร์แลนด์เหนือ: www.nibts.org

มีคนจำนวนมากใน UK ที่กำลังรอการปลูกถ่ายอวัยวะหากท่านลงทะเบียน เป็นผู้บริจาคอวัยวะ ก็จะเป็นการง่ายมากสำหรับครอบครัวของท่านในการ ตัดสินใจว่าจะบริจาคอวัยวะของท่านหรือไม่เมื่อท่านเสียชีวิต ท่านสามารถ ลงทะเบียนเป็นผู้บริจาคอวัยวะได้ที่ www.organdonation.nhs.uk บุคคลที่มีชีวิตอยู่ก็สามารถบริจาคไตได้

วิธีอื่นๆ ในการเป็นอาสาสมัคร (Other ways to volunteer)

การเป็นอาสาสมัคร คือการทำงานด้วยความเต็มใจโดยไม่ได้รับค่าตอบ แทนมีประโยชน์มากมายในการเป็นอาสาสมัคร เช่น ได้พบปะคนใหม่ๆ และการให้ความช่วยเหลือผู้อื่นทำให้ชุมชนของท่านเป็นสถานที่ที่น่าอยู่ ยิ่งขึ้นกิจกรรมของอาสาสมัครบางอย่างจะทำให้ท่านมีโอกาสฝึกฝนภาษา อังกฤษหรือพัฒนาทักษะในการทำงานที่จะช่วยให้ท่านหางาน หรือปรับ ปรุงประวัติส่วนตัวของท่าน มีคนมากมายเป็นอาสาสมัครเพียงเพื่อต้อง

การช่วยคนอื่น

กิจกรรมที่ท่านสามารถทำได้ในฐานะที่เป็นอาสาสมัคร คือ:

- การทำงานเกี่ยวกับสัตว์ต่างๆ: ตัวอย่างเช่น การดูแลสัตว์ที่ศูนย์พักพิงในท้องถิ่น
- การทำงานร่วมกับเยาวชน: ตัวอย่างเช่น การเป็นอาสาสมัครร่วมกับกลุ่มเยาวชน
- การช่วยปรับปรุงสิ่งแวดล้อม: ตัวอย่างเช่น การมีส่วนร่วมในการเก็บขยะในท้องถิ่น
- การทำงานกับผู้ไร้ที่อยู่: ตัวอย่างเช่น ที่พักพึงของคนไร้ที่อยู่
- การดูแล: ตัวอย่างเช่น การให้ความสนับสนุนบางคนที่เพิ่งออกจากเรือนจำ
- การทำงานในศูนย์สาธารณสุขและโรงพยาบาล: ตัวอย่างเช่น การทำงานให้บริการประจำโต๊ะประชาสัมพันธ์ในโรงพยาบาล
- การให้ความช่วยเหลือผู้อื่น – ตัวอย่างเช่น การดูแลผู้ป่วยที่บ้าน

นอกจากนี้ยังมีองค์กรการกุศลและอาสาสมัครนับพันแห่งใน UK องค์กรเหล่านี้ทำงานเพื่อปรับปรุงชีวิตของประชาชน สัตว์และสิ่งแวดล้อมด้วยวิธีต่างๆ องค์กรเหล่านี้มีตั้งแต่สาขาในอังกฤษขององค์กรระหว่างประเทศต่างๆ เช่น สภากาชาดอังกฤษ จนถึงองค์กรการกุศลขนาดเล็กๆ ในท้องถิ่นที่ทำงานในด้านต่างๆ

องค์กรเหล่านี้รวมการทำงานการกุศลกับผู้สูงอายุ (เช่น Age UK) ทำงานกับเด็ก (เช่น the National Society for the Prevention of Cruelty to Children NSPCC) และการทำงานกับคนไร้บ้าน (ตัวอย่างเช่น Crisis and Shelter) นอกจากนี้ยังมีงานการกุศลด้านการวิจัยทางการแพทย์ (ตัวอย่างเช่น Cancer Research UK)องค์การกุศลด้านสิ่งแวดล้อม (เช่น the National Trust and Friends of the Earth) และองค์กรการกุศลที่ทำงานกับสัตว์ (เช่น the People's Dispensary for Sick Animals (PDSA))

อาสาสมัครจำเป็นต้องให้ความช่วยเหลือในการทำกิจกรรม และหาเงินองค์กรการกุศลมักประกาศลงหนังสือพิมพ์ในท้องถิ่นและส่วนใหญ่มีเว็บไซต์ของตัวเอง ที่มีข้อมูลเกี่ยวกับโอกาสต่างๆ ท่านสามารถดูข้อมูลเกี่ยวกับการเป็นอาสาสมัครขององค์กรต่างๆ ได้จาก www.do-it.org.uk

มีโอกาสมากมายสำหรับคนหนุ่มสาวในการเป็นอาสาสมัครและได้รับการ

รับรองซึ่งจะช่วยให้หนุ่มสาวเหล่านั้นสามารถพัฒนาทักษะความชำนาญ ของตนได้ ซึ่งรวมถึง the National Citizen Service program ซึ่งให้เยาวชนอายุ 16-17 ปีมีโอกาสในการทำกิจกรรมนอกบ้าน พัฒนา ทักษะความชำนาญมีส่วนร่วมในโครงการของชุมชน ท่านสามารถดูข้อมูล เพิ่มเติมได้ดังนี้

- National Citizen Service: nationalcitizenservice.direct.gov.uk
- ประเทศอังกฤษ: www.www.vinspired.com
- เวลส์: www.gwirvol.org
- สก็อตแลนด์: www.vds.org.uk
- ไอร์แลนด์เหนือ: www.volunteernow.co.uk

การดูแลสิ่งแวดล้อม (Looking after environment)

ท่านจำเป็นนำของใช้แล้วมาใช้ซ้ำ (รีไซเคิล) ให้มากที่สุดเท่าที่ท่าน สามารถทำได้ การใช้วัสดุรีไซเคิลเพื่อทำผลิตภัณฑ์ใหม่ใช้พลังงานน้อย กว่าและหมายความว่าเราไม่จำเป็นต้องขุดเอาวัตถุดิบจากพื้นโลก นอก จากนี้ยังหมายความว่าเป็นการสร้างขยะน้อยลง ดังนั้นจำนวนขยะที่นำไป ฝังกลบก็ลดลง

ท่านสามารถเรียนรู้รายละเอียดเกี่ยวกับการรีไซเคิลและประโยชน์ของการ รีไซเคิลได้ที่ www.recyclenow.com ที่เว็บไซต์นี้ ท่านยังพบวิธีว่าอะไร บ้างที่ท่านสามารถรีไซเคิลได้ที่บ้านและในพื้นที่ในท้องถิ่นหากท่านอาศัย อยู่ในอังกฤษ ข้อมูลนี้สามารถดูได้ที่ www.wasteawarenesswales.org. uk สำหรับเวลส์ www.recycleforscotland.com สำหรับสก็อตแลนด์ และสำหรับไอร์แลนด์เหนือ ท่านสามารถขอข้อมูลได้จากหน่วยงานส่วน ท้องถิ่นของท่าน

วิธีที่ดีที่สุดในการให้ความสนับสนุนชุมชนท้องถิ่นของท่านคือการซื้อผลิต ภัณฑ์ในท้องถิ่นที่ท่านสามารถซื้อได้ การทำเช่นนี้จะช่วยธุรกิจและชาวนา ในพื้นที่ของท่านและในอังกฤษ นอกจากนี้ยังลดปริมาณก๊าซเรือนกระจก เพราะผลิตภัณฑ์ที่ท่านซื้อจะไม่มีการเคลื่อนย้ายไปที่อื่น

การเดินและการใช้ระบบขนส่งสาธารณะไปที่ต่างๆ เมื่อท่านทำได้ก็เป็นวิธี ที่ดีในการป้องกันสิ่งแวดล้อมได้เช่นกัน ซึ่งหมายความว่า ท่านก่อมลภาวะ น้อยกว่ากว่าเมื่อท่านใช้รถยนต์

ตรวจสอบความเข้าใจของท่านในเรื่องต่อไปนี้:

- วิธีต่างๆ ที่ท่านสามารถช่วยโรงเรียนของบุตรของท่าน
- บทบาทของคณะผู้บริหารและสมาชิกของคณะกรรมการโรงเรียน และ วิธีที่ท่านสามารถเป็นสมาชิกคณะกรรมการโรงเรียน
- บทบาทของสมาชิกพรรคการเมือง
- บริการในท้องถิ่นต่างๆ ที่ประชาชนสามารถเป็นอาสาสมัครให้ความ สนับสนุนบริการเหล่านั้น
- วิธีการบริจาคโลหิตและอวัยวะ
- ประโยชน์ของการเป็นอาสาสมัครสำหรับท่าน บุคคลอื่นและชุมชน
- กิจกรรมประเภทต่างๆ ที่อาสาสมัครสามารถทำได้
- ท่านสามารถดูแลสิ่งแวดล้อมได้อย่างไร

ตอนนี้ท่านก็ได้มุมมองเกี่ยวกับประวัติความเป็นมา ค่านิยม กฎหมายและรัฐธรรมนูญของอังกฤษแล้ว

เราหวังว่าท่านจะเห็นว่าหนังสือคู่มือเล่มนี้มีประโยชน์และน่าสนใจเมื่อท่าน มั่นใจได้อ่านและเข้าใจเนื้อหาของหนังสือคู่มือเล่มนี้แล้ว ท่านก็พร้อมที่จะ เข้าสอบชีวิตใน UK ซึ่งแน่นอนย่อมเป็นไปไม่ได้ที่หนังสือคู่มือเล่มนี้จะมี เนื้อหาครอบคลุมทุกๆ เรื่อง แต่เราก็หวังว่าหนังสือเล่มนี้จะเป็นแรงบันดาล ใจให้ท่านอยากทราบและอ่านรายละเอียดเกี่ยวกับประวัติความเป็นมาและ วัฒนธรรมของ UK

ข้อมูลในการพิจาณาทบทวน

มีคำถาม 4 ประเภทในการสอบ ชีวิตใน UK คือ

1. ข้อความที่ให้ถูกหรือผิด
2. ข้อความใดในจำนวนสองข้อความที่เป็นข้อความที่ถูกต้อง
3. เลือกคำตอบที่ถูกต้องเพียงคำตอบเดียวจากสี่ตัวเลือก
4. เลือกคำตอบที่ถูกต้องสองคำตอบจากตัวเลือกสี่ตัวเลือก

คำตอบที่ถูกต้องของคำถามต่างๆ จะเก็บไว้เป็นความลับ

เกี่ยวกับข้อมูลในการพิจารณาทบทวน

เพื่อช่วยในการเรียนรู้ของท่าน หมวดนี้จะมี รายการ ข้อความที่ "ถูก"
ที่นำมาจากหมวดต่างๆ ที่ท่านจะถูกทดสอบ การทดสอบนี้จะช่วยท่าน
ทราบว่า ท่านได้เลือกประเด็นสำคัญจากข้อมูลการเรียนรู้ได้ถูกต้องหรือ
ไม่ มีเพียงข้อความบางข้อความที่ไม่ถูกต้อง เราจึงเลือกข้อความที่ถูก
ต้องที่เราเชื่อว่าจะช่วยให้ท่านตอบคำถามในการสอบจริงได้ สุดท้ายนี้
หนังสือเล่มนี้มี "การสอบภาคปฏิบัติ" เพื่อเป็นแนวความคิดท่านเกี่ยวกับ
คำถามประเภทต่างๆ ที่ท่านอาจต้องเจอในการสอบจริง คำตอบสำหรับ
ข้อสอบเชิงปฏิบัติจะแสดงไว้ในหน้าท้ายถัดจากหน้าที่เป็นคำถามสุดท้าย

ขอให้ท่านระลึกว่า เราไม่สามารถรวมคำถามต่างๆ ไว้ได้ทั้งหมดในหนัง
สือเล่มขนาดนี้

การเรียนรู้ข้อความต่างๆ ในหนังสือเล่มนี้และการทำงานโดยผ่านการสอบ
เชิงปฏิบัติจะช่วยปรับปรุงโอกาสในการสอบผ่าน แต่ไม่มีอะไรดีไปกว่าการ
อ่านข้อมูลการเรียนรู้อย่างเป็นทางการอย่างละเอียดหากท่านต้องการผ่าน
การสอบตั้งแต่สอบครั้งแรก

ขอให้มั่นใจว่าท่านตอบคำถามทุกข้อและท่านต้องไม่ "เดา" ท่านก็จะโชคดี

ขอให้ท่านโชคดี

ข้อความที่ถูกต้อง

โปรดระลึกเสมอว่าข้อความต่อไปนี้ ถูกต้อง และเป็นไปตามข้อมูลการเรียนรู้อย่างเป็นทางการ

UK คืออะไร
1. "Great Britain" หมายถึงเฉพาะอังกฤษ สก็อตแลนด์และเวลส์เท่านั้น
2. UK ปกครองประเทศโดยรัฐสภาที่ตั้งอยู่ใน Westminister

ประวัติศาสตร์อันยาวนานและรุ่งโรจน์
อังกฤษยุคต้น
1. Julius Caesar เป็นผู้นำโรมันในการบุกอังกฤษแต่ไม่ประสบความสำเร็จในปี 55BC
2. ชาวโรมันสร้างถนน อาคารสาธารณะ จัดทำโครงสร้างทางกฎหมาย และเป็นผู้แนะนำให้คนรู้จักพืชพันธ์และสัตว์ต่างๆ ที่มีอยู่ในปัจจุบันนี้
3. ภาษาที่ใช้พูดโดย Jutes, Angles และ Saxon ซึ่งเป็นชนเผ่าในภาคเหนือของยุโรป เป็นพื้นฐานของภาษาอังกฤษในปัจจุบันนี้
4. ตั้งแต่ AD789 พวกไวกิงส์จากเดนมาร์กและนอร์เวย์ก็บุกจู่โจมเขตชายฝั่งและขนย้ายสินค้าและทาสไป
5. ในค.ศ. 1066 พวก Normans บุกโจมตีอังกฤษโดยการนำของ William ซึ่งเป็นดยุคของนอแม็นดี
6. The Norman Conquest เป็นการบุกโจมตีต่างประเทศครั้งสุดท้ายที่ประสบความสำเร็จของอังกฤษ

ยุคกลาง The Middle Ages
1. Edward I สร้างปราสาทขนาดใหญ่ ซึ่งรวมถึง Conwy and Caernaravon ในเวลส์เพื่อดำรงรักษาอำนาจของพระองค์ไว้
2. ในปี ค.ศ. 1200 อังกฤษปกครองพื้นที่ของไอร์แลนด์เรียกว่า the Pale ที่อยู่รอบๆ ดับลิน
3. นอร์มัน (Normans) ใช้ระบบการถือกรรมสิทธิ์ในที่ดิน หรือเรียกว่าระบบศักดินา (feudalism)
4. หลังจากที่เกิดโรค Black Death แล้ว ยังเกิดภาวะขาดแคลนแรงงานและชาวชนบทเริ่มเรียกร้องค่าแรงที่สูงขึ้น
5. ในอังกฤษจะมีการเรียกประชุมรัฐสภาเมื่อพระมหากษัตริย์ ต้องการ

หารือกับบรรดาขุนนางหรือเพื่อรวบรวมเงิน

6. ในปี ค.ศ. 1400 ในอังกฤษเอกสาร ราชการต่างๆจะต้องทำเป็นลาย
ลักษณ์อักษรเป็นภาษาอังกฤษและภาษาอังกฤษก็กลายเป็นภาษาราช
การของศาลหลวง (royal court) และรัฐสภา

7. ในปี ค.ศ. 1455 เกิดสงครามการเมืองเพื่อเลือกคนที่จะมาเป็นพระม
หากษัตริย์แห่งอังกฤษ

8. King Richard III แห่ง House of York ถูกปลงพระชนม์ใน Battle of
Bosworth field

ราชวงศ์ **Tudors** และ **Stuarts**

1. Henry VIII สถาปนาคริสตจักรแห่งอังกฤษ (Church of England)
เมื่อพระสันตะปาปาปฏิเสธไม่อนุญาตให้พระองค์หย่าจากมเหสีพระ
องค์แรกคริสตจักรโรมันคาทอลิก (Roman Catholic Church)

2. ผู้ที่สืบราชสมบัติต่อจาก Henry VIII คือโอรสของพระองค์เองที่นับ
ถือนิการโปรเตสแตนท์ Edward VI

3. กองทัพอังกฤษเอาชนะกองเรืออาร์มาดาแห่งสเปน (Spanish
Armada) ซึ่งสเปนส่งไปปราบอังกฤษและฟื้นฟูนิกายคาทอลิก

4. Sir Francis Drake เป็นคนหนึ่งที่เดินเรือรอบโลกในเรือของเขาชื่อว่า
Golden Hind ประเทศอังกฤษ

5. Elizabeth I ไม่เคยสมรสหรือมีรัชทายาท
เมื่อพระองค์สิ้นพระชนม์ในปี ค.ศ. 1603 ทายาทของพระองค์คือญาติ
ที่ชื่อว่า James VI แห่งสก็อตแลนด์

6. James I และโอรสของพระองค์ Charles I ต่างก็เชื่อในเรื่องของ
"เทวสิทธิ์ของพระมหากษัตริย์" (Devine Right of Kings"

7. ผู้ที่ให้ความสนับสนุนพระมหากษัตริย์เรียกว่า Cavaliers และผู้ที่ให้
ความสนับสนุนรัฐบาลเรียกว่า Roundheads

8. ชาวสก็อตไม่เห็นด้วยกับการประหารชีวิต Charles I และประกาศ
ให้โอรสของพระองค์คือ Charles II เป็นพระมหากษัตริย์

A Global Power อำนาจระดับโลก

1. กฎหมายที่ได้รับอนุมัติหลังจากการปฏิวัติอันรุ่งโรจน์เป็นจุดเริ่มต้นของ
สิ่งที่เรียกว่า "ราชาธิปไตยภายใต้รัฐธรรมนูญ"ถูกลงโทษทางศาสนา
ในฝรั่งเศส

2. Scottish Jacobites พยายามที่จะผลักดันให้ James II

ครองบัลลังก์แต่ก็แพ้

3. ระหว่าง "Highland Clearance" เจ้าของที่ดินชาวสก็อตจำนวนมาก ทำลายฟาร์มขนาดเล็ก (ทุ่งนาเล็กๆ) เพื่อทำเป็นทุ่งเลี้ยงแกะและวัว ปรัชญาและวิทยาศาสตร์

4. The Bessemer process สำหรับการผลิตเหล็กปริมาณมาก นำไปสู่ การพัฒนาอุตสาหกรรมการต่อเรือและสร้างทางรถไฟ

5. William Wilberforce มีบทบาทสำคัญในการเปลี่ยนแปลงกฎหมาย เกี่ยวกับการเป็นทาส

6. ในสงครามแห่งอิสรภาพของชาวอเมริกัน (the American War of Independence) ปี ค.ศ. 1760s อาณานิคม 13 แห่งของอเมริกัน ประกาศอิสรภาพและเอาชนะกองทัพของอังกฤษ

7. ธงชาติอังกฤษประกอบด้วยสัญลักษณ์กางเขนของ St. George, St. Andrew และ St. Patrick

8. ในปี ค.ศ. 1847 ได้มีกฎหมายจำกัดชั่วโมงทำงานของผู้หญิงและเด็ก โดยเป็นวันละ 10 ชั่วโมง

ศตวรรษที่ 20

1. มีชาวอังกฤษล้มตายมากกว่าสองล้านคนในสงครามโลกครั้งที่หนึ่ง

2. ในปี ค.ศ. 1922 ไอร์แลนด์แบ่งเป็นสองประเทศ โดยไอร์แลนด์เหนือ ยังคงเป็นส่วนหนึ่งของ UK

3. เมื่อ Adolf Hintler แห่งเยอรมันบุกโปแลนด์ในปี ค.ศ. 1939 อังกฤษ และฝรั่งเศสจึงประกาศสงคราม

4. "ข้าพเจ้าไม่มีสิ่งใดจะมอบนอกจากโลหิต แรงงาน น้ำตาและหยาดเหงื่อ" คือข้อความที่โด่งดังจากสุนทรพจน์ของ Churchill

5. การทิ้งระเบิดลงกรุงลอนดอนและเมืองอื่นๆ ระหว่างสงครามโลกครั้งที่ สองเรียกว่า "The Blitz"

6. กองทัพเยอรมันซึ่งบุกสหภาพโซเวียตในปี ค.ศ. 1941 ถูกขับไล่โดย โซเวียตและนี่คือจุดหักเหในสงคราม

7. นักวิทยาศาสตร์ชาวอังกฤษ เช่น Ernest Rutherford มีส่วนร่วมใน โครงการแมนฮัตตันซึ่งเป็นโครงการพัฒนาระเบิดปรมาณู

อังกฤษนับตั้งแต่ปี ค.ศ. 1945

1. ระบบบริการสาธารณสุขแห่งชาติรับประกันมาตรฐานขั้นต่ำในการ

รักษาพยาบาลทุกคนโดยไม่คิดค่าบริการ ณ จุดที่ใช้บริการ
2. UK เข้าร่วมในองค์การสนธิสัญญาป้องกันแอตแลนติกเหนือ (NATO)
3. Dylan Thomas เป็นกวีชาวเวลส์และนักเขียนที่เขียนบทละครวิทยุ เรื่อง Under Milk Wood
4. มีคนอายุประมาณ 25 ปีจาก West Indies ปากีสถาน และ (ประเทศที่ภายหลังคือ) บังคลาเทศเดินทางมาทำงานและตั้งถิ่นฐาน ในอังกฤษ
5. ระหว่างต้นปีค.ศ. 1970s อังกฤษยอมรับคน 28,000 คนจากอินเดียที่ ถูกบังคับให้ออกจากประเทศอูกานดา
6. มีการประดิษฐ์เครื่องยนต์เจ็ทโดย Sir Frank Whittle
7. Mary Peters เป็นนักกีฬาที่ชนะได้เหรียญโอลิมปิกในการวิ่งมาราธอน ในปี ค.ศ. 1972
8. John Mayer เป็นประธานาธิบดีต่อจาก Margaret Thatcher และช่วยในการจัดตั้งกระบวนการสันติภาพในไอร์แลนด์เหนือ

The UK today สังคมสมัยใหม่

1. เมืองหลวงของสก็อตแลนด์คือ เอดินเบิร์ก
2. ประชาชนส่วนใหญ่ในเวลส์พูดภาษาเวลส์
3. อังกฤษมีประชากร 84% สก็อตแลนด์มี 8% เวลส์มีประมาณ 5% และไอร์แลนด์เหนือน้อยกว่า 3%
4. ผู้หญิงอังกฤษมีประมาณครึ่งหนึ่งของคนวัยทำงานทั้งหมด

ศาสนา

1. ศาสนจักรอย่างเป็นทางการของประเทศคือ Church of England (Anglican church) ซึ่งเป็นนิกายโปรเตสแตนท์
2. ประธาน Church of Scotland คืออธิการ (Moderator) และได้รับแต่ง ตั้งให้ดำรงตำแหน่งเพียงหนึ่งปีเท่านั้น
3. St Andrew เป็นนักบุญอุปถัมภ์ของสก็อตแลนด์ และวันรำลึกถึง St Andrew คือวันที่ 30 พฤศจิกายน
4. เด็กเล็กๆ เชื่อว่าบิดาแห่งคริสต์มาส (ซานตาครอส) จะมอบของขวัญให้แก่พวกเขา
5. วันก่อนที่จะเริ่มเทศการอิสเตอร์เรียกว่า Shrove Tuesday หรือ Pancake Day
6. Eid-al-Fitr เป็นการเฉลิมฉลองวันสิ้นสุดฤดู Ramadan

ที่ชาวมุสลิมจะอดอาหาร 1 เดือน
7. April Fool's Day ตรงกับวันที่ 1 เมษายน เป็นวันที่คนเล่นตลกใส่กันจนกระทั่งครึ่งวัน
8. วันจุดพลุ (Bonfire Night) ตรงกับวันที่ 5 พฤศจิกายน ซึ่งคนจะจุดพลุเพื่อเฉลิมฉลองความล้มเหลวของผู้ที่คิดลอบสังหารพระมหากษัตริย์ รวมทั้ง Guy Fawkes ที่สังหารกษัตริย์โปรเตสแตนท์โดยการวางระเบิดในรัฐสภา

กีฬา
1. Bobby Moore เป็นกัปตันทีมฟุตบอลของอังกฤษที่ชนะการแข่งขันในรายการ World Cup ในปี ค.ศ. 1966
2. กีฬาคริกเก็ตเกิดขึ้นในประเทศอังกฤษ
3. อังกฤษได้ชัยชนะเฉพาะในการแข่งขันระหว่างประเทศคือ World Cup ในปี ค.ศ. 1966 ซึ่งจัดขึ้นใน UK
4. รายการแข่งขันม้าที่มีชื่อเสียงที่สุดรวมถึง Royal Ascot, the Grand National และ the Scottish Grand National
5. เทนนิสสมัยใหม่นี้วิวัฒนาการขึ้นในอังกฤษในช่วงปลายศตวรรษที่ 24.
6. Formula 1 Grand Prix จัดขึ้นในUK ทุกปีที่สุดในยุโรปใกล้เอดินเบิร์ก

ศิลปะและวัฒนธรรม
1. นักแต่งเพลง Gustav Holst แต่ง The Planets
2. นักแต่งเพลง Benjamin Britten เป็นที่รู้จักดีที่สุดในบทเพลงโอเปร่า ซึ่งรวมถึง Peter Grimes และ Billy Bud
3. The Pantomime เป็นประเพณีของชาวอังกฤษที่มีการแสดงตามเรื่องเทพนิยายและละครเบาสมอง
4. Thomas Gainsborough เป็นจิตรกรภาพรูปคนที่วาดภาพคนในประเทศหรือภาพทิวทัศน์ในสวน สถาปัตย์ในรูปแบบสมัยใหม่
5. David Hockney เป็นผู้ให้ความสนับสนุนคนสำคัญของศิลปะ "pop" ในปี ค.ศ. 1960s
6. Sir Christopher Wren พัฒนาวิหารเซ็นต์พอล
7. ในศตวรรษที่ 18 Lancelot "Capability" Brown ได้ออกแบบอาณาบริเวณโดยรอบคฤหาสน์ของพวกผู้ดีที่อยู่นอกนครหลวง
8. นักออกแบบแฟชั่นชั้นนำรวมถึง Mary Quant, Alexander McQueen และ Vivienne Westwood

การพักผ่อนหย่อนใจ

1. ไม้มีหนาม (thistle) มีความเกี่ยวข้องกับประเทศสก็อตแลนด์
2. ร้านค้าส่วนมากเปิดทำการทุกวัน แต่เวลาทำการในวันอาทิตย์และวันหยุดราชการจะลดลง
3. Ulster fry เป็นอาหารพื้นเมืองของไอร์แลนด์เหนือ
4. ภาพยนตร์ที่ประสบความสำเร็จทางการค้าตลอดเวลารวมถึงแฟรนไชส์ภาพยนตร์เรื่อง James Bond และ Harry Potter ซึ่งผลิตขึ้นใน UK
5. ในศตวรรษที่ 18 การ์ตูนเกี่ยวกับการเมืองโจมตีนักการเมือง พระมหากษัตริย์และราชวงศ์กลายมาเป็นที่นิยม
6. The British Broadcasting Corporation เป็นผู้ถ่ายทอดสัญญาณบริการสาธารณะของอังกฤษ ซึ่งให้บริการรายการทีวีและรายการวิทยุ
7. ผู้ที่อายุ 16 ปี สามารถดื่มไวน์หรือเบียร์พร้อมการรับประทานอาหารได้ในโรงแรมหรือร้านอาหาร ตราบเท่าที่ไปกับคนที่อยู่เกิน 18 ปี
8. สุนัขทุกตัวที่อยู่ในที่สาธารณะจะต้องสวมปลอกคอแสดงชื่อและที่อยู่ของเจ้าของ

สถานที่ที่น่าสนใจ

1 The Eden Project ใน Cornwall เป็นองค์กรการกุศลที่ดำเนินโครงการเกี่ยวกับสิ่งแวดล้อมและสังคมระหว่างประเทศ
2. Loch Lomond เป็นทะเลสาบน้ำจืดที่ใหญ่ที่สุดในแผ่นดินใหญ่ของอังกฤษ
3. The Lake District เป็นอุทยานแห่งชาติที่ใหญ่ที่สุดของอังกฤษ และมีชื่อเสียงในด้านทะเลสาบและภูเขา

รัฐบาล UK และบทบาทของท่าน
พัฒนาการของระบอบประชาธิปไตยของอังกฤษ

1. ในปี ค.ศ. 1918 ผู้หญิงอายุมากกว่า 30 ปี จึงมีสิทธิลงคะแนนเสียงและมีสิทธ์เข้ารับการเลือกตั้งเข้าสู่รัฐสภา

รัฐธรรมนูญของอังกฤษ

1. UK มีพระมหากษัตริย์ภายใต้รัฐธรรมนูน หมายความว่า พระมหากษัตริย์หรือพระราชินีต้องได้ปกครองประเทศแต่แต่งตั้งรัฐบาลให้ บริหารประเทศแทน

2. เพลงชาติของ UK คือ "God Save the Queen"
3. พรรคการเมืองที่มี MPs ส่วนมากจะจัดตั้งรัฐบาล
4. จนกระทั่งปี ค.ศ. 1958 ขุนนาง (peers) ทุกคนเป็นผู้สืบทอดตำแหน่ง ผู้พิพากษาอาวุโส หรือสันตะปาปาของ Church of England
5. ประธานสภาคือคนกลางและต้องไม่เป็นตัวแทนของพรรคการเมืองใดๆ
6. การเลือกตั้งของรัฐสภายุโรปคือทุกห้าปี

รัฐบาล

1. รัฐมนตรีมหาดไทยรับผิดชอบเรื่องอาชญากรรม การกำหนดนโยบาย และการเข้าเมือง
2. จะมีการถามข้อซักถามนายกรัฐมนตรีทุกสัปดาห์ขณะที่มีการประชุมรัฐสภา
3. MPs ที่ไม่ได้เป็นตัวแทนในพรรคการเมืองอิสระเรียกว่า ผู้แทนอิสระ
4. เขต เมือง และพื้นที่ในชนบทอยู่ภายใต้ความปกครองโดยสภาที่ได้รับเลือกตามระบบประชาธิปไตย
5. ส่วนราชการส่วนท้องถิ่นส่วนมากจะเลือกตั้งสมาชิกสภาท้องถิ่นในเดือนพฤษภาคมของทุกปี
6. มีสมาชิกของรัฐสภาสก็อต (MSPs) 129 คนที่ได้รับการเลือกตั้งตามระบบสัดส่วน
7 สภาของไอร์แลนด์เหนือสามารถตัดสินใจเรื่องการศึกษา เกษตรกรรม สิ่งแวดล้อม สาธารณสุข และบริการทางสังคม
8. ผู้ที่เกิดใน UK และพลเมืองที่แปลงสัญชาติแล้วทุกคนมีสิทธิในการลงคะแนนเสียง (โดยมีข้อยกเว้นบางประการ)

สถาบันของ UK และสถาบันระหว่างประเทศต่างๆ

1. เครือจักรภพยึดมั่นในค่านิยมหลักแห่งความเป็นประชาธิปไตย การปกครองที่ดี และยึดหลักนิติธรรม
2. กฎหมายของ EU เรียกว่า directives, regulations หรือ framework decisions
3. UN จัดตั้งขึ้นหลังจากสงครามโลกครั้งที่สองเพื่อป้องกันสงครามและส่งเสริมสันติสุขและความปลอดภัยระหว่างประเทศ

การเคารพกฎหมาย

1. กฎหมายแพ่งใช้เพื่อยุติข้อพิพาทต่างๆ ระหว่างบุคคลหรือกลุ่มบุคคล
2. การขายยาสูบให้บุคคลที่อายุต่ำกว่า 18 ปี ถือว่าผิดกฎหมาย
3. ตัวอย่างเรื่องเกี่ยวกับกฎหมายแพ่งรวมถึงกฎหมายเกี่ยวกับที่พักอาศัย สิทธิของผู้บริโภค กฎหมายการจ้างงานและหนี้สิน
4. PCCs คือเจ้าหน้าที่ตำรวจและ อธิบดีที่ได้รับเลือกตั้งโดยตรงและรับ ผิดชอบในการจัดหากำลังตรวจที่มีประสิทธิภาพและประสิทธิผล

บทบาทของศาล

1. ผู้พิพากษาสามารถตัดสินใจข้อพิพาทระหว่างสมาชิกของภาครัฐหรือ หน่วยงานต่างๆ เช่นข้อพิพาทเรื่องสัญญา ทรัพย์สินหรือข้อพิพาท เกี่ยวกับสิทธิในการทำงาน
2. Magistrate จะตัดสินใจในการตัดสินใจ และถ้าบุคคลผู้นั้นผิดจริง ก็จะออกคำพิพากษา
3. ในอังกฤษ เวลส์ และไอร์แลนด์เหนือ คณะลูกขุนประกอบด้วยสมาชิก 12 คน
4. ในอังกฤษ เวลส์และ ไอร์แลนด์เหนือในกรณีที่บุคคลที่ ถูกกล่าวหา อายุ10-17 ปีคดีดังกล่าวจะพิจารณาโดยศาลเยาวชน (Youth Court)
5. ระเบียบปฏิบัติเกี่ยวกับคดีรายย่อยสำหรับในอังกฤษและเวลส์คือการ เรียกร้องที่มีมูลค่าน้อยกว่า 5,000 ปอนด์ และสำหรับในสก็อตแลนด์ และไอร์แลนด์เหนือคือการเรียกร้องที่มีมูลค่าน้อยกว่า 3,000 ปอนด์

หลักเกณฑ์เบื้องต้น

1. UK เป็นประเทศแรกที่ลงนามในสนธิสัญญายุโรปว่าด้วยสิทธิมนุษยชน และเสรีภาพขั้นพื้นฐาน
2. ในกรณีที่ท่านเผชิญกับปัญหาเรื่องการแบ่งพรรคแบ่งพวก ท่านสามารถขอข้อมูลได้จาก the Citizens Advice Bureau หรือ Equality and Human Rights Commission
3. บุคคลใดก็ตามที่ใช้ความรุนแรงกับคู่ครองไม่ว่าที่ได้ทำการสมรสกัน แล้ว หรือที่อยู่กินกันเฉยๆ จะถูกฟ้องร้อง.การขลิบอวัยวะเพศสตรี (FGM) หรือเรียกว่า female circumcision ถือว่าผิดกฎหมายใน UK

การภาษีอากร

1. ในกรณีที่ท่านทำงานให้นายจ้าง ปกตินายจ้างของท่านจะหักภาษีเงินได้โดยผ่านระบบที่เรียกว่า PAYE
2. ผู้ที่ทำงานส่วนตัวจำเป็นต้องจ่ายเงินสมทบเข้ากองทุนประกันสังคมเอง

การขับขี่

1. ยังมีข้อกำหนดเรื่องอายุอื่นและการสอบเป็นกรณีเฉพาะสำหรับการขับขี่ยานยนต์ขนาดใหญ่
2. หากท่านจดทะเบียนใน UK รถยนต์หรือรถจักรยานยนต์ของท่านต้องจดทะเบียนที่ Driver and Vehicle Licensing Authority (DVLA)

บทบาทของท่านในชุมชน

1. ผู้บริหารและคณะกรรมการโรงเรียนมีบทบาทสำคัญในการยกมาตรฐานของโรงเรียน
2. ท่านไม่ต้องแจ้งให้หัวคะแนนทราบ (Canvasser) ว่าท่านต้องการลงคะแนนเสียงให้ใคร
3. ทางโรงพยาบาลจะนำเลือดที่บริจาคไปใช้เพื่อช่วยคนที่ได้รับบาดเจ็บและเจ็บป่วย
4. Crisis and Shelter เป็นองค์กรการกุศลที่ทำงานเกี่ยวกับผู้ไร้ที่พึ่ง
5. The National Citizen Service Programme ให้โอกาสเด็กอายุ 16-17 ในการทำกิจกรรมนอกสถาน

การสอบเชิงปฏิบัติ

หน้าต่อไปนี้เป็นการสอบภาคปฏิบัติ ซึ่งท่านสามารถดูคำตอบได้บนหน้า
ถัดไปจากหน้าที่เป็นบททดสอบ

เพื่อเตือนความจำ ประเด็นสำคัญเกี่ยวกับการสอบชีวิตใน UK จริงๆ คือ:

* แบบทดสอบมีคำถามภาษาอังกฤษ 24 ข้อพร้อมตัวเลือกให้เลือกตอบ
* ท่านสามารถฟังคำถามโดยใช้ชุดหูฟัง (headphone)
  ที่ทางศูนย์จัดสอบจัดหาให้
* ท่านมีเวลา 45 นาทีในการทำแบบทดสอบให้เสร็จ
  (ประมาณคำถามละ 2 นาที)
* คะแนนที่ถือว่าผ่านสอบคือ 75% (ต้องตอบถูก 18 ข้อจาก 24 ข้อ)

แบบทดสอบภาคปฏิบัติ

คำถามที่ 1 - เครื่องบินรบของอังกฤษสองลำที่มีส่วนร่วมใน the Battle
of Britain?
A.   Hurricane
B.   Vulcan
C.   Spitfire
D.   Dornier

คำถามที่ 2 - ข้อความต่อไปนี้ถูกหรือผิด?
ในสงครามกลางเมืองของอังกฤษ (English Civil War) คนที่สนับสนุน
พระมหากษัตริย์ที่เรียกว่า "Cavaliers"
A.   ถูก
B.   ผิด

คำถามที่ 3 - บุคคลสองคนใดต่อไปนี้ที่มีชื่อเสียงว่าเป็นนักประดิษฐ์ของ
อังกฤษ?
A.   Bradley Wiggins
B.   John Logie Baird
C.   Gustav Holst
D.   Frank Whittle

163

คำถามที่ 4 - วันเปิดของขวัญ (Boxing Day) คือวันอะไร?

A.   24 ธันวาคม

B.   23 ธันวาคม

C.   26 ธันวาคม

D.   27 ธันวาคม

คำถามที่ 5 - ข้อความใดถูกต้อง?

A.   Tudor King Henry VIII มีชื่อเสียงในการแยกตัวจาก Church of Rome และสมรสถึงหกครั้ง

B.   Tudor King Henry VIII มีชื่อเสียงเรื่องชัยชนะที่รบชนะฝรั่งเศส ใน the Battle of Agincourt

คำถามที่ 6 - ข้อความใดถูกต้อง?

A.   ท่านจำเป็นต้องอายุอย่างน้อย 17 ปี จึงจะสามารถขับขี่รถยนต์หรือ รถจักรยานยนต์

B.   ท่านจำเป็นต้องอายุอย่างน้อย 18 ปี จึงจะสามารถขับขี่รถยนต์หรือ รถจักรยานยนต์

คำถามที่ 7 - องค์กรใดจัดทำสนธิสัญญายุโรป (European Convention) ว่าด้วยเรื่องสิทธิมนุษยชน?

A.   The United Nations

B.   The European Union

C.   The Council of Europe

D.   The North Atlantic Treaty Organization

คำถามที่ 8 - ข้อความใดถูกต้อง?

A.   ปัจจุบันนี้เด็กผู้หญิงที่ออกจากโรงเรียนโดยเฉลี่ยมีคุณวุฒิดีกว่า เด็กผู้ชาย

B.   ปัจจุบันนี้เด็กผู้หญิงที่ออกจากโรงเรียนโดยเฉลี่ยมีคุณวุฒิด้อยกว่า เด็กผู้ชาย

คำถามที่ 9- ในพิธีเข้ารับสัญชาติในปี ค.ศ. 2009 ประชาชนที่ระบุว่าตัวเองเป็นคริสเตียนมีสัดส่วนอย่างไร?
A.   ร้อยละสิบ (10%)
B.   ร้อยละสามสิบ (30%)
C.   ร้อยละห้าสิบ (50%)
D.   ร้อยละเจ็ดสิบ (70%)

คำถามที่ 10 - ข้อความต่อไปนี้ถูกหรือผิด?
Margaret Thatcher เป็นนายกรัฐมนตรีหญิงคนแรกของอังกฤษ
A.   ถูก
B.   ผิด

คำถามที่ 11 - ข้อความใดถูกต้อง?
A.   ในค.ศ. 1840s เกิดภาวะข้าวยากหมากแพงในไอร์แลนด์ และประชาชนกว่าหนึ่งล้านคนเสียชีวิต
B.   ในค.ศ. 1970s เกิดภาวะข้าวยากหมากแพงในไอร์แลนด์ และประชาชนกว่าหนึ่งล้านคนเสียชีวิต

คำถามที่ 12 - บ้านของนายกรัฐมนตรีสองแห่งคือที่ใด?
A.   10 Downing Street
B.   Chequers
C.   11 Downing Street
D.   Marble Arch

คำถามที่ 13 - ชื่อนักวิทยาศาสตร์สองคนที่พัฒนายาเพนนิซิลินให้เป็นยาที่สามารถใช้ได้?
A.   Clement Attlee
B.   Howard Florey
C.   Ernst Chain
D.   Road Dahl

คำถามที่ 14 - St David เป็นนักบุญอุปถัมภ์ของประเทศใด?
A.   เวลส์
B.   อังกฤษ
C.   สก็อตแลนด์
D.   ไอร์แลนด์เหนือ

คำถามที่ 15
ใครคือประธานในการอภิปรายในสภาสามัญ?
A. นายกรัฐมนตรี
B. ประธานสภา
C. รัฐมนตรีว่าการกระทรวงการคลัง
D. ผู้นำฝ่ายค้าน

คำถามที่ 16 - สงครามดอกกุหลาบ (Wars of the Roses) เป็นการต่อสู้กันระหว่างครอบครัวสองครอบครัวไหน?
A. The House of York
B. The House of Windsor
C. The House of Lancaster
D. The House of MacDonald

คำถามที่ 17 - เมื่อใดที่ผู้หญิงมีสิทธิลงคะแนนเสียงเมื่ออายุ 21 ปี เช่นเดียวกับผู้ชาย?
A. ค.ศ. 1857
B. ค.ศ. 1918
C. ค.ศ. 1928
D. ค.ศ. 1960

คำถามที่ 18 - ข้อความใดถูก้อง
A. ประชาชนอายุต่ำกว่า 18 ปี ไม่ได้รับอนุญาตให้มีส่วนร่วมใน the National Lottery
B. ประชาชาอายุต่ำกว่า 16 ปี ไม่ได้รับอนุญาตให้มีส่วนร่วมใน the National Lottery

คำถามที่ 19 - ข้อความใดถูกต้อง?
A. William of Orange รบชนะJames II ที่สงคราม the Battle of Culloden ในสก็อตแลนด์

B. William of Orange รบชนะJames II ที่สงคราม the Battle of Boyne ในไอร์แลนด์

คำถามที่ 20 -ข้อความต่อไปนี้ถูกหรือผิด?
สมาชิกของกองทัพได้รับอนุญาตให้สมัครเข้ารับตำแหน่งเป็นข้าราชการ
ได้
A.   ถูก
B.   ผิด

คำถามที่ 21 - ข้อความต่อไปนี้ถูกหรือผิด?
คริกเก็ตเป็นกีฬาที่เป็นที่นิยมมากที่สุดใน UK
A.   ถูก
B.   ผิด

คำถามที่ 22 -ข้อความต่อไปนี้ถูกหรือผิด?
การขลิบอวัยะเพศของผู้หญิง (Female genital mutilation)
ถือว่าผิดกฎหมายใน UK
A.   ถูก
B.   ผิด

คำถามที่ 23 - ข้อความต่อไปนี้ถูกหรือผิด?
The Church of England คือ Roman Catholic Church
A.   ถูก
B.   ผิด

คำถามที่ 24 -ข้อความต่อไปนี้ถูกหรือผิด?
รัฐธรรมนูญของอังกฤษเขียนไว้ภายในเอกสารฉบับเดียว
A.   ถูก
B.   ผิด

โปรดดูคำตอบในหน้าต่อไป

คำตอบสำหรับแบบทดสอบเชิงปฏิบัติ

คำถามที่ 1	=	A, C
คำถามที่ 2	=	A
คำถามที่ 3	=	B,D
คำถามที่ 4	=	C
คำถามที่ 5	=	A
คำถามที่ 6	=	A
คำถามที่ 7	=	C
คำถามที่ 8	=	A
คำถามที่ 9	=	D
คำถามที่ 10	=	A
คำถามที่ 11	=	A
คำถามที่ 12	=	A, B
คำถามที่ 13	=	B, C
คำถามที่ 14	=	A
คำถามที่ 15	=	B
คำถามที่ 16	=	A, C
คำถามที่ 17	=	C
คำถามที่ 18	=	B
คำถามที่ 19	=	B
คำถามที่ 20	=	B
คำถามที่ 21	=	B
คำถามที่ 22	=	A
คำถามที่ 23	=	B
คำถามที่ 24	=	B

Introduction

To settle permanently in the United Kingdom (UK) or be granted British Citizenship most people now have to pass 'The Life in the UK Test'. The test is taken some 160,000 times a year.

No information is available on pass rates since introduction of new course study material in March 2013. Average pass rates for the old test had risen year on year peaking at 86%. If, as expected, the new test proves harder then pass rates may fall back to a 75% level (a 1 in 4 failure rate). Historically, Thai nationals have performed poorly in the test with an average pass rate of around 50%.

This handbook is intended to help Thais pass the Life in the UK test first time. The 'official study materials' that the test is based on are reproduced in full in this book so no other study guide is needed.

To prepare for the test the handbook includes information about what to expect together with practice questions and revision material.

Migration is a topical issue in the UK. Successive governments continue to make adjustments to the visa categories and process that lead to settlement in the UK. While this guide contains an outline of the current visa rules people are advised to check the latest position with their advisor or the UK Border and Immigration website.

Also included in this guide are examples of the types of questions that you are likely to be asked if you ever have to attend an interview for a British Passport.

How to use this handbook

The Thai pages in this book are a direct translation of the English pages in this book. It should therefore be quite easy to read the Thai text and find the matching English material.

At the heart of this handbook is the section called 'Test Study Materials'. This section reproduces the official study material published in the UK government publication 'Life in the United Kingdom: A Guide for New Residents, Third edition'. This material is also known as the 'Official Study Materials' or 'Published Study Materials'. Questions in the Life in the UK test are all based on these chapters.

One of the issues with the old study material was that it went out of date. The new study material is likely to suffer much less from this problem. However, there are bound to be things that will change. The Home Office advise candidates that they will only be tested on the 'published study materials' and not on the latest laws or regulations.

The Test Study Materials section is made up of five chapters reproduced from the official government publication:

Chapter 1: The values and principles of the UK
Chapter 2: What is the UK
Chapter 3: A long and illustrious history
Chapter 4: A modern thriving society
Chapter 5: The UK government, the law and your role

There are four different types of questions in the test. However, the actual questions in the test are a closely guarded secret. Revision time is best spent learning and understanding the 'Test Study Material'. It is not a good idea to try and memorize the answers to questions in this or other guides.

To help you revise this handbook includes lots of revision material after the Test Study materials section. To help you revise this Handbook includes statements that are TRUE. This is because there is no point trying to learn something that is FALSE. We've also included a sample practice test.

To help you understand how the Life in the UK test fits into the UK immigration system there are also sections in this handbook dealing with the main routes for settling in the UK, becoming a British Citizen and getting a British Passport.

About the Life in the UK Test

UK immigration rules mean that anyone applying for Indefinite Leave to Remain (permanent settlement) or British Citizenship has to demonstrate 'Knowledge of language and of life in the United Kingdom' (KOLL). There are few exemptions.

The Life in the UK Test' was introduced in November as a way that British Citizens could demonstrate that the KOLL requirement had been met. This requirement was then extended to include those applying for Indefinite Leave to Remain.

Most people will have to pass the Life in the UK Test before they are able to apply for Indefinite Leave to Remain or British Citizenship. Take note that from 28 October 2013 as well as passing the Life in the UK Test those seeking Indefinite Leave to Remain or British Citizenship are also required to have a speaking and listening qualification in English at B1 CEFR or higher, or an equivalent level qualification..

Skilled and highly skilled migrants must now pass the Life in the UK Test if they want to demonstrate that they have met the knowledge of language and life (KOL) requirement for settlement in the UK.

Key facts about the test
- The test contains 24 multiple choice questions in English
- The questions are based on the text of Life in the United Kingdom: A Guide for New Residents, 3rd Edition ISBN 9780113413409 (reproduced in full in this book).
- Questions are chosen at random by computer
- Applicants take the test using a computer provided by the test centre
- Applicants can listen to the questions using headphones provided by the test centre
- Applicants are given 45 minutes to complete the test
- The pass mark is 75% (18 questions correct out of 24)
- Each attempt to pass the test currently costs £50.00 (as of December 2014)
- The test is conducted at around 60 Life in the UK Test Centres across the UK
- The current pass rate for the test is 70.9% (as at November 2009)
- You don't have to take the test if you are under the age of 18 or over 65 years old.
- Some people with physical or mental health conditions are also exempt.

When to take the test?
Take the test before you apply for naturalisation as a British citizen or for indefinite leave to remain.

How to book a test?
Since 18 July 2011 the tests have to be online. You will need your own email address to book a test. The test can be sat at are around 60 test centres in the UK and their details can be found at on the life in the UK website www.lifeintheuktest.gov.uk

Candidates now have to register, book and pay for their test online.

To do this you need to: Register for a life in the UK account; Choose a test session; and Pay for your test

When you register for a life in the UK account it is important the your details are correct as otherwise this could delay things later. The name printed on the certificate when you pass is the same as the name you enter when you register for a Life in the UK account.

There is a minimum waiting period of 7 days between making your booking and being able to take the test. (So if you fail a test you have to wait at least 7 days before taking it again). No refund if the test is cancelled less than 7 days before the test.

When you book you will be asked:

- Your name
- Date of birth
- Nationality
- Country of birth
- Town of birth;
- ID (identification that you are bringing to the test) – Passport, Photo driving licence, Approved travel doc, Home office travel doc, UK residence doc, Home office identity card

- You will be asked to confirm you have read *The Life in the United Kingdom: A Guide for New Residents, 3rd Edition*? Answer = 'Yes'.

- Why are you taking the test? Answer = 'Citizenship' or 'Settlement'

You will also be told what documents to bring with you and how to pay.

Documents to take with you to the test
The test supervisor requires proof of your identity. You will need to show the identity document that you said you would use when you booked the test. Acceptable documents are: a passport from your country of origin (which may be out of date); A UK photocard driving licence (full or provisional); Home Office UK travel documents; a European Union Identity Card; an Immigration Status document; or A Biometric Residence Permit.

The test centre also needs the postcode from your address.

Make sure that you bring a gas, electric bill or water bill; a bank statement or credit card statement ((a printed copy of a bank statement is acceptable however it must have been stamped and signed by the issuing branch); UK photocard driving licence or a letter from the Home Office with your name and address on it.

Taking the test
On arrival at your test centre, the test supervisor will confirm the things you entered when you booked the test

- your full name
- date of birth
- nationality, country and place of birth
- postcode
- Home Office reference (if you have one)
- Your purpose for taking the test [for residence or for citizenship).

Your photographic ID and proof of address will be checkcd.

This is the time to request AUDIO and HEADPHONES if you want to be able to listen to the questions.

All of the 'getting ready' to take the test may take quite some time and feel very slow.

Test centres vary quite a bit in terms of how efficiently they set you up for the test.

You will be logged on to a computer and will have time to complete a practice test on your computer before you begin the Life in the UK Test. The test supervisor will tell you when to begin your test.

Once you start the test you have 45 minutes to complete it. There are 24 multiple choice questions. You have to get 18 correct to pass (75%). Most candidates complete the test within 30 minutes.

Types of questions

There are four different types of question. The 'official' example questions are reproduced below:

Question type 1

Select one correct answer from four options.

Example

Who is the patron saint of Scotland?

- St Andrew
- St George
- St David
- St Patrick

(Answer = St Andrew)

Question type 2

Decide whether a statement is true or false.

Example

Is the statement below TRUE or FALSE?

You have to be at least 21 years old before you can serve on a jury.

(Answer = False)

Question type 3
Select two correct answers from four options. [You have to pick two answers]

What is the name of the TWO houses that make up the UK Parliament?

- House of the People
- House of Commons
- House of Lords
- House of Government

(Answer = House of Commons; and House of Lords)

Question type 4
Select the correct statement from a choice of two statements.

Example
Which of these statements is correct?

- Nelson was a famous British military leader who died at the Battle of Trafalgar.
- Nelson was a famous British military leader who died at the Battle of Waterloo.

(Answer = the first statement; Nelson died at Trafalgar)

After the tests
At the end of the test, you will be issued with a Results Notification Letter. This will inform you if you have been successful or not.

If you fail
The Results Notification letter for those who fail the test will include text along the lines below:

"I regret to inform you, following your test today of knowledge of life in the United Kingdom, that you have not reached the level required for the purposes of obtaining indefinite leave to remain under the immigration rules or for naturalisation as a British Citizen under section 6 of the British Nationality Act 1981. You will be able to take the test again but we suggest some further study of the areas identified below before you do so. You should also check that you have enough valid leave to remain in the UK to enable you to take the test again. You should contact the Immigration Enquiry Bureau on 0870 6067766 if you have any enquiries about your leave to remain.

- The Black Death
- The Glorious Revolution
- The Welfare State

- Football
- The monarchy
- The cabinet
- The Commonwealth
- The judiciary
- Driving
- Becoming a good neighbour

Don't give up. Study some more and have another go. You are allowed to take the test as many times as you want. Although you are not told the number of questions that you got right the list of sections where you answered incorrectly should enable you to work out how close you came.

If you pass

Successful candidates will receive a Pass Notification Letter signed and stamped by a Test Supervisor. It is your responsibility to make sure that:
- you receive the correct result notification letter;
- you keep your result notification letter safe.

Your Results Notification Letter is an important document. Keep it safe as no replacement will be issued if you lose or damage it.

Although all test results are automatically sent to the UK Border and Immigration Agency you still need to show your Results Notification Letter when applying for Indefinite Leave to Remain or British Citizenship.

The UK settlement process

The UK Border and Immigration Agency currently receives around 2.5 million visa applications annually of which 87% are granted.

In 2012 around 130,000 people were granted settlement in the UK. Of these almost 40,000 were granted on the basis of marriage.

For 2012 around 1100 visas were granted under the family route to Thai nationals. This represents a significant reduction on previous years when numbers were twice that. The reduction is most likely due to the impact of the pre-entry English requirement rules with applicants now needing a speaking and listening qualification (see below). In 2012 a total of 2,136 Thai nationals are reported as having been granted settlement in the UK.

Getting a visa to come to the UK
Up to date information about UK visa rules is found on the UK Border Agency website www.ukba.homeoffice.gov.uk

Many Thais who eventually go on to settle in permanently in the UK will have visited the UK on a visit visa first. Having visited the UK and then returned to Thailand without staying longer than the visa allows, known as 'over-staying', usually helps future visa applications. A standard visit is usually valid for 6 months and does not give any entitlement to settle in the UK.

A lot of the questions that visa applicants are asked and evidence that they are asked to produce arise because of known abuses of the visa system. So officials want to know:

• That you know about the UK
• That you are clear about why you want to come to the UK
• That you are who you say you are
• That you are of good character
• That they believe you are not going to overstay your visa
• That you aren't going to work in the UK if your visa says you are not allowed to
• That you have enough money to fund your trip
• That you aren't entering into a forced marriage
• That the basis of any claimed relationship is genuine
• That your supporting documents are genuine

All UK visa applicants save for those benefiting from a limited number of exemptions and exceptions, are now required to provide biometric data (10-digit finger-scans and a digital photograph) as part of the application process.

In addition, those seeking UK visas valid for longer than 6 months from Thailand now require a certificate to show that they are free from infectious pulmonary tuberculosis (TB)

All of the official visa application forms and guidance can be downloaded free of charge from the UK Border Agency at www.ukba.homeoffice.gov.uk

The UK Border Agency and the British Embassy, Bangkok work in partnership with a commercial organisation, VFS. VFS Global manages visa application centres for the UK Border Agency in Thailand. This is where you should submit your completed visa application form, supporting documents and biometric data. VFS provide information in both Thai and English. The VFS website is www.vfs-uk-th.com. VFS also provide information through an email and telephone enquiry service. The number is +66 (0)2 800 8050 and all costs are in Thai Baht. All the information provided is supplied and approved by the UK Border Agency.

Visa applications are now made at:

The Visa application Centre
1st floor, Regent House
183 Rajdamri Road
Lumpini, Pathumwan
Bangkok 10330

Email: info.ukth@vfshelpline.com
Tel: +66 (0)2 800 8050

The UK Border Agency website explaining 'How to apply for a visa in Thailand' is found at http://www.ukba.homeoffice.gov.uk/countries/thailand. The information is available in Thai and English.

The UK Governments pages about relations between the UK and Thailand are found at: www.gov.uk/government/world/thailand

The British Embassy in Thailand is based at:
British Embassy
14 Wireless Road
Patumwan
Bangkok 1030

The main visa application categories that lead to settlement in the UK are:
- Spouse/civil partner of a settled person
- Unmarried/same sex partner of a settled person
- Fiancé(e)/proposed civil partner of a settled person
- Child or dependant relative of a settled person
- Adopted child of settled person
- Armed Forces
- Family reunion

A number of the points based work visa routes also provide possible routes to settlement..

English language requirements for partners

Pre-entry requirement
Back in November 2010 the UK Border Agency introduced a pre-entry English requirement for visa settlement applications for spouses and civil partners.

An applicant will need to meet the requirement if they are: a national of a country outside the European Economic Area and Switzerland; and in a relationship with a British citizen or a person settled here; and applying as that person's husband, wife, civil partner, fiancé(e), proposed civil partner, unmarried partner or same-sex partner. Spouses are required to pass a spoken English test.

The test is at Level A1 of the Common European Framework of Reference (CEFR) 'speaking and listening', which is a basic level. Most applicants will meet the requirement by passing an English test and supplying a test certificate with their visa application. Details of the approved providers are found on the UK Border Agency website www.ukba.homeoffice.gov.uk

UK Settlement/Citizenship requirement
The English qualification now required for UK settlement and British Citizenship is higher than that needed in order to be granted permission to enter the UK.

From 28 October 2013 for UK settlement there is a requirement to demonstrate Knowledge of Language and Life in the UK (KOLL).

There are two parts to this:

1. Have a *speaking and listening* qualification in English at B1 CEFR or higher, or an equivalent level qualification; and

2. Pass the 'Life in the UK Test'

Indefinite Leave to Remain

Permission to settle in the UK is also known as 'indefinite leave to remain'. You must meet all the requirements of the Immigration Rules *at the time when you apply for settlement*. If you are considering applying for settlement in the future, you should note that the Immigration Rules are subject to change.

After you have lived legally in the UK for a certain length of time (generally five years), you may be able to apply for permission to settle. This is known as 'indefinite leave to remain'.

Indefinite leave to remain (often known as ILR) is permission to stay permanently (settle) in the United Kingdom, *free from immigration control*.

Your right to apply for settlement will depend on your current immigration category. You should read the section for your category (in Working in the UK, Partners and family members or Asylum) to find out whether and when you can apply for settlement to the UK Border and Immigration Agency www.ukba.homeoffice.gov.uk

There are three steps before you can be granted Indefinite Leave to Remain.

Step 1. Meet the settlement requirement

You must have lived legally in the UK for a certain amount of time before you can apply for Indefinite Leave to Remain. This is called the qualifying period.

The qualifying period depends on the basis of your application for settlement. For most categories the qualifying period is now 5 years. There is no qualifying period for victims of domestic violence.

Applicants must be clear of unspent convictions when they apply for settlement.

Step 2. Demonstrate your knowledge of language and life in the United Kingdom

There are two parts to this::

1. Have a *speaking and listening* qualification in English at B1 CEFR or higher, or an equivalent level qualification; and

2. Pass the Life in the UK test

There are a number of exemptions to meeting the KOLL requirement that only apply to settlement, including: applying as a victim of domestic violence; applying as a bereaved spouse, bereaved unmarried partner or bereaved civil partner; a parent, grandparent or other dependant relative and you are applying on compassionate grounds; a retired person of independent means

Since 6 April 2011 skilled and highly skilled migrants must now pass the Life in the UK Test if they want to demonstrate that they have met the knowledge of language and life (KOLL) requirement for settlement in the UK. Migrants in these categories can no longer meet the KOLL requirement simply by passing an English for Speakers of Other Languages (ESOL) qualification. They have to pass the test and provide a qualification at level B1 CEFR.

Step 3. Apply for Indefinite Leave to Remain (permanent settlement)

The application forms for settlement and their guidance notes are available free from the UK Border Immigration Agency www.ukba.homeoffice.gov.uk. Which form you apply on depends on the category that you are applying under. Details of how and when to apply are on the forms. Applying on the wrong form is an expensive mistake as your application will be rejected and you will lose your application fee. If you pay a premium you can make your application in person at one of the immigration offices around the country. 'Lunar House' in Croydon, London is the most well known. You will generally get a decision the same day. This route is not recommended if your application is at all complicated.

As soon as you arrive in the UK you should check what the requirements for Indefinite Leave to Remain are and begin to collect and collate any information that is likely to be needed in the future. Print off the relevant form and guidance notes for settlement from the UK Border Agency website and see what will be needed.

For example:
Married couples are expected to demonstrate joint commitment in their finances, other responsibilities and social activities spread across the "the relevant 2 year period". This is done by producing 6 items from at least three sources of the kind listed below: telephone bills; gas bills; mortgage statements; water bills; council tax bills; bank statements; tenancy agreements; building society books; insurance policies; credit card statement.

What the officials are looking for in this example is documents in joint names showing the same address. You can provide items addressed to you both individually if they show the same address. So if you had no documents in joint names you will need 12 documents at the same address over the 2 year period. Applicants are expected to be able to show documents spread over years so it is important to collect them from the start.

A tip is not to supply anything other than the evidence described in the guidance notes. If they need more information they will ask for it.

Do not make the mistake of assuming that the requirements for Indefinite Leave to Remain that exist when you first enter the UK will be the same by the time you need to apply maybe 5 years later. The UK Border Immigration Agency will announce changes on its website many months in advance but will not write to you to let you know of any changes.

The earliest that you can currently apply for Indefinite Leave to Remain is 28 days before completing your qualifying period. If you apply earlier than this your application will be rejected and you will lose your fee. Do make sure that you apply before your visa expires.

There is no time limit on Indefinite Leave to Remain in the UK. However, it is important to note that you should not spend periods of more than 2 years outside the UK as this may lead to the loss of Indefinite Leave to Remain.

Partners and families
Given that most readers of this book will be on the 'Partners and families' route the current settlement conditions of this route are listed below:

New immigration rules that came into force on 9 July 2012 changed the length of time that family members must be in the UK before applying for settlement. This applies to partners of those who are British citizens, settled in the UK, in the UK with refugee leave or humanitarian protection, or here as a worker in a points-based category.

If you applied to come to the UK or for permission to stay here on or after 9 July 2012 and that permission was granted, you will need to be in the UK for 5 years before you qualify for settlement. You will initially be given leave to enter for 2 and a half years, and then you can apply for another period of 2 and a half years.

If you do not meet the requirements on the 5 year route you may qualify for settlement after 10 years if you were given permission to stay on the basis of your family or private life in exceptional circumstances.

You can apply for settlement as a husband, wife or civil partner if:
- you have completed a period of **5 years** in the UK, with a visa or permission to remain here **in this category**;
- you are still the husband, wife or civil partner of the person specified in your visa or permission to remain;
- the marriage or civil partnership is existing and genuine (not a 'marriage of convenience', for example);

- you and your partner both intend to live together permanently as husband and wife or civil partners;
- you have adequate accommodation where both of you and any dependants can live without needing public funds, and at least part of that accommodation (for example, a bedroom) is for you and your partner's sole use;
- both of you can support yourselves and any dependants without needing public funds;
- you do not have any unspent convictions within the meaning of the Rehabilitation of Offenders Act 1974; and
- you have enough knowledge of the **English language and life in the UK**. (You do not need to meet this last requirement if you are aged 65 or over.)

Becoming a British Citizen

Almost 200,000 people were granted British Citizenship in 2012. Of these around 110,000 were on the basis of residence and approaching 40,000 on the basis of marriage. Approval rates for British Citizenship applications are around 96%.

British Citizenship is also known as British Naturalisation. As a British citizen you have the right to live in the UK permanently and you are free to leave and re-enter the UK without restriction.

Applicants for Naturalisation have to meet the Knowledge of Language and of Life in the UK requirement (KOLL) before applying for citizenship. Many will have already met this requirement in order to be granted Indefinite Leave to Remain. If you have already passed the Life in the UK Test you don't have to take it again. Thai applicants will also have to have a qualification in English at B1 level or above of the Common European Framework of Reference for Languages (CEFR), which includes assessment of speaking and listening

When an application for naturalisation is made you will need to satisfy the current KOLL requirement. For some people this will mean passing a relevant speaking and listening qualification for the first time. Others will need to pass a speaking and listening qualification at a higher level than they had to demonstrate for settlement.

Unless you can claim British Citizenship based on your ancestry you will have to apply for British Naturalisation on the basis that you have spent 5 years in the UK, or 3 years in the UK as the spouse of a UK citizen.

You have to meet all of the requirements to be granted British Citizenship. If you don't meet the requirements you will lose your application fee.

If you apply on the basis of being in the UK for 5 or more years you must:
- be aged 18 or over
- of sound mind
- intend to continue to live in the United Kingdom
- be able to communicate in English, Welsh or Scottish Gaelic to an acceptable degree
- have sufficient knowledge of life in the United Kingdom (demonstrated by passing the Life in the UK test, and either having a qualification in English at B1 level or above of the Common European Framework of Reference for Languages (CEFR), which includes assessment of speaking and listening or being a national of an English-speaking country
- be of good character
- have been resident in the United Kingdom for at least five years
- have been present in the United Kingdom five years before the date of your application
- Standard requirement: have not spent more than 450 days outside the United Kingdom during the five year period
- *Residence and partners: have not spent more than 270 days outside the United* Kingdom in the three year period
- have not spent more than 90 days outside the United Kingdom in the last 12 months of the five-year period
- have not been in breach of the immigration rules at any stage during the five-year period.
- have been free from immigration time restrictions [that is have Indefinite Leave to Remain] during the last 12 months of the residential qualifying period.

If you are applying on the basis of being the spouse or civil partner of a British citizen (married to or the civil partner of a British citizen) the requirements are exactly the same but you only have to have lived legally in the UK for 3 years. You have to be free of immigration restrictions [that is have Indefinite Leave to Remain] but you can apply as soon as you reach 3 years in the UK.

Since spouses and partners applying from outside the European Union will not be "free from immigration time restrictions" for at least 5 years from entering the UK they cannot take advantage of the shorter qualifying period for spouses and civil partners. But because of the shorter residence requirement they will be able to apply for British Citizenship as soon as they have secured indefinite leave to remain.

The UK government has limited discretion to allow applications from people who don't meet all the criteria.

Dual citizenship/dual nationality
The UK Border Agency states: "UK nationality law allows you to have more than one nationality so you can have passports from different countries. However, under the laws of some countries a person will automatically lose their nationality if they

become a citizen of another country. If you have any questions about this, you should ask the authorities of the country of which you are a citizen through their embassy or high commission before making your application.

If the country of which you are currently a citizen continues to recognise you as one of its citizens you may continue to be subject to the duties of citizens of that country when you are in its territory. This may include obligations to undergo military service. You should also note that if you are currently regarded as a refugee in the United Kingdom, you will lose that status if you naturalise as a British citizen."

In practice the dual nationality of Thai citizens is widespread. Provisions exist so that Thai nationals may only lose their citizenship by renouncing it.

Applying for British Citizenship
Information on how to apply is found on the UK Border Immigration Agency website www.ukba.homeoffice.gov.uk.

There are three ways to apply.

1. The Nationality Checking Service (NCS)
This service is run by local authorities. They will ensure that your application is validly submitted and that the unwaivable requirements for citizenship are met. However, they will not give you nationality advice.

The national checking service has a number of advantages:

Last year only 2% of applications made this way were unsuccessful. This compares with 10% refusals for other applications
You can keep hold of your documents (like your passport) – the originals can, however be requested if needed.

2. By post

3. Using the services of an agent or representative.

The UK Border and Immigration Agency states that its service standard is to decide 95% of British Citizenship applications within six months

The citizenship ceremony
If your application for British Citizenship has been approved you will receive a letter in the post telling that you have been successful and inviting you to attend a citizenship ceremony.

The letter gives you 14 days to set a date to attend a ceremony. Your letter includes contact details for the local authority or council that will organize the ceremony. The ceremony often takes place at a registry office or public building. You have 90 days from the date of the letter to attend one.

Group ceremonies are free. You can often organize a private ceremony which is quicker to arrange but you will have to pay a fee.

When you attend the ceremony staff will check your identity and confirm that the personal details on your certificate are correct.

At the ceremony you must make an 'oath of allegiance' or 'affirmation of allegiance' and a pledge.

The Oath of Allegiance
I [name] swear by Almighty God that on becoming a British Citizen, I will be faithful and bear true allegiance to Her Majesty Queen Elizabeth the Second, her Heirs and Successors, according to law.

The Affirmation of Allegiance
I [name] do solemnly, sincerely and truly declare and affirm that on becoming a British citizen, I will be faithful and bear true allegiance to Her Majesty Queen Elizabeth the Second, her Heirs and Successors, according to law.

Pledge
I will give my loyalty to the United Kingdom and respect its rights and freedoms.

I will uphold its democratic values. I will observe its laws, faithfully and fulfill my duties and obligations as a British citizen.

Once you have made your oath or affirmation and pledge the UK national anthem 'God Save the Queen' is generally played and, at group ceremonies, you will be asked to sing.

> God save our gracious Queen
> Long live our noble Queen
> God save the Queen
>
> Send her victorious
> Happy and glorious
> Long to reign over us
> God save the Queen

At the end of all this you will be given a signed and dated British Naturalisation

Certificate. You will also be given a pack which contains the application form for a British passport.

Applying for a British Passport

Now that you are a British Citizen you can apply for a British Passport. The application process and rules are the same for all British citizens. The form for a British Passport application is available at most UK Post Offices who also operate a 'check and send' service which is not expensive and well worth using.

All first-time British Passport applicants have to attend an interview. Once your application has been approved you will be sent a letter telling you how to arrange the interview. Make sure that you bring this letter with you to the interview. Waiting times for the interview are relatively short.

Having just been through the process to be granted British Citizenship the idea of going for an interview may well feel like yet another hurdle. However, the purpose of the interview is to prevent identity fraud by checking that you really are who you say you are.

The whole interview process lasts around 30 minutes and is thorough. The interviews are recorded.

You will be asked questions about the information that you entered on your passport application. The person interviewing you will also have in front of them a credit reference report and electoral register information. They are likely to be able to ask you questions about who you bank with and any loans that you have.

You are not allowed to take any papers into the interview with you.

Below are some typical questions:

- Your name?
- Parents name?
- Parents date of birth?
- Where were they born?
- Where do you live?
- What's the address?
- What's your home telephone number?
- Do you have a mortgage?
- Who is the mortgage with?
- Who do you bank with?
- How many people live with you?
- Who do you live with?

186

- What papers did you send with your application?
- Did you get the papers back?
- Date of your naturalization certificate?
- Your date of birth?
- What name shall we send the passport to?
- Husband's name?

The interviewer is not allowed to tell you whether you have been successful. If there are no problems then your British Passport will be sent to you shortly afterwards.

Well done!

Test Study Materials

The five chapters that follow contain all the material on which the questions in the Life in the UK Test are based.

- The values and principles of the UK

- What is the UK

- A long and illustrious history

- A modern thriving society

- The UK Government, the law and your role

The chapters have been reproduced in full from the Home Office publication 'Life in the United Kingdom: A Guide for New Residents' 3rd edition.

The values and principles of the UK

This section covers the responsibilities and privileges of being a British citizen or permanent resident of the UK

Britain is a fantastic place to live: a modern, thriving society with a long and illustrious history. Our people have been at the heart of the world's political, scientific, industrial and cultural development. We are proud of our record of welcoming new migrants who will add to the diversity and dynamism of our national life.

Applying to become a permanent resident or citizen of the UK is an important decision and commitment. You will be agreeing to accept the responsibilities which go with permanent residence and to respect the laws, values and traditions of the UK. Good citizens are an asset to the UK. We welcome those seeking to make a positive contribution to our society.

Passing the Life in the UK test is part of demonstrating that you are ready to become a permanent migrant to the UK. This handbook is designed to support you in your preparation. It will help you to integrate into society and play a full role in your local community. It will also help ensure that you have a broad general knowledge of the culture, laws and history of the UK.

The values and principles of the UK
British society is founded on fundamental values and principles which all those living in the UK should respect and support. These values are reflected in the responsibilities, rights and privileges of being a British citizen or permanent resident of the UK. They are based on history and traditions and are protected by law, customs and expectations. There is no place in British society for extremism or intolerance.

The fundamental principles of British life include:
• Democracy
• The rule of law
• Individual liberty
• Tolerance of those with different faiths and beliefs
• Participation in community life

As part of the citizenship ceremony new citizens pledge to uphold these values. The pledge is:

'I will give my loyalty to the United Kingdom and respect its rights and freedoms. I will uphold its democratic values. I will observe its laws faithfully and fulfil my duties as a British citizen.

Following from the fundamental principles are 'responsibilities and freedoms' which are shared by all those living in the UK and which we expect all residents to respect.

If you wish to be a permanent resident of the UK , you should
• Respect and obey the law
• Respect the rights of others including their right to their own opinions
• Treat others with fairness
• Look after yourself and your family
• Look after the area in which you live and the environment,

In return, the UK offers:

• Freedom of belief and religion
• Freedom of speech
• Freedom from unfair discrimination
• A right to a fair trial
• A right to join in the election of a government

Becoming a permanent resident

From October 2013, new requirements came into force for those applying to become a permanent resident or citizen of the UK. From that date, for settlement or permanent residence, you will need to:

• Pass the Life in the UK Test

And

• Produce acceptable evidence of speaking and listening skills in English at B1 of the Common European Framework of Reference. This is equivalent to ESOL Entry Level 3.

The requirements for citizenship applications may also change in the future. Further details will be published on the UK Border Agency website and you should check the information on that website for current requirements before applying for settlement or citizenship.

Once you have passed one of these tests, you can make an application for permanent residence of British citizenship. The form that you have to complete and the evidence that you need to provide will depend on your personal circumstances. There is a fee for submitting an application, which is different for the various types of application. All of the forms and a list of fees can be found on the UK Border Agency website, www.ukba.homeoffice.gov.uk
[Note the changes described above have already come into force]

ชีวิตในสหราชอาณาจักรคู่มือการทดสอบ: ฉบับพิมพ์ครั้งที่ 2

Taking the Life in the UK test

This handbook [The Life in the United Kingdom: A Guide for New Residents, 3rd edition referred to now as 'The Study Material'] will prepare you for taking the Life in the UK test. The test itself consists of 24 questions about important aspects of life in the UK. Questions are based on ALL parts of the handbook [The Study Material]. The 24 questions will be different for each person taking the test at that test session.

The life in the UK test is usually taken in English, although special arrangements can be made if you wish to take it in Welsh or Scottish Gaelic.

You can only take the test at a registered and approved Life in the UK test centre. There are about 60 test centres around the UK. You can only book your test online, at wee.lifeintheuktest.gov.uk. You should not take your test at any other establishment as the UK Border Agency will only accept certificates from registered centres. If you live on the Isle of Man or in the Channel Islands, there are different arrangements for taking the Life in the UK test.

When booking your test read the instructions carefully. Make sure you enter your details correctly. You will need to take some identification and proof of address with you to the test. If you don't take these, you will not be able to take the test.

How to use this handbook [*the guidance in the study material*]

Everything you will need to know to pass the Life in the UK test is included in this handbook. The questions will be based on the whole book, including this introduction, so make sure you study the entire book thoroughly. The handbook has been written to ensure that anyone who can read English at ESOL Entry Level 3 or above should have no difficulty with the language.

The glossary at the back of the handbook contains some key words and phrases, which you might find helpful.

The 'Check that you understand boxes' are for guidance. They will help you to identify particular things that you should understand. Just knowing the things highlighted in these boxes will not be enough to pass the test. You need to make sure that you understand everything in the book, so please read the information carefully.

Where to find more information

You can find out more information from the following places:
The UK Border Agency Website (www.ukba.homeoffice.gov.uk) for more information about the application process and the forms you will need to complete.

The Life in the UK test website (www.lifeinthe uktest.gov.uk) for more information about the test and how to book a place to take one.

Gov.uk (www.gov.uk) for information about ESOL courses and how to find one in your area.

Check that you understand

• *The origins of the values underlying British Society*
• *The fundamental principles of British life*
• *The responsibilities and freedoms which come with permanent residence*
• *The process of becoming a permanent resident or citizen*

What is the UK?

The UK is made up of England, Scotland, Wales and Northern Ireland. The rest of Ireland is an independent country. The official name of the country is the United Kingdom of Great Britain and Northern Ireland. 'Great Britain' refers only to England, Scotland and Wales, not to Northern Ireland. The words 'Britain', 'British Isles' or 'British', however, are used in this book to refer to everyone in the UK.

There are several islands which are closely linked with the UK but are not part of it: the Channel Islands and the Isle of Man. These have their own governments and are called 'Crown dependencies'. There are also several British overseas territories in other parts of the world, such as St Helena and the Falkland Islands. They are also linked to the UK but are not part of it.

The UK is governed by the parliament sitting in Westminster. Scotland, Wales and Northern Ireland also have parliaments or assemblies of their own, with devolved powers in defined areas.

Check that you understand

• *The different countries that make up the UK*

A long and illustrious history

Chapter contents

- *Early Britain*
- *The Tudors and Stuarts*
- *A global power*
- *The 20th century*
- *Britain since 1945*

EARLY BRITAIN

The first people to live in Britain were hunter gathers, in what we call the Stone Age. For much of the Stone Age, Britain was connected to the continent by a land bridge. People came and went, following the herds of deer and horses which they hunted. Britain only became permanently separated from the continent by the Channel about 10,000 years ago.

The first farmers arrived in Britain 6,000 years ago. The ancestors of these first farmers probably came from south-east Europe. These people built houses, tombs and monuments on the land. One of these monuments, Stonehenge, still stands in what is now the English county of Wiltshire. Stonehenge was probably a special gathering place for seasonal ceremonies. Other Stone Ages sites have also survived. Skara Brae on Orkney, off the north coast of Scotland, is the best preserved prehistoric village in northern Europe, and has helped archaeologists to understand more about how people lived near the end of the Stone Age.

Around 4000 years ago people learned to make bronze. We call this period the Bronze Age. People lived in roundhouses and buried their dead in tombs called round barrows. The people of the Bronze Age were accomplished metalworkers who made many beautiful objects in bronze and gold, including tools, ornaments and weapons.

The Bronze Age was followed by the Iron Age, when people learned how to make weapons and tools out of iron. People still lived in roundhouses, grouped together into larger settlements, and sometimes defended sites called hill forts. A very impressive hill fort can still be seen today at Maiden castle, in the English county of Dorset. Most people were farmers, craft workers or warriors. The language they spoke was part of the Celtic language family. Similar languages are still spoken today in some parts of Wales, Scotland and Ireland. The people of the Iron Age had a sophisticated culture and economy. They made the first coins to be minted in Britain, some inscribed with the names of Iron Age kings. This marks the beginnings of British history.

The Romans

Julius Caesar led a Roman invasion of Britain in 55 BC. This was unsuccessful and for nearly 100 years Britain remained separate from the Roman Empire. In AD43 Emperor Claudius led the Roman army in a new invasion. This time, there was resistance from some of the British tribes but the Romans were successful in occupying almost all of Britain. One of the tribal leaders who fought against the Romans was Boudicca, the queen of the Iceni in what is now eastern England. She is still remembered today and there is a statue of her on Westminster Bridge in London, near the Houses of Parliament.

Areas of what is now Scotland were never conquered by the Romans, and the Emperor Hadrian built a wall in the north of England to keep out the Picts (ancestors of the Scottish people). Included in the wall were a number of forts. Parts of Hadrian's Wall, including the forts of Housteads and Vindolanda, can still be seen. It is a popular area for walkers and is a UNESCO (United National Educational, Scientific and Cultural Organisation) World Heritage Site.

The Romans remained in Britain for 400 years. They built roads and public buildings, created a structure of law, and introduced new plants and animals. It was during the 3rd and 4th centuries AD that the first Christian communities began to appear in Britain.

The Anglo-Saxons

The Roman empire left Britain in AD410 to defend other parts of the Roman Empire and never returned. Britain was again invaded by tribes from northern Europe: the Jutes, the Angles and the Saxons. The languages they spoke are the basis of modern day English. Battles were fought against these invaders buy, by about AD600 Anglo-Saxon kingdoms were established in Britain. These kingdoms were mainly in what is now England. The burial place of one of the kings was at Sutton Hoo in modern Suffolk. This king was buried with treasure and armour, all placed in a ship which was then covered by a mound of earth.

Parts of the west of Britain, including much of what is now Wales, and Scotland, remained free of Anglo-Saxon rule.

The Anglo-Saxons were not Christians when they first came to Britain but during this period, missionaries came to Britain to preach about Christianity. Missionaries from Ireland spread the religion in the north. The most famous of these were St Patrick, who would become the patron saint of Ireland, and St Columbia, who founded a monastery on the island of Iona, off the coast of what is now Scotland. St Augustine led missionaries from Rome, who spread Christianity in the south. St Augustine became the first Archbishop of Canterbury.

The Vikings

The Vikings came from Denmark and Norway. They first visited Britain in AD 789 to raid coastal towns and take away goods and slaves. Then, they began to stay and form their own communities in the east of England and Scotland. The Anglo-Saxon kingdoms in England united under King Alfred the Great, who defeated the Vikings. Many of the Viking invaders stayed in Britain – especially in the east and north of England, in an area known as the Danelaw (many place names there, such as Grimsby and Scunthorpe, come from the Viking languages). The Viking settlers mixed with local communities and some converted to Christianity.

Anglo-Saxon kings continued to rule what is now England, except for a short period when there were Danish kings. The first of these was Cnut, also called Canute.

In the north, the threat of attack by Vikings had encouraged the people to unite under one king, Kenneth McAlpin. The term Scotland began to be used to describe that country.

The Norman Conquest

In 1066, an invasion led by William, the Duke of Normandy (in what is now northern France), defeated Harold, the Saxon king of England, at the Battle of Hastings. Harold was killed in the battle. William became king of England and is known as William the Conqueror. The battle is commemorated in a great piece of embroidery, known as the Bayeux Tapestry, which can still be seen in France today.

The Norman Conquest was the last successful foreign invasion of England and led to many changes in government and social structures in England. Norman French, the language of the new ruling class, influenced the development of the English language as we know it today. Initially the Normans also conquered Wales, but the Welsh gradually won the territory back. The Scots and the Normans fought on the border between England and Scotland; the Normans took over some land on the border but did not invade Scotland.

William sent people all over England to draw up lists of all the towns and villages. The people who lived there, who owned the land and what animals they owned were also listed. This was called the Domesday Book. It still exists today and gives a picture of the society in England just after the Norman Conquest.

Check that you understand

- *The history of the UK before the Romans*
- *The impact of the Romans on British Society*
- *The different groups that invaded after the Romans*
- *The importance of the Norman invasion of 1066*

THE MIDDLE AGES

War at home and abroad

The period after the Norman Conquest up until about 1485 is called the Middle Ages (or the medieval period). It was a time of almost constant war.

The English knights fought with the Welsh, Scottish and Irish noblemen for control of their lands. In Wales, the English were able to establish their rule. In 1284 King Edward I of England introduced the Statute of Rhuddlan, which annexed Wales to the Crown of England. Hug castles, including Conwy and Caernarvon, were built to maintain this power. By the middle of the 15th century the last Welsh rebellions had been defeated. English laws and the English language were introduced.

In Scotland, the English kings were less successful. In 1314 the Scottish, led by Robert the Bruce, defeated the English at the Battle of Bannockburn, and Scotland remained unconquered by the English.

At the beginning of the Middle Ages, Ireland was an independent country. The English first went to Ireland as troops to help the Irish king and remained to build their own settlements. By 1200, the English ruled an area of Ireland known as the Pale, around Dublin. Some of the important lords in other parts of Ireland accepted the authority of the English king.

During the Middle Ages, the English kings also fought a number of wars abroad. Many knights took part in the Crusades, in which European Christians fought for control of the Holy Land. English kings also fought a long war with France, called the Hundred Years War (even though it actually lasted 116 years). One of the most famous battles of the Hundred Years War was the Battle of Agincourt in 1415, where King Henry V's vastly outnumbered English army defeated the French. The English left France in the 1450s.

The Black Death

The Normans used a system of land ownership known as feudalism. The king gave land to his lords in return for help in war. Landowners had to send certain numbers of men to serve in the army. Some peasants had their own land but most were serfs. They had a small area of their lord's land where they could grow food. In return, they had to work for their lord and could not move away. The same system developed in southern Scotland. In the north of Scotland and Ireland, land was owned by members of the 'clans' (prominent families).

In 1348, a disease, probably a form of plague, came to Britain. This was known as the Black Death. One third of the population of England died and a similar proportion in Scotland and Wales. This was one of the disasters ever to strike Britain. Following the Black Death, the smaller population meant there was less need to grow cereal crops. There were labour shortages and peasants began to demand higher wages. New social classes appeared, including the owners of large areas of land (later called the gentry), and people left the countryside to live in towns. In the towns, growing wealth led to the development of a strong middle class.

In Ireland, the Black Death killed many in the Pale and, for a time, the area controlled by the English became smaller.

Legal and political changes

In the Middle Ages, Parliament began to develop into the institution it is today. Its origins can be traced to the king's council of advisers, which included important noblemen and the leaders of the Church.

There were few formal limits to the king's power until 1215. In that year, King John was forced by his noblemen to agree to a number of demands. The result was a charter of rights called the Magna Carta (which means Great Charter). The Magna Carta established the idea that even the king was subject to the law. It protected the rights of the nobility and restricted the king's power to collect taxes or to make or change laws. In future, the king would need to involve his noblemen in decisions.

In England, parliaments were called for the king to consult his nobles, particularly when the king needed to raise money. The numbers attending Parliament increased and two separate parts, known as Houses, were established. The nobility, great landowners and bishops sat in the House of Lords. Knights, who were usually smaller landowners and wealthy people from towns and cities, were elected to sit in the House of Commons. Only a small part of the population was able to join in electing the members of the Commons.

A similar Parliament developed in Scotland. It had three Houses, called Estates: the lords, the commons and the clergy.

This was also a time of development in the legal system. The principle that judges are independent of the government began to be established. In England, judges developed 'common law' by a process of precedence (that is, following previous decisions). In Scotland, the legal system developed slightly differently and laws were 'codified' (that is written down).

A distinct identity

The Middle Ages saw the development of a national culture and identity. After the Norman Conquest, the king and his noblemen had spoken Norman French and the peasants had continued to speak Anglo-Saxon. Gradually these two languages combined to become one English language. Some words in modern English – for example, 'park' and 'beauty' – are based on Norman French words. Others – for example, 'apple', 'cow' and 'summer' – are based on Anglo-Saxon words. In modern English there are often two words with very similar meanings, one from French and one from Anglo-Saxon. 'Demand' (French) and 'ask' (Anglo-Saxon) are examples. By 1400, in England, official documents were being written in English, and English had become the preferred language in the royal court and Parliament.

In the years leading up to 1400, Geoffrey Chaucer wrote a series of poems in English about a group of people going to Canterbury on a pilgrimage. The people decided to tell each other stories on the journey, and the poems describe the travelers and some of the stories they told. This collection of poems is called *The Canterbury Tales*. It was one of the first books to be printed by William Caxton, the first person in England to print books using a printing press. Many of the stories are still popular. Some have been made into plays and television programmes.

In Scotland, many people continued to speak Gaelic and the Scots language also developed. A number of poets began to write in the Scots language. One example is John Barbour, who wrote The Bruce about the Battle of Bannockburn.

The Middle Ages also saw a change in the type of buildings in Britain. Castles were built in many places in Britain and Ireland, partly for defence. Today many are in ruins, although some, such as Windsor and Edinburgh are still in use. Great cathedrals – for example, Lincoln Cathedral – were also built, and many of these are still used for worship. Several of the cathedrals had windows of stained glass, telling stories about the Bible and Christian saints. The glass in York Minister is a famous example.

During the period, England was an important trading nation. English wool became a very important export. People came to England from abroad to trade and also to work. Many had special skills, such as weavers from France, engineers from Germany, glass manufacturers from Italy and canal builders from Holland.

The Wars of the Roses

In 1455, a civil war was begun to decide who should be king of England. It was fought between supporters of two families: the House of Lancaster and the House of York. This war was called the Wars of the Roses, because the symbol of Lancaster was a red rose and the symbol of York was a white rose. The war ended with the Battle of Bosworth Field in 1485. King Richard III of the House of York was killed in the battle and Henry Tudor, the leader of the House of Lancaster, became King Henry VII. Henry then married King Richard's niece, Elizabeth of York, and united the two families. Henry was the first king of the House of Tudor. The symbol of the House of Tudor was a red rose with a white rose inside it as a sign that the Houses of York and Lancaster were now allies.

Check that you understand

- *The wars that took place in the Middle Ages*
- *How Parliament began to develop*
- *The way that land ownership worked*
- *The effects of the Black Death*
- *The development of English language and culture*
- *The Wars of the Roses and the founding of the House of Tudor*

THE TUDORS AND STUARTS

Religious conflicts

After his victory in the Wars of the Roses, Henry VII wanted to make sure that England remained peaceful and that his position as king was secure. He deliberately strengthened the central administration of England and reduced the power of the nobles. He was thrifty and built up the monarchy's financial reserves. When he died, his son Henry VIII continued the policy of centralizing power.

Henry VIII was most famous for breaking away from the Church of Rome and marrying six times.

The six wives of Henry VIII

Catherine of Aragon – Catherine was a Spanish princess. She and Henry had a number of children but only one, Mary, survived. When Catherine was too old to give him another child, Henry decided to divorce her, hoping that another wife could give him a son to be his heir.

Anne Boleyn – Anne Boleyn was English. She and Henry had one daughter, Elizabeth. Anne was unpopular in the country and was accused of taking lovers. She was executed at the Tower of London.

Jane Seymour – Henry married Jane after Anne's execution. She gave Henry the son he wanted, Edward, but she died shortly after his birth.

Anne of Cleves – Anne was a German princess. Henry married her for political reasons but divorced her soon after.

Catherine Howard – Catherine was cousin of Anne Boleyn. She was also accused of taking lovers and executed.

198

Catherine Parr – Catherine was a widow who married Henry late in his life. She survived him and married again but died soon after.

To divorce his first wife, Henry needed the approval of the Pope. When the Pope refused, Henry established the Church of England. In this new Church, the king, not the Pope, would have the power to appoint bishops and order how people should worship.

At the same time the Reformation was happening across Europe. This was a movement against the authority of the Pope and the ideas and practices of the Roman Catholic Church. The Protestants formed their own churches. They read the Bible in their own languages instead of in Latin; they did not pray to saints or at shrines; and they believed that a person's own relationship with God was more important than submitting to the authority of the Church. Protestant ideas gradually gained strength in England, Wales and Scotland during the 16th century.

In Ireland, however, attempts by the English to impose Protestantism (alongside efforts to introduce the English system of laws about the inheritance of land) led to rebellion from the Irish chieftains and much brutal fighting followed.

During the reign of Henry VIII, Wales became formally united with England by the Act for the Government of Wales. The Welsh sent representatives to the House of Commons and the Welsh legal system was reformed.

Henry VIII was succeeded by his son Edward VI, who was strongly Protestant. During his reign, the Book of Common Prayer was written to be used in the Church of England. A version of this book is still used in some churches today. Edward died at the age of 15 after ruling for just over 6 years, and his half-sister Mary became queen. Mary was a devout Catholic and persecuted Protestants (for this reason she became known as 'Bloody Mary'). Mary also died after a short reign and the next monarch was her half-sister, Elizabeth, the daughter of Henry VIII and Anne Boleyn.

Queen Elizabeth

Queen Elizabeth I was a Protestant. She re-established the Church of England as the official church and there were laws about the type of religious services and the prayers which could be said, but Elizabeth did not ask about people's real beliefs. She succeeded in finding a balance between the views of Catholics and the more extreme Protestants. In this way she avoided any serious religious conflict within England. Elizabeth became one of the most popular monarchs in English history, particularly after 1588, when the English defeated the Spanish Armada (a large fleet of ships), which had been sent by Spain to conquer England and restore Catholicism.

The reformation in Scotland and Mary, Queen of Scots

Scotland had also been strongly influenced by Protestant ideas. In 1560, the predominantly Protestant Scottish Parliament abolished the authority of the Pope in Scotland and Roman Catholic religious services became illegal. A Protestant Church of Scotland with an elected leadership was established but, unlike in England, this was not a state Church.

The queen of Scotland, Mary Stuart (often now called 'Mary' Queen of Scots') was a Catholic. She was only a week old when her father died and she became queen. Much of her childhood was spent in France. When she returned to Scotland, she was the centre of a power struggle between different groups. When her husband was murdered, Mary was suspected of involvement and fled to England. She gave her throne to her protestant son, James VI of Scotland. Mary was Elizabeth I's cousin and hoped that Elizabeth might help her, but Elizabeth suspected Mary of wanting to take over the English throne, and kept her a prisoner for 20 years. Mary was eventually executed, accused of plotting against Elizabeth I

Exploration, poetry and drama.

The Elizabethan period in England was a time of growing patriotism: a feeling of pride in being English. English explorers sought new trade routes and tried to expand British trade into the Spanish colonies in the Americas. Sir Francis Drake, one of the commanders in the defeat of the Spanish Armada, was one of the founders of England's naval tradition. His ship, the Golden Hind, was one of the first to sail right around ('circumnavigate') the world. In Elizabeth I's time, English settlers first began to colonise the eastern coast of America. This colonization, particularly by people who disagreed with the religious views of the next two kings, greatly increased in the next century.

The Elizabethan period is also remembered for the richness of its poetry and drama, especially the plays and poems of William Shakespeare.

William Shakespeare (1564-1616)

Shakespeare is widely regarded as the greatest writer in the English language

Shakespeare was born in Stratford-upon-Avon, England. He was a playwright and wrote many poems and plays. His most famous plays include A Midsummer Night's Dream, Hamlet, Macbeth and Romeo and Juliet. He also dramatized significant events from the past, but he did not focus solely on kings and queens. He was one of the first to portray ordinary Englishmen and women. Shakespeare had a great influence on the English language and invented many words that are still common today. Lines from his plays and poems which are still quoted include:

- 'Once more unto the breach' (Henry V)

- 'To be or not to be' (Hamlet)

- 'A rose by any other name' (Romeo and Juliet)

- 'All the world's a stage (As you like it)

- The darling buds of May (Sonnet 18 – Shall I Compare Thee To A Summer's Day).

Many people regard Shakespeare as the greatest playwright of all time. His plays and poems are still performed and studied in Britain and other countries today. The Globe Theater in London is a modern copy of the theatres in which his plays were performed.

James VI and I

Elizabeth I never married and so had no children on her own to inherit her throne. When she died in 1603 her heir was her cousin James VI of Scotland. He became King James I of England, Wales and Ireland but Scotland remained a separate country.

The King James Bible

One achievement of King James' reign was a new translation of the Bible into English. This translation is known as the 'King James Version' or the 'Authorised Version'. It was not the first English Bible but it is a version which continues to be used in many Protestant churches today.

Ireland

During this period, Ireland was an almost completely Catholic country. Henry VII and Henry VIII had extended English control outside 'the Pale' and established English authority over the whole of the country. Henry VIII took the title 'King of Ireland'. English laws were introduced and local leaders were expected to follow the instructions of the Lord Lieutenants in Dublin.

During the reigns of Elizabeth I and James I, many people in Ireland opposed rule by the Protestant government in England. There were a number of rebellions. The English government encouraged Scottish and English Protestants to settle in Ulster, the northern province of Ireland, taking over the land from Catholic landowners. These settlements were known as plantations. Many of the new settlers came from south-west Scotland and other land was given to companies based in London. James later organised similar plantations in several other parts of Ireland. This had serious long-term consequences for the history of England, Scotland and Ireland.

The rise of Parliament

Elizabeth I was very skilled at managing Parliament. During her reign she was successful in balancing her wishes and views against those of the House of Lords and those of the House of Commons, which was increasingly Protestant in its views

James I and his son Charles I were less skilled politically. Both believed in the 'Divine Right of Kings': the idea that the king was directly appointed by God to rule. They thought that the king should be able to act without having to seek approval from Parliament. When Charles I inherited the thrones of England, Wales and Ireland and Scotland, he tried to rule in line with this principle. When he could not get Parliament to agree with his religious and foreign policies, he tried to rule without Parliament at all. For 11 years, he found ways in which to raise money without Parliaments approval but eventually trouble in Scotland meant that he had to recall Parliament.

The beginning of the English Civil War

Charles I wanted the worship of the Church of England to include more ceremony and introduced a revised Prayer Book. He tried to impose this Prayer Book on the Presbyterian Church in Scotland and this led to serious unrest. A Scottish army was formed and Charles could not find the money he needed for his own army without the help of Parliament. In 1640, he recalled Parliament to ask it for funds. Many in Parliament were Puritans, a group of Protestants who advocated strict and simple religious doctrine and worship. They did not agree with the king's religious views and disliked his reforms of the Church of England. Parliament refused to give the king the money he asked for, even after the Scottish army invaded England.

Another rebellion began in Ireland because the Roman Catholics in Ireland were afraid of the growing power of the Puritans. Parliament took this opportunity to demand control of the English army – a change that would have transferred substantial power from the king to Parliament. In response, Charles I entered the House of Commons and tried to arrest five parliamentary leaders, but they had been warned and were not there. (No monarch has set foot in the Commons since.) Civil war between the king and Parliament could not now be avoided and began in 1642. The country split into those who supported the king (the Cavaliers) and those who supported Parliament (the Roundheads)

Oliver Cromwell and the English republic

The king's army was defeated at the Battles of Marston Moor and Naseby. By 1646, it was clear that Parliament had won the war. Charles was held prisoner by the parliamentary army. He was still unwilling to reach any agreement with Parliament and in 1649 he was executed.

England declared itself a republic, called the Commonwealth. It no longer had a monarch. For a time, it was not totally clear how the country would be governed. For now, the army was in control. One of its generals, Oliver Cromwell, was sent to Ireland, where the revolt which had begun in 1641 still continued and where there was still a Royalist army. Cromwell was successful in establishing the authority of the English Parliament but did this with such violence that even today Cromwell remains a controversial figure in Ireland.

The Scots had not agreed to the execution of Charles I and declared his son Charles II to be king. He was crowned king of Scotland and led a Scottish army into England. Cromwell defeated this army at the Battles of Dunbar and Worcester. Charles II escaped from Worcester, famously hiding in an oak tree on one occasion, an eventually fled to Europe. Parliament now controlled Scotland as well as England and Wales.

After his campaign in Ireland and victory over Charles II at Worcester, Cromwell was recognised as the leader of the new republic. He was given the title of Lord Protector and ruled until his death in 1658. When Cromwell died, his son, Richard, became Lord Protector in his place but was not able to control the army or the government. Although Britain had been a republic for 11 years, without Oliver Cromwell there was no clear leader or system of government. Many people in the country wanted stability. People began to talk about the need for a king.

The Restoration

In May 1660, Parliament invited Charles II to come back from exile in the Netherlands. He was crowned King Charles II of England, Wales, Scotland and Ireland. Charles II made it clear that he had 'no wish to go on his travels again'. He understood that he could not always do as he wished but would sometimes need to reach agreement with Parliament. Generally, Parliament supported his policies. The Church of England again became the established official Church. Both Roman Catholics and Puritans were kept out of power.

During Charles II's reign, in 1665, there was a major outbreak of plague in London. Thousands of people died, especially in poorer areas. The following year, a great fire destroyed much of the city, including many churches and St Paul's Cathedral. London was rebuilt with a new St Paul's, which was designed by famous architect, Sir Christopher Wren. Samuel Pepys wrote about these events in a diary which was later published and is still read today.

The Habeas Corpus Act became law in 1679. This was a very important piece of legislation which remains relevant today. Habeas corpus is Latin for 'you must present the person to court'. The Act guaranteed that no one could be held prisoner unlawfully. Every prisoner has a right to a court hearing.

Charles II was interested in science. During his reign the Royal Society was formed to promote 'natural knowledge'. This is the oldest surviving scientific society in the world. Among its early members were Sir Edmund Halley, who successfully predicted the return of the comet now called Halley's Comet, and Sir Isaac Newton.

Isaac Newton (1643-1727)

Born in Lincolnshire, eastern England, Isaac Newton first became interested in science when he studied at Cambridge University. He became an important figure in the field. His most famous published work was *Philosophiae Naturalis Principia Mathematica* ('Mathematical Principles of Natural Philosophy'), which showed how gravity applied to the whole universe. Newton also showed that white light is made up of the colours of the rainbow. Many of his discoveries are still important for modern science.

A Catholic King

Charles II had no legitimate children. He died in 1685 and his brother James, who was a Roman Catholic, became King James II in England, Wales and Ireland and King James VII of Scotland. James favoured Roman Catholics and allowed them to be army officers, which an Act of Parliament had forbidden. He did not seek to reach agreements with Parliament and arrested some of the bishops of the Church of England. People in England worried that James wanted to make England a Catholic country once more. However, his heirs were his two daughters, who were both firmly Protestant, and people thought that his meant that there would soon be a Protestant monarch again. Then, James's wife had a son. Suddenly, it seemed likely that the next monarch would not be a Protestant after all.

The Glorious Revolution

James II's elder daughter, Mary was married to her cousin William of Orange, the Protestant ruler of the Netherlands. In 1688, important Protestants in England asked William to invade England and proclaim himself king. When William reached England there was no resistance. James fled to France and William took over the throne, becoming William II of Scotland. William ruled jointly with Mary. This event was later called the 'Glorious Revolution' because there was no fighting in England and because it guaranteed the power of Parliament, ending the threat of a monarch ruling on his or her own as he or she wished. James II wanted to regain the throne and invaded Ireland with the help of a French army. William defeated James II at the Battle of the Boyne in Ireland in 1690, an event which is still celebrated by some in Northern Ireland today. William re-conquered Ireland and James fled back to France. Many restrictions were placed on the Roman Catholic Church in Ireland and Irish Catholics were unable to take part in the government.

There was also support for James in Scotland. An attempt at an armed rebellion in support of James was quickly defeated at Killiecrankie. All Scottish clans were required formally to accept William as king by taking an oath. The MacDonald's of Glencoe were late in taking the oath and were all killed. The memory of this massacre meant some Scots distrusted the new government.

Some continued to believe that James was the rightful king, particularly in Scotland. Some joined him in exile in France; others were secret supporters. James' supporters became known as Jacobites.

Check that you understand

- *How and why religion changed during this period*
- *The importance of poetry and drama in the Elizabethan period.*
- *About the involvement of Britain in Ireland*
- *The development of Parliament and the only period in history when England was a republic*
- *Why there was a restoration of the monarchy*
- *How the Glorious Revolution happened*

A GLOBAL POWER

Constitutional monarchy – the Bill of Rights

At the coronation of William and Mary, a Declaration of Rights was read. This confirmed that the king would no longer be able to raise taxes or administer justice without agreement from Parliament. The balance of power between the monarch and Parliament had now permanently changed. The Bill of Rights, 1689, confirmed the rights of Parliament and the limits of the king's power. Parliament took control of who could be monarch and declared that the king or queen must be a Protestant. A new Parliament had to be elected at least every three years (later this became seven years and now it is five years). Every year the monarch had to ask Parliament to renew funding for the army and the navy.

These changes meant that, to be able to govern effectively, the monarch needed to have advisers, or ministers, who would be able to ensure a majority of votes in the House of Commons and the House of Lords. There were two main groups in Parliament, known as the Whigs and the Tories. (The modern Conservative Party is still sometimes referred to as the Tories.) This was the beginning of party politics.

This was also an important time for the development of a free press (newspapers and other publications which are not controlled by the government). From 1695, newspapers were allowed to operate without a government licence. Increasing numbers of newspapers began to be published.

The laws passed after the Glorious Revolution are the beginning of what is called 'constitutional monarchy'. The monarch remained very important but was no longer able to insist on particular policies or actions if Parliament did not agree. After William III, the ministers gradually became more important than the monarch but this was not a democracy in the modern sense. The number of people who had the right to vote for members of Parliament was still very small. Only men who owned property of a certain value were able to vote. No women at all had the vote. Some constituencies were controlled by a single wealthy family. These were called 'pocket boroughs'. Other constituencies had hardly any voters and were called 'rotten boroughs'.

A growing population
This was a time when many people left Britain and Ireland to settle in new colonies in America and elsewhere, but others came to live in Britain. The first Jews to come to Britain since the Middle Ages settled in London in 1656. Between 1680 and 1720 many refugees called Huguenots came from France. They were Protestant and had been persecuted for their religion. Many were educated and skilled and worked as scientists, in banking, or in weaving or other crafts.

The Act or Treaty of Union in Scotland
William and Mary's successor, Queen Anne, had no surviving children. This created uncertainty over the succession in England, Wales and Ireland and in Scotland. The Act of Union, known as the Treaty of Union in Scotland, was therefore agreed in 1707, creating the Kingdom of Great Britain. Although Scotland was no longer an independent country, it kept its own legal and education systems and Presbyterian Church.

The Prime Minister
When Queen Anne died in 1714, Parliament chose a German, George I, to be the next king, because he was Anne's nearest Protestant relative. An attempt by Scottish Jacobites to put James II's son on the throne instead was quickly defeated. George I did not speak very good English and this increased his need to rely on his ministers. The most important minister in Parliament became known as the Prime Minister. The first man to be called this was Sir Robert Walpole, who was Prime Minister from 1721 to 1742.

The rebellion of the clans
In 1745 there was another attempt to put a Stuart king back on the throne in place of George I's so. Charles Edward Stuart (Bonnie Prince Charlie), the grandson of James II, landed in Scotland. He was supported by clansmen from the Scottish Highlands

and raised an army. Charles initially had some succcsses but was defeated by George II's army at the Battle of Culloden in 1746. Charles escaped back to Europe.

The clans lost a lot of their power and influence after Culloden. Chieftains became landlords if they had the favour of the English king, and clansmen became tenants who had to pay for the land they used.

A process began which became known as the 'Highland Clearances'. Many Scottish landlords destroyed individual small farms (known as 'crofts') to make space for large flocks of sheep and cattle. Evictions became very common in the early 19th century. Many Scottish people left for North America at this time.

Robert Burns (1759-96)
Known in Scotland as 'The Bard', Robert Burns was a Scottish poet. He wrote in the Scots language, English with some Scottish words, and standard English. He also revised a lot of traditional folk songs by changing or adding lyrics. Burns' best-known work is probably the song Auld Lang Syne, which is sung by people in the UK and other countries when they are celebrating the New Year or Hogmanay as it is called in Scotland).

The Enlightenment

During the 18th century, new ideas about politics, philosophy and science were developed. This is often called 'the Enlightenment'. Many of the great thinkers of the Enlightenment were Scottish. Adam Smith developed ideas about economics which are still referred to today. David Hume's ideas about human nature continue to influence philosophers. Scientific discoveries, such as James Watt's work on steam power, helped the progress of the Industrial Revolution. One of the most important principles of the Enlightenment was that everyone should have the right to their own political and religious beliefs and that the state should not try to dictate to them. This continues to be an important principle of the UK today.

The Industrial Revolution

Before the 18th century, agriculture was the biggest source of employment in Britain. There were many collage industries, where people worked from home to produce goods such as cloth and lace.

The Industrial Revolution was the rapid development of industry in Britain in the 18th and 19th centuries. Britain was the first country to industrialise on a large scale. It happened because of the development of machinery and the use of steam power. Agriculture and the manufacturing of goods became mechanized. This made things more efficient and increased production. Coal and other raw materials were needed to power the new factories.

Many people moved from the countryside and started working in the mining and manufacturing industries.

The development of the Bessemer process for the mass production of steel led to the development of the shipbuilding industry and railways. Manufacturing jobs became the main source of employment in Britain.

Richard Arkwright (1732-92)

Born in 1732, Arkwright originally trained and worked as a barber. He was able to dye hair and make wigs. When wigs became less popular, he started to work in textiles. He improved the original carding machines. Carding is the process of preparing fibres for spinning into yarn and fabric. He also developed horse-driven spinning mills that used only one machine. This increased the efficiency of production. Later he used the steam engine to power machinery. Arkwright is particularly remembered for the efficient and profitable way that he ran his factories.

Better transport links were needed to transport raw materials and manufactured goods. Canals were built to link the factories to towns and cities and to the ports, particularly in the new industrial areas in the middle and north of England.

Working conditions during the Industrial Revolution were very poor. There were no laws to protect employees, who were often forced to work long hours in dangerous situations. Children also worked and were treated in the same way as adults. Sometimes they were treated even more harshly.

This was also the time of increased colonization overseas. Captain James Cook mapped the coast of Australia and a few colonies were established there. Britain gained control over Canada, and the east India Company, originally set up to trade, gained control of large parts of India. Colonies began to be established in southern Africa.

Britain traded all over the world and began to import more goods. Sugar and tobacco came from North America and the West Indies; textiles, tea and spices came from India and the area that is today called Indonesia. Trading and settlement overseas sometimes brought Britain into conflict with other countries, particularly France, which was expanding and trading in a similar way in many of the same areas of the world.

Sake Dean Mahomet (1759-1851)

Mahomet was born in 1759 and grew up in the Bengal region of India. He served in the Bengal army and came to Britain in 1782. He then moved to Ireland and eloped with and Irish girl called Jane Daly in 1786, returning to England at the turn of the century. In 1810 he opened the Hindoostane Coffee House in George Street, London.

It was the first curry house to open in Britain. Mahomet and his wife also introduced 'shampooing', the Indian art of head massage, to Britain.

The slave trade

The commercial expansion and prosperity was sustained in part by the booming slave trade. While slavery was illegal within Britain itself, by the 18th century it was a fully established overseas industry, dominated by Britain and the American colonies.

Slaves came primarily from West Africa. Travelling on British ships in horrible conditions, they were taken to America and the Caribbean, where they were made to work on tobacco and sugar plantations. The living and working conditions for slaves were very bad. Many slaves tried to escape and others revolted against their owners in protest at their terrible treatment.

There were, however, people in Britain who opposed the slave trade. The first formal anti-slavery groups were set up by the Quakers in the late 1700s, and they petitioned Parliament to ban the practice. William Wilberforce, an evangelical Christian and a member of Parliament, also played a part in changing the law. Along with other abolitionists (people who supported the abolition of slavery), he succeeded in turning public opinion against the slave trade. In 1807, it became illegal to trade slaves in British ships or from British ports, and in 1833 the Emancipation Act abolished slavery throughout the British Empire. The Royal Navy stopped slave ships from other countries, freed the slaves, and punished the slave traders.

After 1833, 2 million Indian and Chinese workers were employed to replace the freed slaves. They worked on sugar plantations in the Caribbean, in mines in South Africa, on railways in East Africa and in the army in Kenya.

The American War of Independence

By the 1760s, there were substantial British colonies in North America. The colonies were wealthy and largely in control of their own affairs. Many of the colonist families had originally gone to North America in order to have religious freedom. They were well educated and interested in ideas of liberty. The British government wanted to tax the colonies. The colonists saw this as an attack on their freedom and said there should be 'no taxation without representation' in the British Parliament. Parliament tried to compromise by repealing some of the taxes, but relationships between the British government and the colonies continued to worsen. Fighting broke out between the colonists and the British forces. In 1766, 13 American colonies declared their independence, stating that people had a right to establish their own governments. The colonists eventually defeated the British army and Britain recognised the colonies independence in 1783.

War with France

During the 18th century, Britain fought a number of wars with France. In 1789, there was a revolution in France and the new French government soon declared war on Britain. Napoleon, who became Emperor of France, continued the war. Britain's navy fought against combined French and Spanish fleets, winning the Battle of Trafalgar in 1805. Admiral Nelson was in charge of the British fleet at Trafalgar and was killed in the battle. Nelson's Column in Trafalgar square, London is a monument to him. His ship HMS Victory can be visited in Portsmouth. In 1815, the French wars ended with the defeat of the Emperor Napoleon by the Duke of Wellington at the Battle of Waterloo. Wellington was known as the Iron Duke and later became Prime Minister.

The Union Flag

Although Ireland had the same monarch as England and Wales since Henry VIII, it had remained a separate country. In 1801, Ireland became unified with England, Scotland and Wales after the Act of Union of 1800. This created the United Kingdom of Great Britain and Ireland. One symbol of this union between England, Scotland, Wales and Ireland was a new version of the official flag, the Union Flag. This is often called the Union Jack. The flag combined crosses associated with England, Scotland and Ireland. It is still used today as the official flag of the UK.

The Union Flag consists of three crosses:

1. The cross of St George, patron saint of England, is a red cross on a white background
2. The cross of St Andrew, patron saint of Scotland, is a diagonal white cross on a blue background.
3. The cross of St Patrick, patron saint of Ireland, is a diagonal red cross on a whit ground.

There is also an official Welsh flag, which shows a Welsh dragon. The Welsh dragon does not appear on the Union Flag because, when the first Union Flag was created in 1606 from the flags of Scotland and England, the Principality of Wales was already united with England.

The Victorian Age

In 1837, Queen Victoria became queen of the UK at the age of 18. She reigned until 1901, almost 64 years. At the day of writing (2013) this is the longest reign of any British monarch. Her reign is known as the Victorian Age. It was a time when Britain increased in power and influence abroad. Within the UK, the middle classes became increasingly significant and a number of reformers led moves to improve conditions for the poor.

The British Empire

During the Victorian period, the British Empire grew to cover all of India, Australia and large parts of Africa. It became the largest empire the world has ever seen, with an estimated population of more than 400 million people.

Many people were encouraged to leave the UK to settle overseas. Between 1853 and 1913, as many as 13 million British citizens left the country. People continued to come to Britain from other parts of the world. For example, between 1870 and 1914, around 120,000 Russian and Polish Jews came to Britain to escape persecution. Many settled in London's East End and in Manchester and Leeds. People from the Empire, including India and Africa, also came to Britain to live, work and study.

Trade and industry

Britain continued to be a great trading nation. The government began to promote policies of free trade, abolishing a number of taxes on imported goods. One example of this was the repealing of the Corn Laws in 1846. These had prevented the import of cheap grain. The reforms helped the development of British industry, because raw materials could now be imported more cheaply.

Working conditions in factories generally became better. In 1847, the number of hours that women and children could work was limited by law to 10 hours per day. Better housing began to be built for workers.

Transport links also improved, enabling goods and people to move more easily around the country. Just before Victoria came to the throne the father and son George and Robert Stephenson pioneered the railway engine and a major expansion of the railways took place in the Victorian period. Railways were built throughout the Empire. There were also great advances in other areas, such as the building of bridges by engineers such as Isambard Kingdom Brunel.

Isambard Kingdom Brunel (1806-59)

Brunel was originally from Portsmouth, England. He was an engineer who built tunnels, bridges, railway lines and ships. He was responsible for constructing the Great Western Railway which was the first major railway built in Britain. It runs from Paddington Station in London to the south west of England, the West Midlands and Wales. Many of Brunel's bridges are still in use today.

British Industry led the world in the 19th Century. The UK produced more than half the world's iron, coal and cotton cloth. The UK also became a centre for financial services, including insurance and banking. In 1851, the Great Exhibition opened in Hyde Park in the Crystal Palace, a huge building made of steel and glass. Exhibits ranged from huge machines to handmade goods. Countries from all over the world showed their goods but most of the objects were made in Britain.

The Crimean War

From 1853 to 1856, Britain fought with Turkey and France against Russia in the Crimean War. It was the first war to be extensively covered by the media through news stories and photographs. The conditions were very poor and many soldiers died from illnesses they caught in the hospitals, rather than from war wounds. Queen Victoria introduced the Victoria Cross medal during this war. It honours acts of valour by soldiers.

Florence Nightingale (1820-1910)

Florence Nightingale was born in Italy to English parents. At the age of 31, she trained as a nurse in Germany. In 1854, she went to Turkey and worked in military hospitals, treating soldiers who were fighting in the Crimean War. She and her fellow nurses improved the conditions in the hospital and reduced the mortality rate. In 1860 she established the Nightingale Training school for nurses at St Thomas' Hospital in London. The school was the first of its kind and still exists today, as to many of the practices that Florence used. She is often regarded as the founder of modern nursing.

Ireland in the 19th century

Conditions in Ireland were not as good as the rest of the UK. Two-thirds of the population still depended on farming to make their living, often on very small plots of land. Many depended on potatoes as a large part of their diet. In the middle of the century the potato crop failed, and Ireland suffered a famine. A million people died from disease and starvation. Another million and a half left Ireland. Some emigrated to the Unites States and others came to England. By 1961 there were large populations of Irish people in cities such as Liverpool, London, Manchester and Glasgow.

The Irish Nationalist movement had grown strongly through the 19th century. Some such as the Fenians favoured complete independence. Others, such as Charles Stuart Parnell, advocated 'Home Rule', in which Ireland would remain in the UK but have its own parliament.

The right to vote

As the middle classed in the wealthy industrial towns and cities grew in influence, they began to demand more political power. The Reform Act of 1832 had greatly increased the number of people with the right to vote. The Act also abolished the old pocket ad rotten boroughs and more parliamentary seats were given to the towns and cities. There was a permanent shift of political power from the countryside to the towns but voting was still based on ownership of property. This meant that members of the working class were still unable to vote.

A movement began to demand the vote for the working classes and other people without property. Campaigners, called the Chartists, presented petitions to Parliament. At first they seemed to be unsuccessful, but in 1867 there was another Reform Act. This created many more urban seats in Parliament and reduced the amount of property that people needed to have before they could vote. However, the majority of men still did not have the right to vote and no women could vote.

Politicians realized that the increased number of voters meant that they needed to persuade people to vote for them if they were to be sure of being elected to Parliament. The political parties began to create organisations to reach out to ordinary voters. Universal suffrage (the right of every adult, male or female, to vote) followed in the next century.

In common with the rest of Europe, women in 19th century Britain had fewer rights than men. Until 1870, when a woman got married, her earnings, property and money automatically belonged to her husband. Acts of Parliament in 1870 and 1882 gave wives the right to keep their own earnings and property. In the late 19th and 20th centuries, an increasing number of women campaigned and demonstrated for greater rights and, in particular, the right to vote. They formed the women's suffrage movement and became known as the 'suffragettes'.

Emmeline Parkhurst (1856-1928)

Emmeline Parkhurst was born in Manchester in 1858. She set up the Women's Franchise League in 1889, which fought to get the vote in local elections for married women. In 1903 she helped found the Women's Social and Political Union (WSPU). This was the first group whose members were called 'suffragettes'. The group used civil disobedience as part of their protest to gain the votes for women. They chained themselves to railings, smashed windows and committed arson. Many of the women, including Emmeline, went on hunger strike. In 1918, women over the age of 30 were given voting rights and the right to stand for Parliament, partly in recognition of the contribution women made to the war effort during the First World War. Shortly before Emmeline's death in 1928, women were given the right to vote at 21, the same as men

The future of the Empire

Although the British Empire continued to grow until the 1920s, there was already discussion in the late 19th century about its future direction. Supporters of expansion believed that the Empire benefited Britain through increased trade and commerce. Others thought the Empire had become over-expanded and that the frequent conflicts in many parts of the Empire, such as India's north-west frontier or southern Africa, were a drain on resources. Yet the great majority of British people believed in the Empire as a force for good in the world.

The Boer War of 1899 to 1902 made the discussions about the future of the Empire more urgent. The British went to war in South Africa with settlers from the Netherlands called the Boers. The Boers fought fiercely and the war went on for more over three years. Many died in the fighting and many more from disease. There was some public sympathy for the Boers and people began to question whether the Empire could continue.

As different parts of the Empire developed, they won greater freedom and autonomy from Britain. Eventually, by the second half of the 20th century, there was, for the most part, an orderly transition from Empire to Commonwealth, with countries being granted their independence.

Rudyard Kipling (1865-1936)

Rudyard Kipling was born in India in 1865 and later lived in India, the UK and the USA. He wrote books and poems set in both India and the UK. His poems and novels reflected the idea that the British Empire was a force for good. Kipling was awarded the Nobel Prize in Literature in 1907. His books include the Just So Stories and The Jungle Book, which continue to popular today. His poem, If has often been voted among the UK's favourite poems. It begins with these words:

> 'If you can keep your head when all about you
> Are losing theirs and blaming it on you;
> If you can trust yourself when all men doubt you,
> But make allowance for their doubting too;
> If you can wait and not be tired of waiting,
> Or being lied about, don't deal in lies,
> Or being hated, don't give way to hating.
> And yet don't look too good, nor talk too wise
> *(If, Rudyard Kipling)*

Check that you understand

- *The change in the balance of power between Parliament and the monarchy.*
- *When and why Scotland joined England and Wales to become Great Britain*
- *The reasons for a rebellion in Scotland led by Bonnie Prince Charlie*
- *The ideas of the Enlightenment*
- *The importance of the Industrial Revolution and development of industry*
- *The slave trade and when it was abolished*
- *The growth of the British Empire*
- *How democracy developed during this period*

214

THE 20TH CENTURY

The First World War

The early 20th century was a time of optimism in Britain. The nation, with its expansive Empire, well-admired navy, thriving industry and strong political institutions, was what is now known as a global 'superpower'. It was also a time of social progress. Financial help for the unemployed, old-age pensions and free school meals were just a few of the important measures introduced. Various laws were passed to improve safety in the workplace; town planning rules were tightened to prevent the further development of slums; and better support was given to mothers and their children after divorce and separation. Local government became more democratic and a salary for members of Parliament (MPs) was introduced for the first time, making it easier for more people to take part in public life.

This era of optimism and progress was cut short when war broke out between several European nations. On 28 June 1914, Archduke Franz Ferdinand of Austria was assassinated. This set off a chain of events leading to the First World War (1914-18). But while the assassination proved a trigger for war, other factors – such as a growing sense of nationalism in many European states; increasing militarism; imperialism; and the division of the major European powers into two camps – all set the conditions for war.

The conflict was centered in Europe, but it was a global war involving nations from around the world. Britain was part of the Allied Powers, which included (amongst others) France, Russia, Japan, Belgium, Serbia – and later, Greece, Italy, Romania and the United States.

The whole of the British Empire was involved in the conflict – for example more than a million Indians fought on behalf of Britain in lots of different countries, and around 40,000 were killed. Men from the West Indies, Africa, Australia, New Zealand and Canada also fought with the British. The Allies fought against the Central Powers – mainly Germany, the Austro-Hungarian Empire, the Ottoman Empire and later Bulgaria. Millions of people were killed or wounded, with more than 2 million British casualties. One battle, the British attack on the Somme in July 1916, resulted in about 60,000 British casualties on the first day alone.

The First World War ended at 11.00am on 11th November 1918 with victory for Britain and its allies.

The partition of Ireland

In 1913, the British government promised 'Home Rule' for Ireland. The proposal was to have a self-governing Ireland with its own parliament but still part of the UK. A Home Rule Bill was introduced in Parliament. It was opposed by the Protestants in the north of Ireland, who threatened to resist Home Rule by force.

The outbreak of the First World War led the British government to postpone any changes in Ireland. Irish Nationalists were not willing to wait and in 1916 there was an uprising (the Easter Rising) against the British in Dublin. The leaders of the uprising were executed under military law. A guerrilla war against the British army and the police in Ireland followed. In 1921 a peace treaty was signed and in 1922 Ireland became two countries. The six counties in the north which were mainly Protestant remained part of the UK under the name Northern Ireland. The rest of Ireland became the Irish Free State. It had its own government and became a republic in 1949.

There were people in both parts of Ireland who disagreed with the split between the North and the South. They still wanted Ireland to be one independent country. Years of disagreement led to a terror campaign in Northern Ireland and elsewhere. The conflict between those wishing for full Irish independence and those wishing to remain loyal to the British government is often referred to as 'The Troubles'.

The inter war period

In the 1920s, many people's living conditions got better. There were improvements in public housing and new homes were built in many towns and cities. However, in 1929, the world entered the 'Great Depression' and some parts of the UK suffered mass unemployment. The effects of the depression of the 1930s were felt differently in different parts of the UK. The traditional heavy industries such as shipbuilding were badly affected but new industries – including the automobile and aviation industries – developed. As prices generally fell, those in work had more money to spend. Car ownership doubled from 1 million to 2 million between 1930 and 1939. In addition many new houses were built. It was also a time of cultural blossoming, with writers such as Graham Greene and Evelyn Waugh prominent. The economist John Maynard Keynes published influential new theories of economics. The BBC started radio broadcasts in 19222 and began the world's first regular television service in 1936.

The Second World War

Adolf Hitler came to power in Germany in 1933. He believed that the conditions imposed on Germany by the Allies after the First World War were unfair; he also wanted to conquer more land for the German people. He set about renegotiating treaties, building up arms, and testing Germany's military strength in nearby countries. The British government tried to avoid another war. However, when Hitler invaded Poland in 1939, Britain and France declared war in order to stop his aggression.

The war was initially fought between the Axis powers (fascist Germany and Italy and the Empire of Japan) and the Allies. The main countries on the allied side were the UK, France, Poland, Australia, New Zealand, Canada and the Union of South Africa.

Having occupied Austria and invaded Czechoslovakia, Hitler followed his invasion of Poland by taking control of Belgium and the Netherlands. Then, in 1940 German forces defeated allied troops and advanced through France. At this time of national crisis, Winston Churchill became Prime Minister and Britain's war leader.

Winston Churchill (1874-1965)

Churchill was the son of a politician and before becoming a Conservative MP in 1900 was a soldier and journalist. In May 1940 he became Prime Minister. He refused to surrender to the Nazis and was an inspirational leader to the British people in a time of great hardship. He lost the general election in 1945 but returned as Prime Minister in 1951. He was an MP until he stood down at the 1964 General Election. Following his death in 1965, he was given a state funeral. He remains a much-admired figure to this day; an in 2002 was voted the greatest Briton of all time by the public.

During the War, he made many famous speeches including lines which you may still hear:

'I have nothing to offer but blood, toil, tears and sweat'
Churchill's first speech to the House of Commons after he became Prime Minister, 1940

> 'We shall fight them on the beaches,
> we shall fight them on the landing grounds
> we shall fight in the fields and in the streets,
> we shall fight in the hills;
> we shall never surrender'
> *Speech to the House of Commons during the Battle of Britain, 1940*

As France fell, the British decided to evacuate the British and French soldiers from France in a huge naval operation. Many civilian volunteers in small pleasure and fishing boats from Britain helped the Navy to rescue more than 300,000 men from the beaches around Dunkirk. Although many lives and a lot of equipment were lost, the evacuation was a success and meant that Britain was better able to continue the fight against the Germans. The evacuation gave rise to the phrase 'the Dunkirk spirit'.

From the end of June 1940 until the German invasion of the Soviet Union in June 1941, Britain and the Empire stood almost alone against Nazi Germany.

Hitler wanted to invade Britain, but before sending troops, Germany needed to control the air. The Germans waged an air campaign against Britain, but the British resisted with their fighter planes and eventually won the crucial aerial battle against the Germans called 'the Battle of Britain', in the summer of 1940. The most important planes used by the Royal Air Force in the Battle of Britain were the Spitfire and the

Hurricane – which were designed and built in Britain. Despite this crucial victory, the German air force was able to continue bombing London and other British cities at night-time. This was called the Blitz. Coventry was almost totally destroyed and a great deal of damage was done in other cities, especially in the East End of London. Despite the destruction, there was a strong national spirit of resistance in the UK. The phrase 'the Blitz spirit' is still used today to describe Britons pulling together in the face of adversity.

At the same time as defending Britain, the British military was fighting the Axis on many other fronts. In Singapore, the Japanese defeated the British and then occupied Burma, threatening India. The United States entered the war when the Japanese bombed its naval base at Pearl Harbor in December 1941.

That same year, Hitler attempted the largest invasion in history by attacking the Soviet Union. It was a fierce conflict, with huge losses on both sides. German forces were ultimately repelled by the Soviets, and the damage they sustained proved to be a pivotal point in the war.

The allied forces gradually gained the upper hand, winning significant victories in North Africa and Italy. German losses in the Soviet Union, combined with the support of the Americans, meant that the Allies were eventually strong enough to attack Hitler's forces in Western Europe. On 6 June 1944, allied forces landed in Normandy (this event is often referred to as 'D-Day'). Following victory on the beaches of Normandy, the allied forces pressed on through France and eventually into Germany. The Allies comprehensively defeated Germany in May 1945.

The war against Japan ended in August 1945 when the United States dropped its newly developed atom bombs on the Japanese cities of Hiroshima and Nagasaki. Scientists led by Ernest Rutherford, working at Manchester and then Cambridge University were the first to 'split the atom' and took part in the Manhattan project in the United States, which developed the atomic bomb. The war was finally over.

Alexander Fleming (1881-1955)

Born in Scotland, Fleming move to London as a teenager and later qualified as a doctor. He was researching influenza (the 'flu') in 1928 when he discovered penicillin. This was then further developed into a usable drug by the scientists Howard Florey and Ernst Chain. By the 1940s it was in mass production. Fleming won the Nobel Prize in Medicine in 1945. Penicillin is still used to treat bacterial infections today.

Check that you understand

- *What happened during the First World War*
- *The partition of Ireland and the establishment of the UK as it is today*
- *The events of the Second World War*

BRITAIN SINCE 1945

The welfare state
Although the UK had won the war, the country was exhausted economically and the people wanted change. During the war, there had been significant reforms to the education system and people now looked for wider social reforms.

In 1945 the British people elected a Labour government. The new Prime Minister was clement Attlee, who promised to introduce a welfare state outlined in the Beveridge Report. In 1948, Aneurin (Nye) Bevan, the Minister for Health, led the establishment of the National Health Service (NHS), which guaranteed a minimum standard of health care for all, free at the point of use.A national system of benefits was also introduced to provide 'social security', so that the population would be protected from the 'cradle to the grave'. The government took into public ownership (nationalized) the railways, coal mines and gas, water and electricity supplies.

Another aspect of change was self-government for former colonies. In 1947, independence was given to nine countries, including India, Pakistan and Ceylon (now Sri Lanka). Other colonies in Africa, the Caribbean and the Pacific achieved independence over the next 20 years.

The UK developed its own atomic bomb and joined the new North Atlantic Treaty Organisation (NATO, and alliance of nations set up to resist the perceived threat of invasion by the Soviet Union and its allies.

Britain had a Conservative government from 1951 to 1964. The 1950s were a period of economic recovery after the war and increasing prosperity for working people.

The Prime Minister of the day, Harold Macmillan, was famous for his 'wind of change', speech about decolonization and independence for the countries of the Empire.

Clement Attlee (1886-1967)
Clement Attlee was born in London in 1883. His father was a solicitor and, after studying at Oxford University, Attlee became a barrister. He gave this up to do social work in East London and eventually became a Labour MD. He was Winston Churchill's Deputy Prime Minister in the wartime coalition government and became Prime Minister after the Labour Party won the 1945 election. He was Prime Minister from 1945 to 1951 and led the Labour party for 20 years.

Attlee's government undertook the nationalization of major industries (like coal and steel), created the National Health Service and implemented many of Beveridge's plans for a stronger welfare state. Attlee also introduced measures to improve conditions of workers.

William Beveridge (1879-1963)

William Beveridge (later Lord Beveridge) was a British economist and social reformer. He served briefly as a Liberal MP and was subsequently the leader of the Liberals in the House of Lords but is best known for the 1942 report Social Insurance and Allied Services (known as the Beveridge report). The report was commissioned by the wartime government in 1941. It recommended that the government should find ways of fighting the five 'Giant Evils' of Want, Disease and Ignorance, Squalor and Idleness and provided the basis of the modern welfare state.

R A Butler

Richard Austen Butler (later Lord Butler) was born in 1902. He became a Conservative MP in 1923 and held several positions before becoming responsible for education in 1941. In this role, he oversaw the introduction of the Education Act 1944 (often called 'The Butler Act', which introduced free secondary education in England and Wales. The education system has changed significantly since the Act was introduced, but the division between primary and secondary schools that it enforced still remains in most areas of Britain.

Dylan Thomas (1914-53)

Dylan Thomas was a Welsh poet and writer. He often read and performed his work in public, including for the BBC. His most well-known works include the radio play Under Milk Wood, first performed after his death in 1954, and the poem Do Not Go Gentle into That Good Night, which he wrote for his dying father in 1952. He died at the age of 39 in New York. There are several memorials to him in his birthplace, Swansea, including a statue and the Dylan Thomas centre.

Migration in post-war Britain

Rebuilding Britain after the Second World War was a huge task. There were labour shortages and the British government encouraged workers from Ireland and other parts of Europe to come to the UK and help with reconstruction. In 1948, people from the West Indies were also invited to come and work.

During the 1950s, there was still a shortage of labour in the UK. Further immigration was therefore encouraged for economic reasons, and many industries advertised for workers from overseas. For example, centres were set up in the West Indies to recruit people to drive buses. Textile and engineering firms from the north of England and the Midlands sent agents to India and Pakistan to find workers.

For about 25 years, people from the West Indies, India, Pakistan and (later) Bangladesh travelled to work and settle in Britain.

Social change in the 1960s

The decade of the 1960s was a period of significant social change. It was known as 'the Swinging Sixties'. There was a growth in British fashion, cinema and popular music. Two well-known pop music groups of the time were 'The Beatles' and 'The Rolling Stones'. People started to become better off and many bought cars and other consumer goods.

It was also a time when social laws were liberalized, for example in relation to divorce and to abortion in England, Wales and Scotland. The position of women in the workplace also improved. It was quite common at the time to ask women to leave their jobs when they got married, but Parliament passed new laws giving women the right to equal pay and made it illegal for employers to discriminate against women because of their gender.

The 1960s was also a time of technological progress. Britain and France developed the world's only supersonic commercial airliner, Concorde. New styles of architecture, including high-rise buildings and the use of concrete and steel, became common.

The number of people migrating from the West Indies, India, Pakistan and what is now Bangladesh fell in the late 1960s because the government passed new laws to restrict immigration to Britain. Immigrants were required to have a strong connection to Britain through birth or ancestry. Even so, during the early 1970s, Britain admitted 28,000 people of Indian origin who had been forced to leave Uganda.

Some great British inventions of the 20th century

Britain has given the world some wonderful inventions. Examples from the 20th century include:

- The **television** was developed by Scotsman John Logie Baird (1888-1946) in the 1920s. In 1932 he made the first television broadcast between London and Glasgow.

- **Radar** was developed by Scotsman Sir Robert Watson-Watt (1892-1973), who proposed that enemy aircraft could be detected by radio waves. The first successful radar test took place in 1935.

- Working with radar led Sir Bernard Lovell (1913-2012) to make new discoveries in astronomy. The radio telescope he built at **Jodrell Bank** in Cheshire was for many years the biggest in the world and continues to operate today.

- A **Turing machine** is a theoretical mathematical device invented by Alan Turing (1912-54), a British mathematician, in the 1930s. The theory was influential in the development of computer science and the modern-day computer.

- The Scottish physician and researcher John Macleod (1876-1935) was the co-discoverer of **insulin**, used to treat diabetes.

- **The structure of the DNA molecule** was discovered in 1953 through work at British universities in London and Cambridge. This discovery contributed to many scientific advances, particularly in medicine and fighting crime. Francis Crick (1916-2004), one of those awarded the Nobel Prize for this discovery, was British.

- The **jet engine** was developed in Britain in the 1930s by Sir Frank Whittle (1907-96), a British Royal Air Force engineer officer.

- Sir Christopher Cockerell (1910-99), a British inventor, invented the **hovercraft** in the 1950s.

- Britain and France developed **Concorde**, the world's only supersonic passenger aircraft. It first flew in 1969 and began carrying passengers in 1976. Concorde was retired from service in 2003.

- The **Harrier jump jet,** an aircraft capable of taking off vertically, was also designed and developed in the UK.

- In the 1960s, James Goodfellow (1937-) invented the **cash-dispensing ATM** (automatic teller machine) or 'cashpoint'. The first of these was put to use by Barclays Bank in Enfield, north London in 1967.

- **IVF (in-vitro fertilization) therapy** for the treatment of infertility was pioneered in Britain by physiologist Sir Robert Edwards (1925 -) and gynaecologist Patrick Steptoe (1913-88). The world's first 'test tube baby' was born in Oldham Lancashire in 1978.

- In 1996, two British scientists, Sir Ian Wilmot (1944-) and Keith Campbell (1912-2012), led a team which was the first to succeed in **cloning** a mammal, Dolly the sheep. This has led to further research into the possible use of cloning to preserve endangered species and for medical research.

- Sir Peter Mansfield (1933-), a British scientist, is the co-inventor of the **MRI (magnetic resonance imaging)** scanner. This enables doctors and researchers to obtain exact and non-invasive images of human internal organs and has revolutionized diagnostic medicine.

- The inventor of the **World Wide Web**, Sir Tim Berners-Lee (1955-), is British. Information was successfully transferred via the web for the first time on 25 December 1990.

Problems in the economy in the 1970s

In the late 1970s, the post-war economic boom came to an end. Prices of goods and raw materials began to rise sharply and the exchange rate between the pound and other currencies was unstable. This caused problems with the 'balance of payments'; imports of goods were valued at more than the price paid for exports.

Many industries and services were affected by strikes and this caused problems between the trade unions and the government. People began to argue that the unions were too powerful and that their activities were harming the UK.

The 1970s were also a time of serious unrest in Northern Ireland. In 1972, the Northern Ireland Parliament was suspended and Northern Ireland was directly ruled by the UK government. Some 3000 people lost their lives in the decades after 1969 in the violence in Northern Ireland.

Mary Peters (1939-)

Born in Manchester, Mary Peters moved to Northern Ireland as a child. She was a talented athlete who won an Olympic gold medal in the pentathlon in 1972. After this, she raised money for local athletics and became the team manager for the women's British Olympic team. She continues to promote sport and tourism in Northern Ireland and was made a Dame of the British Empire in 2000 in recognition of her work.

Europe and the Common market

West Germany, France, Belgium, Italy, Luxembourg and the Netherlands formed the European Economic Community (EEC) in 1957. At first the UK did not wish to join the EEC but it eventually did so in 1973. The UK is a full member of the European Union but does not use the Euro currency.

Conservative government from 1979 to 1997

Margaret Thatcher, Britain's first woman Prime Minister, led the Conservative government from 1979 to 1990. The government made structural changes to the economy through privatization of nationalized industries and imposed legal controls on trade union powers.

Deregulation saw a great increase in the role of the City of London as an international centre for investments, insurance and other financial services. Traditional industries, such as shipbuilding and coal mining, declined. In 1982, Argentina invaded the Falkland Islands, a British overseas territory in the South Atlantic. A naval taskforce was sent from the UK and military action led to the recovery of the islands.

John Major was Prime Minister after Mrs Thatcher, and helped establish the Northern Ireland peace process.

Margaret Thatcher (1925-2013)

Margaret Thatcher was the daughter of a grocer from Grantham in Lincolnshire. She trained as a chemist and lawyer. She was elected as a Conservative MP in 1959 and became a cabinet minister in 1970 as the Secretary of State for Education and Science. In 1975 she was elected as Leader of the Conservative Party and so became Leader of the Opposition. Following the Conservative victory in the General Election of 1979, Margaret Thatcher became the first woman Prime Minister of the UK. She was the longest-serving Prime Minister of the 20th century, remaining in office until 1990.

During her premiership, there were a number of important economic reforms in the UK. She worked closely with the United States President, Ronald Reagan, and was one of the first Western leaders to recognise and welcome the changes in the leadership of the Soviet Union which eventually led to the end of the Cold War.

Roald Dahl (1916-90)

Roald Dahl was born in Wales to Norwegian parents. He served in the Royal Air Force during the Second World War. It was during the 1940s that he began to publish books and short stories. He is most well known for his children's books, although he also wrote for adults. His best known works include Charlie and the Chocolate Factory and George's Marvelous Medicine. Several of his books have been made into films.

Labour government from 1997 to 2010

In 1997 the Labour Party led by Tony Blair was elected. The Blair government introduced a Scottish Parliament and a Welsh Assembly. The Scottish Parliament has substantial powers to legislate.

The Welsh Assembly was given fewer legislative powers but considerable control over public services. In Northern Ireland, the Blair government was able to build on the peace process, resulting in the Good Friday Agreement signed in 1998. The Northern Ireland Assembly was elected in 1999 but suspended in 2002. It was not reinstated until 2007. Most paramilitary groups in Northern Ireland have decommissioned their arms and are inactive. Gordon Brown took over as Prime Minister in 2007.

Conflicts in Afghanistan and Iraq

Throughout the 1990s, Britain played a leading role in coalition forces involved in the liberation of Kuwait, following the Iraqi invasion in 1990, and the conflict in the former Republic of Yugoslavia. Since 2000, British armed forces have been

224

engaged in the global fight against international terrorism and against the proliferation of weapons of mass destruction, including operations in Afghanistan as part of the United Nations (UN) mandated 50-nation International Security Assistance Force (ISAF) coalition and at the invitation of the Afghan government. ISAF is working to ensure that Afghan territory can never again be used as a safe haven for international terrorism, where groups such as Al Qa'ida could plan attacks on the international community. As part of this ISAF is building up the Afghan National Security Forces and is helping to create a secure environment in which governance and development can be extended. International forces are gradually handing over responsibility for security over to the Afghans, who will have full security responsibility in all provinces by the end of 2014.

Coalition government 2010 onwards

In May 2010, and for the first time in the UK since February 1974, no political party won an overall majority in the General Election. The Conservative and Liberal parties formed a coalition and the leader of the Conservative Party, David Cameron, became Prime Minister.

Check that you understand

- *The establishment of the welfare state*
- *How life in Britain changed in the 1960s and 1970*
- *British inventions in the 20th century (you do not need to remember dates of birth and deaths)*
- *Events since 1979*

A modern thriving society

THE UK TODAY

The UK today is a more diverse society than it was 100 years ago in both ethnic and religious terms. Post-war immigration means that nearly 10% of the population has a parent or grandparent born outside the UK. The UK continues to be a multinational and multiracial society with a rich and varied culture. This section will tell you about the different parts of the UK and some of the important places. It will also explain some of the UK's traditions and customs and some of the popular activities that take place.

The nations of the UK

UK is located in the north The west of Europe. The longest distance on the mainland is from John O'Groats on the north coast of Scotland to Land's End in the south-west corner of England. It is about 870 miles (approximately 1400 kilometres).

Most people live in towns and cities but much of Britain is still countryside. Many people continue to visit the countryside for holidays and for leisure activities such as walking, camping and fishing.

Cities of the UK

England
London, Birmingham, Liverpool, Leeds, Sheffield, Bristol, Manchester, Bradford, Newcastle upon Tyne, Plymouth, Southampton, Norwich,

Wales
Cardiff, Swansea, Newport

Northern Ireland
Belfast

Scotland
Edinburgh, Glasgow, Dundee, Aberdeen

Capital cities
• The capital city of the UK is London
• The capital city of Scotland is Edinburgh
• The capital city of Wales is Cardiff
• The capital city of Northern Ireland is Belfast

UK Currency

The currency of the UK is the pound sterling (symbol £). There are 100 pence to the pound. The denominations (values) of currency are:

- Coins: 1p, 2p, 5p, 10p, 20p, 50p, £1 and £2
- Notes: £5, £10, £20, £50

Northern Ireland and Scotland have their own banknotes, which are valid everywhere in the UK. However, shops and businesses do not have to accept them.

Languages and dialects

There are many variations in language of the different parts of the UK. The English language has many accents and dialects. In Wales, many people speak Welsh – a completely different language to English – and it is taught in schools and universities. In Scotland, Gaelic (again, a different language) is spoken in some parts of the Highlands and Islands, and in Northern Ireland some people speak Irish Gaelic.

Population

Population growth in the UK is shown below

Year	UK Population
1600	Just over 4 million
1700	5 million
1801	8 million
1851	20 million
1901	40 million
1951	50 million
1998	57 million
2005	60 million
2010	62 million

Source: National statistics

Population growth has been faster in more recent years. Migration into the UK and longer life expectancy have played a part in population growth.

The population is very unequally distributed over the four parts of the UK. England more or less consistently makes up 84% of the total population, Wales around 5%, Scotland just over 8%, and Northern Ireland less than 3%.

An ageing population

People in the UK are living longer than ever before. This is due to improved living standards and better health care. There are now a record number of people aged 85 and over. This has an impact on the cost of pensions and health care.

An equal society

Within the UK, it is a legal requirement that men and women should not be discriminated against because of their gender or because they are, or are not, married. They have equal rights to work, own property, marry and divorce. If they are married, both parents are equally responsible for their children.

Women in Britain toady make up about half of the workforce. On average, girls leave school with better qualifications than boys. More women than men study at university.

Employment opportunities for women are much greater than they were in the past. Women work in all sectors of the economy and there are now women in more high-level positions than ever before, including senior managers, in traditionally male-dominated occupations. Alongside this, men now work in more varied jobs than they did in the past.

It is not longer expected that women should stay at home and not work. Women often continue to work after having children. In many families today, both partners work and both share responsibility for childcare and household chores.

Check that you understand

- *The capital cities of the UK*
- *What languages other than English are spoken in particular parts of the UK*
- *How the population of the UK has changed*
- *That the UK is an equal society and ethnically diverse*
- *The currency of the UK.*

RELIGION

The UK is historically a Christian country. In the 2009 Citizenship Survey, 70% of people identified themselves as Christian.

Much smaller proportions described themselves as Muslim (4%), Hindu (2%), Sikh (1%), Jewish or Buddhist (both less than 0.5%), and 2% of people followed another religion. This includes Islamic mosques, Hind temples, Jewish synagogues, Sikh gurdwaras and Buddhist temples. However, everyone has the legal right to choose their religion, or to choose not to practice a religion. In the Citizenship survey, 21% of peoples said they had no religion.

Christian churches
In England, there is a constitutional link between Church and state. The official church of the state is the Church of England (called the Anglican Church in other countries and the Episcopal Church in Scotland and the United States). It is a Protestant Church and has existed since the Reformation in the 1530s.

The monarch is the head of the Church of England. The spiritual leader of the Church of England is the Archbishop of Canterbury. The monarch has the right to select the Archbishop and other senior church officials, but usually the choice is made by the Prime Minister and a committee appointed by the Church. Several Church of England bishops sit in the House of Lords.

In Scotland, the national Church is the Church of Scotland, which is a Presbyterian Church. It is governed by ministers and elders. The chairperson of the General Assembly of the Church of Scotland is the Moderator, who is appointed for one year only and often speaks on behalf of that Church.

There is no established Church in Wales or Northern Ireland.

Other Protestant Christian groups in the UK are Baptists, Methodists, Presbyterians and Quakers. There are also other denominations of Christianity, the biggest of which is Roman Catholic.

Patron saints' days
England, Scotland, Wales and Northern Ireland each have a national saint, called a patron saint. Each saint has a special day.

- 1 March is St David's Day, Wales
- 7 March is St Patrick's Day, Northern Ireland
- 23 April is St George's Day, England
- 30 November is St Andrew's Day, Scotland

Only Scotland and Northern Ireland have their patron saint's day as an official holiday (although in Scotland not all businesses and offices will close). Events are held across Scotland, Northern Ireland and the rest of the country, especially where there are a lot of people of Scottish, Northern Irish and Irish heritage.

While the patron saints' days are no longer public holidays in England and Wales, they are still celebrated. Parades and small festivals are held all over the two countries.

Check that you understand
- *The different religions that are practiced in the UK*
- *That the Anglican Church, also known as the Church of England, is the Church of the state in England ('the 'established Church')*

229

- *That other branches of the Christian Church also practice their faith in the UK without being linked to the state*
- *That other religions are practiced in the UK*
- *About the patron saints*

CUSTOMS AND TRADITIONS

The main Christian festivals

Christmas Day, 25 December, celebrates the birth of Jesus Christ. It is a public holiday. Many Christians go to church on Christmas Eve (24 December) or on Christmas day itself.

Christmas is celebrated in a traditional way. People usually spend the day at home and eat a special meal, which often includes roast turkey, Christmas pudding and mince pies. The y give gifts, send cards and decorate their houses. Christmas is a special time for children. Very young children believe that Father Christmas (also known as Santa Claus) brings them presents during the night before Christmas Day. Many people decorate a tree in their home.
Boxing Day is the day after Christmas Day and is a public holiday.

Easter takes place in March or April. It marks the death of Jesus Christ on Good Friday and his rising from the dead on Easter Sunday. Both Good Friday and the following Monday, called Easter Monday, are public holidays.

The 40 days before Easter are known as **Lent**. It is a time when Christians take time to reflect and prepare for Easter. Traditionally, people would fast during this period and today many people will give something up, like a favourite food. The day before Lent stats is called Shrove Tuesday, or Pancake Day. People eat pancakes, which were traditionally made to use up foods such as eggs, fat and milk before fasting. Lent begins in Ash Wednesday. There are church services where Christians are marked with an ash cross on their forehead as a symbol of death and sorrow for sin

Easter is also celebrated by people who are not religious. 'Easter eggs' are chocolate eggs often given as presents at Easter as a symbol of new life.

Other religious festivals

Diwali normally falls in October or November and lasts for five days. It is often called the festival of lights. It is celebrated by Hindus and Sikhs. It celebrates the victory of good over evil and the gaining of knowledge. There are different stories about how the festival came about. There is a famous celebration of Diwali in Leicester.

230

Hannukah is in November or December and is celebrated for eight days. It is to remember the Jews' struggle for religious freedom. On each day of the festival a candle is lit on a stand of eight candles (called a menorah) to remember the story of the festival, where oil that should have lasted only a day did so for eight.

Eid al-Fitr celebrates the end of Ramadan, when Muslims have fasted for a month. They thank Allah for giving them the strength to complete the fast. The date when it talks place changes every year. Muslims attend special services and meals.

Eid ul Adha remembers that the prophet Ibrahim was willing to sacrifice his son when God ordered him to. It reminds Muslims of their own commitment to God. Many Muslims sacrifice and animal to eat during this festival. In Britain this has to be done in a slaughterhouse.

Vaisakhi (also spelled Baisakhi) is a Sikh festival which celebrates the founding of the Sikh community known as the Khalsa. It is celebrated on 14 April each year with parades, dancing and singing.

Other festivals and traditions

New Year, 1 January, is a public holiday. People usually celebrate on the night of 31 December (called New Year's Eve). In Scotland 31 December is called Hogmanay and 2 January is also a public holiday. For some Scottish people, Hogmanay is a bigger holiday.

Valentine's Day, 14 February , is when lovers exchange cards and gifts. Sometimes people send anonymous cards to someone they secretly admire.

April Fool's Day, 1 April, is a day when people play jokes on each other until midday. The television and newspapers often have stories that are April fool jokes.

Mothering Sunday (or Mother's Day) is the Sunday three weeks before Easter. Children send cards or buy gifts for their mothers.

Father's Day is the third Sunday in June. Children send cards or buy gifts for their fathers.

Halloween, 31 October, is an ancient festival and has roots in the pagan festival to mark the beginning of winter. Young people will often dress up in frightening costumes to play 'trick or treat'. People give them treats to stop them playing tricks on them. A lot of people carve lanterns out of pumpkins and put a candle inside.

Bonfire Night, 5 November, is an occasion when people in Great Britain, set off fireworks at home or in special displays. The origin of this celebration was an event in 1605, when a group of Catholics led by Guy Fawkes failed in their plan to kill the Protestant king with a bomb in the Houses of Parliament. [Note: this is historically incorrect; the group was led by Robert Catesby – Guy Fawkes was in charge of the explosives]

Remembrance Day, 11 November, commemorates those who died fighting for the UK and its allies. Originally it commemorated the dead of the First World War, which ended on 11 November 1918. People wear poppies (the red flower found on the battlefields of the First World War). At 11.00am there is a two minute silence and wreaths are laid at the Cenotaph in Whitehall, London. Unveiled in 1920 the Cenotaph is the centerpiece of the Remembrance Day service.

Bank holidays
As well as those mentioned previously, there are other public holidays each year called bank holidays, when banks and many other businesses are closed for the day. These are of no religious significance. They are at the beginning of May, in late May or early June and in August. In Northern Ireland, the anniversary of the Battle of the Boyne is also a public holiday.

Check that you understand
- *The main Christian festivals that are celebrated in the UK*
- *Other religious festivals that are important in the UK*
- *Some of the other events that are celebrated in the UK*
- *What a bank holiday is*

SPORT

Sports of all kinds play an important part in many people's lives. There are several sports that are particularly popular in the UK. Many sporting events take place at major stadiums such as Wembley Stadium in London and the Millennium Stadium in Cardiff.

Local governments and private companies provide sports facilities such as swimming pools, tennis courts, football pitches, dry ski slopes and gymnasiums. Many famous sports, including cricket, football, lawn tennis, golf and rugby, began in Britain.

The UK has hosted the Olympic Games on three occasions: 1908, 1948 and 2013. The main Olympic site for the 2012 Games was in Stratford, East London. The British team was very successful, across a wide range of Olympic sports, finishing third in the medal table.

The Paralympic Games for 2012 were also hosted in London. The Paralympics have their origin in the work of Dr Sir Ludwig Guttman, a German refugee, at the Stoke

Mandeville Hospital in Buckinghamshire. Dr Guttman developed new methods of treatment for people with spinal injuries and encouraged patients to take part in exercise and sport.

Notable British sportsmen and women

Sir Roger Bannister (1929-) was the first man in the world to run a mile in under four minutes, in 1954.

Sir Jackie Stewart (1939-) is a Scottish former racing driver who won the Formula 1 world championship three times.

Sir Ian Botham (1955-) captained the English cricket team and holds a number of English Test cricket records, both for batting and bowling.

Jayne Torvill (1957-) and Christopher Dean (1958-) won gold medals for ice dancing at the Olympic Games in 1984 and in four consecutive world championships.

Sir Steve Redgrave (1962-) won medals in rowing in five consecutive Olympic Games and is one of Britain's greatest Olympians.

Baroness Tanni Grey-Thompson (1969-) is an athlete who uses a wheelchair and won 16 Paralympic medals including 11 gold medals, in races over five Paralympic Games. She won the London Marathon six times and broke total of 30 world records.

Dame Kelly Holmes (1970-) won two gold medals for running in the 2004 Olympic Games. She has held a number of British and European records.

Dame Ellen MacArthur (1976-) is a yachtswoman and in 2004 became the fastest person to sail around the world single handed.

Sir Chris Hoy (1976-) is a Scottish cyclist who has won six gold and one silver Olympic medals. He has also won 11 world championship titles.

David Weir (1979-) is a Paralympian who uses a wheelchair and has won six gold medals over two Paralympic Games. He has also won the London Marathon six times.

Bradley Wiggins (1980-) is a cyclist. In 2012, he became the first Briton to win the Tour de France. He has won seven Olympic medals, including gold medals in the 2004, 2008 and 2012 Olympic Games.

Mo Farah (1983-) is a British distance runner, born in Somalia. He won gold medals in the 2012 Olympics for the 5,000 and 10,000 metres and is the first Britain to win the Olympic gold in the 10,000 metres.

Jessica Ennis (1986-) is an athlete. She won the 2012 Olympic gold medal in the heptathlon, which includes seven different track and field events. She also holds a number of British athletics records.

Andy Murray (1987-) is a Scottish tennis player who in 2012 won the men's singles in the US Open. He is the first British man to win a singles title in a Grand Slam tournament since 1936. In the same year, he won Olympic gold and silver medals and was runner-up in the men's singles at Wimbledon.

Ellie Simmonds (1994-) is a Paralympian who won gold medals for swimming at the 2008 and 2012 Paralympic Games and holds a number of world records. She was the youngest member of the British team at the 2008 Games.

Cricket

Cricket originated in England and is now played in many countries. Games can last up to five days but still result in a draw! The idiosyncratic nature of the game and its complex laws are said to reflect the best of the British character and sense of fair play. You may come across expressions such as 'rain stopped play', 'batting on a sticky wicket', 'playing a straight bat', 'bowled a googly' or 'it's just not cricket', which have passed into everyday usage. The most famous competition is the Ashes, which is a series of Test matches played between England and Australia.

Football

Football is the UK's most popular sport. It has a long history in the UK and the first professional football clubs were formed in the late 19th century.

England, Scotland, Wales and Northern Ireland each have separate leagues in which clubs representing different towns and cities compete. The English Premier League attracts a huge international audience. Many of the best players in the world play in the Premier League. Many UK teams also compete in competitions such as the UEFA (Union of European Football Associations) Champions League, against other teams from Europe. Most towns and cities have a professional club and people take great pride in supporting their home team. There can be great rivalry between different football clubs and among fans.

Each country in the UK has its own national team that competes with other national teams across the world in tournaments such as the FIFA (Federation Internationale de Football Association) World Cup and UEFA European Football Championships. England's only tournament victory was at the World Cub of 1966, hosted in the UK.

Football is also a popular sport to play in many local communities, with people playing amateur games every week in parks all over the UK.

Rugby

Rugby originated in England in the early 19th century and is very popular in the UK today. There are two different types of rugby, which have different rules: union and league. Both have separate leagues and national teams in England, Wales, Scotland and Northern Ireland (who play with the Irish Republic). Teams from all countries compete in a range of competitions. The most famous rugby union competition is the Six Nations Championship between England, Ireland, Scotland, Wales, France and Italy. The Super League is the most well-known rugby league (club) competition.

Horse racing

There is a very long history of horse racing in Britain, with evidence of events taking place as far back as Roman times. The sport has a long association with royalty. There are racecourses all over the UK. Famous horse-racing events include: Royal Ascot, a five day race meeting in Berkshire attended by members of the Royal Family; the Grand National at Aintree near Liverpool; and the Scottish Grand National at Ayr. There is a National Horseracing Museum in Newmarket, Suffolk.

Golf

The modern game of golf can be traced back to 15th century Scotland. It is a popular sport played socially as well as professionally. There are public and private golf courses all over the UK. St Andrews in Scotland is known as the home of golf.

The Open Championship is the only 'Major' tournament held outside the United States. It is hosted by a different golf course each year.

Tennis

Modern Tennis evolved in England in the late 19th century. The first tennis club was founded in Leamington Spa in 1872. The most famous tournament hosted in Britain is The Wimbledon Championships, which takes place each year at the All England Lawn Tennis and Croquet Club. It is the oldest tennis tournament in the world and the only 'Grand Slam' event played on grass.

Water sports

Sailing continues to be popular in the UK, reflecting our maritime heritage. A British sailor, Sir Francis Chichester, was the first person to sail single-handed around the world, in 1966/67. Two years later, Sir Robin Knox-Johnson became the first person to do this without stopping. Many sailing events are held throughout the UK, the most famous of which is at Cowes on the Isle of Wight.

Rowing is also popular, both as a leisure activity and as a competitive sport. There is a popular yearly race on the Thames between Oxford and Cambridge Universities.

Motor sports
There is a long history of motor sport in the UK, for both cars and motor cycles. Motor-car racing in the UK started in 1902. The UK continues to be a world leader in the development and manufacture of motor-sport technology. A Formula 1 Grand Prix event is held in the UK each year and a number of British Grand Prix drivers have won the Formula 1 World Championship. Recent British winners include Damon Hill, Lewis Hamilton and Jenson Button.

Skiing
Skiing is increasingly popular in the UK. Many people go abroad to ski and there are also dry ski slopes throughout the UK. Skiing on snow may also be possible during winter. There are five ski centres in Scotland, as well as Europe's longest dry ski slope near Edinburgh.

ARTS AND CULTURE

Music
Music is an important part of British culture, with a rich and varied heritage. It ranges from classical music to modern pop. There are many different venue and musical events that take place across the UK.

The Proms is an eight-week summer season of orchestral classical music that takes place in various venues, including the Royal Albert Hall, London. It has been organised by the British Broadcasting Corporation (BBC) since 1927. The Last Night of the Proms is the most well-known concert and (along with others in the series) is broadcast on television.

Classical music has been popular in the UK for many centuries. **Henry Purcell (1659-95)** was, the organist at Westminster Abbey. He wrote church music, operas and other pieces, and developed a British style distinct from that elsewhere in Europe. He continues to be influential on British composers.

The German-born composer **George Frederick Handel (1695-1759)** spent many years in the UK and became a British citizen in 1727. He wrote the Water Music for King George I and Music for the Royal Fireworks for his son, George II. Both these pieces continue to be very popular. Handel also wrote an oratorio, Messiah, which is sung regularly by choirs, often at Easter time.

236

More recently, important composers include **Gustav Holst (1874-1934)**, whose works include The Planets, a suite of pieces themed around the planets of the solar system. He adapted Jupiter, part of the Planets suite, as the tune for I vow to thee my country, a popular hymn in British churches.

Sir Edward Elgar (1857-1934) was born in Worcester, England. His best-known work is probably the Pomp and Circumstance Marches. March No 1 (Land of Hope and Glory) is usually played at the Last Night of the Proms at the Royal Albert Hall.

Ralph Vaughan Williams (1872-1958) wrote music for orchestras and choirs. He was strongly influenced by traditional English folk music.

Sir William Walton (1902-83) wrote a wide range of music, from film scores to opera. He wrote marches for the coronation of King George VI and Queen Elizabeth II but his best-known works are probably Façade, which became a ballet, and Balthazar's Feast, which is intended to be sung by a large choir.

Benjamin Britten (1913-76) is best known for his operas, which include Peter Grimes and Billy Budd. He also wrote A Young Person's Guide to the Orchestra, which is based on a piece of music by Purcell and introduces the listener to the various different sections of an orchestra. He founded the Aldeburgh festival in Suffolk, which continues to be a popular music event of international importance.

Other types of popular music, including folk music, jazz, pop and rock music, have flourished in Britain since the 20th century. Britain has had an impact on popular music around the world, due to the wide use of the English language, the UK's cultural links with many countries, and British capacity for invention and innovation.

Since the 1960s, British pop music has made one of the most important cultural contributions to life in the UK. Bands including The Beatles and The Rolling Stones continue to have an influence on music both here and abroad. British pop music has continued to innovate – for example, the Punk movement of the late 1970s, and the trend towards boy and girl bands in the 1990s.

There are many large venues that host music events throughout the year, such as: Wembley Stadium, The O2 in Greenwich, south-east London; and the Scottish Exhibition and Conference Centre (SECC) in Glasgow. Festival season takes place across the UK every summer, with major events in various locations. Famous festivals include Glastonbury, the Isle of Wight Festival and the V Festival. Many bands and solo artists, both well-known and up-and-coming, perform at these events.

The National Eisteddfod of Wales is an annual culture festival which includes music, dance, art and original performances largely in Welsh. It includes a number of important competitions for Welsh poetry.

The Mercury Music Prize is awarded each September for the best album from the UK and Ireland. The Brit Awards is an annual event that gives awards in a range of categories, such as best British group and best British solo artist.

Theatre

There are theatres in most towns and cities throughout the UK, ranging from the large to the small. They are an important part of local communities and often show both professional and amateur productions. London's West End, also known as 'Theatreland'. Is particularly well known. The Mousetrap, a murder-mystery play by Dame Agatha Christie, has been running in the West End since 1952 and has had the longest initial run of any show in history.

There is also, a strong tradition of musical theatre in the UK. In the 19th century, Gilbert and Sullivan wrote the comic operas, often making fun of popular culture and politics. These operas include *HMS Pinafore, The Pirates of Penzance* and *The Mikado*. Gilbert and Sullivan's work is still often stages by professional and amateur groups. More recently, Andrew Lloyd Webber has written the music for shows which have been popular throughout the world, including in collaboration with Tim Rice, *Jesus Christ Superstar* and *Evita*, and also *Cats* and *The Phantom of the Opera*.

One British tradition is pantomime. Many theatres produce a pantomime at Christmas time. They are based on fairy stories and are light-hearted plays with music and comedy, enjoyed by family audiences. One of the traditional characters is the Dame, a woman played by a man. There is often also a pantomime horse or cow played by two actors in the same costume.

The Edinburgh Festival takes place in Edinburgh, Scotland, every summer. It is a series of different arts and cultural festivals, with the biggest and most well-known being the Edinburgh Festival Fringe ('the Fringe'). The Fringe is a showcase of mainly theatre and comedy performances. It often shows experimental work.

The Laurence Olivier Awards take place annually at different venues in London. There are a variety of categories, including best director, best actor and best actress. The awards are named after the British actor Sir Laurence Olivier, later Lord Olivier, who was best known for his role in various Shakespeare plays.

Art

During the Middle Ages, most art had a religious theme, particularly wall paintings in churches and illustrations in religious books. Much of this was lost after the Protestant Reformation but wealthy families began to collect other paintings and sculptures. Many of the painters working in Britain in the 16th and 17th centuries were from abroad – for example, Hans Holbein and Sir Anthony Van Dyck. British artists, particularly those painting portraits and landscapes, became well known from the 18th century onwards.

Works by British and international artists are displayed in galleries across the UK. Some of the most well known galleries are The National Gallery, Tate Britain and Tate Modern in London, the National Museum in Cardiff, and the National Gallery of Scotland in Edinburgh.

Notable British Artists

Thomas Gainsborough (1727-88) was a portrait painter who often painted people in country or garden scenery.

David Allan (1744-96) was a Scottish painter who was best known for painting portraits. One of his famous works is called The Origin of Painting.

Joseph Turner (1775-1851) was an influential landscape painter in a modern style. He is considered the artist who raised the profile of landscape painting.

John Constable (1776-1837) was a landscape painter most famous for his works of Dedham Vale on the Suffolk-Essex border in the east of England.

The Pre-Raphaelites were an important group of artists in the second half of the 19th century. They painted detailed pictures on religious or literary themes in bright colours. The group included Holman Hunt, Dante Gabriel Rossetti and Sir John Millais.

Sir John Lavery (1856-1941) was a very successful Northern Irish portrait painter. His work included painting the Royal Family.

Henry Moore (1898-1986) was an English sculptor and artist. He is best known for his large bronze abstract sculptures.

John Petts (1914-91) was a Welsh artist, best known for engravings and stained glass.

Lucian Freud (1922-2011) was a German-born British artist. He is best known for his portraits.
David Hockney (1937-) was an important contributor to the 'pop art' movement of the 1960s and continues to be influential today.

The Turner Prize was established in 1984 and celebrates contemporary art. It was named after Joseph Turner. Four works are shortlisted every year and shown at Tate

Britain before the winner is announced. The Turner Prize is recognised as one of the most prestigious visual art awards in Europe. Previous winners include Damien Hurst and Richard Wright.

Architecture

The architecture heritage of the UK is rich and varied. In the Middle Ages, great cathedras and churches were built, many of which still stand today. Examples are the cathedrals of Canterbury and Salisbury. The White Tower in the Tower of London is an example of a Norman castle keep, built on the orders of William the Conqueror. Gradually, as the countryside became more peaceful and landowners became richer, the houses of the wealthy became more elaborate and great country houses such as Hardwick Hall in Derbyshire were built. British styles of architecture began to evolve.

In the 17th century, **Inigo Jones** took inspiration from classical architecture to design the Queen's House at Greenwich and the Banqueting House in Whitehall in London. Later in the century, Sir Christopher Wren helped develop a British version of the ornate styles popular in Europe in buildings such as the new St Paul's Cathedral.

In the 18th century, simpler designs became more popular. The Scottish Architect **Robert Adam** influenced the development of architecture in the UK, Europe and America. He designed the inside decoration as well as the building itself in great houses such as Dumfries House in Scotland. His ideas influenced architects in cities such as Bath, where the Royal Crescent was built.

In the 19th century, the medieval 'gothic' style became popular again. As cities expanded, many great public buildings were built in this style. The Houses of Parliament and St Pancreas Station were built at this time, as were the town halls in cities such as Manchester and Sheffield.

In the 20th century **Sir Edwin Lutyens** had an influence throughout the British Empire. He designed New Delhi to be the seat of government in India. After the First World War he was responsible for many war memorials throughout the world, including the Cenotaph in Whitehall. **The Cenotaph** is the site of the annual Remembrance Day service attended by the Queen, politicians and foreign ambassadors.

Modern British architects including **Sir Norman Foster, Lord (Richard) Rogers** and **Dame Zaha Hadid** continue to work on major projects throughout the world as well as within the UK.

Alongside the development of architecture, garden design and landscaping have played an important role in the UK. In the 18th century, **Lancelot 'Capability'**

Brown designed the grounds around country houses so that the landscape appeared to be natural, with grass trees and lakes. He often said that a place had 'capabilities'. Later, **Gertrude Jeykll** often worked with Edward Lutyens to design colourful gardens around the houses he designed. Gardens continue to be an important part of homes in the UK. The annual Chelsea Flower Show showcases garden design from Britain and around the world.

Fashion and design

Britain has produced many great designers, from Thomas Chippendale (who designed furniture in the 18th century) to Clarice Cliff (who designed Art Deco ceramics) to Sir Terence Conran (a 20th-century interior designer). Leading fashion designers of recent years include Mary Quant, Alexander McQueen and Vivienne Westwood.

Literature

The UK has a prestigious literary history and tradition. Several British writers, including the novelist Sir William Golding, the poet Seamus Heaney, and the playwright Harold Pinter, have won the Nobel Prize in literature. Other authors have become well known in popular fiction. Agatha Christie's detective stories are read all over the world and Ian Fleming's books introduced James Bond. In 2003, The Lord of the Rings by JRR Tolkien was voted the country's best loved novel.

The **Man Booker Prize for Fiction** is awarded annually for the best fiction novel writer written by an author from the Commonwealth, Ireland or Zimbabwe. It has been awarded since 1968. Past winners include Ian McEwan, Hilary Mantel and Julian Barnes.

Notable authors and writers

Jane Austen (1775-1817) was an English novelist . Her books include Pride and Prejudice and Sense and Sensibility. Her novels are concerned with marriage and family relationships. Many have been made into television programmes or films.

Charles Dickens (1812-70) wrote a number of very famous novels, including Oliver Twist and Great Expectations. You will hear references in everyday talk to characters in his books such as Scrooge (a mean person) or Mr Micawber (always hopeful).

Robert Louis Stevenson (1850-94) wrote books which are still read by adults and children today. His most famous books include Treasure Island, Kidnapped and Dr Jekyll and Mr Hyde.

Thomas Hardy (1840-1930) was an author and poet. His best known novels focus on rural society and include Far from the Madding Crowd and Jude the Obscure.

Sir Arthur Conan Doyle (1859-1930) was a Scottish doctor and writer. He was best known for his stories about Sherlock Holmes - one of the first fictional detectives. **Evelyn Waugh (1903-66)** wrote satirical novels, including Decline and Fall and Scoop. He is perhaps best known for Brideshead Revisited.

Sir Kinsley Amis (1922-95) was an English novelist and poet. He wrote more than 20 novels. The most well known is Lucky Jim.

Graham Greene (1904-91) wrote novels often influenced by his religious beliefs, including The Heart of the Matter, The Honorary Consul, Brighton Rock and Our Man in Havana.

J K Rowling (1965-) wrote the Harry Potter series of children's books which have enjoyed huge international success. She now writes fiction for adults as well.

British poets

British poetry is among the richest in the world. The Anglo-Saxon poem Beowulf tells of its hero's battles against monsters and is still translated into modern English. Poems which survive from the Middle Ages include Chaucer's Canterbury Tales and a poem called Sir Gawain and the Green Knight about one of the knights at the court of King Arthur.

As well as plays, Shakespeare wrote many sonnets (poems which must be 14 lines long) and some longer poems. As Protestant ideas spread, a number of poets wrote poems inspired by their religious views. One of these was John Milton, who wrote Paradise Lost.

Other poets, including William Wordsworth, were inspired by nature. Sir Walter Scott wrote poems inspired by Scotland and the traditional stories and songs from the area on the borders of Scotland and England. He also wrote novels, many of which were set in Scotland.

Poetry was very popular in the 19th century, with poets such as William Blake, John Keats, Lord Byron, Percy Shelley, Alfred Lord Tennyson and Robert and Elizabeth Browning. Later, many poets – for example, Wilfred Owen and Siegfried Sassoon – were inspired to write about experiences in the First World War. Recent, popular poets included Sir Walter de la Mare, John Masefield, Sir John Betjeman and Ted Hughes.

Some of the best-known poets are buried or commemorated in Poet's Corner in Westminster Abbey.

Some famous lines include:

'Oh to be in England now that April's there
And whoever wakes in England sees, some mourning unaware,
That the lowest boughs and brushwood sheaf
Round the elm-tree bole are in tiny leaf
While the Chaffinch sings on the orchard bough
In England – Now!
(Robert Browning, 1812-89 – Home Thoughts from Abroad)

She walks in beauty, like the night
Of cloudless climes and starry skies
All that's best of dark and bright
Meet in her aspect and her eyes
(Lord Byron, 1788-1824 – She Walks in Beauty)

I wander'd lonely as a cloud
That floats on high o'er vales and hills
When all at once I saw a crowd,
A host of garden daffodils
(William Wordsworth, 1771-1850)

Tyger! Tyger! Burning bright
In the forests of the night,
What immortal hand or eye
Could frame thy fearful symmetry>
(William Blake, 1757-1827 – The Tyger)

What passing-bells for those who die as cattle?
Only the monstrous anger of the guns.
Only the stuttering rifles' rapid rattle
Can patter out their hasty orisons.
(Wilfred Owen, 1893-1918 – Anthem for Doomed Youth)

Check that you understand
- *Which sports are particularly popular in the UK*
- *Some of the major sporting events that take place every year*
- *Some of the major arts and culture events that happen in the UK*
- *How achievements in arts and culture are formally recognised*
- *Important figures in British literature*

LEISURE

People in the UK spend their leisure time in many different ways.

Gardening

A lot of people have gardens at home and will spend their free time looking after them. Some people rent additional land called 'an allotment', where they grow fruit and vegetables. Gardening and flower shows range from national exhibitions to small local events. Many towns have garden centres selling plants and gardening equipment. There are famous gardens to visit throughout the UK, including Kew Gardens, Sissinghurst and Hidcote in England, Carthes Castle and Inveraray Castle in Scotland, Bodnant Garden in Wales and Mount Stewart in Northern Ireland.

The countries that make up the UK all have flowers which are particularly associated with them and which are sometimes worn on national saints days:

- England – the Rose
- Scotland – the thistle
- Wales – the daffodil
- Northern Ireland – the shamrock.

Shopping

There are many different places to go shopping in the UK. Most towns and cities have a central shopping area, which is called the town centre. Undercover shopping centres are also common – these might be in town centres or on the outskirts of a town or city. Most shops in the UK are open seven days a week, although trading hours on Sundays and public holidays are generally reduced. Many towns also have markets on one or more days a week, where stallholders sell a variety of goods.

Cooking and food

Many people in the UK enjoy cooking. They often invite each other to their homes for dinner. A wide variety of food is eaten in the UK because of the country's rich cultural heritage and diverse population.

Traditional foods

There are a variety of foods that are traditionally associated with different parts of the UK.

England Roast beef, which is served with potatoes, vegetables, Yorkshire puddings (batter that is baked in the oven) and other accompaniments. Fish and chips are also popular.

Wales: Welsh cakes – a traditional Welsh snack made from flour, dried fruits and spices, and served either hot or cold.

Scotland: Haggis – a sheep's stomach stuffed with offal, suet, onions and oatmeal.

Northern Ireland: Ulster fry – a fried meal with bacon, eggs, sausage, black pudding, white pudding, tomatoes, mushrooms, soda bread and potato bread.

FILMS

British film industry
The UK has had a major influence on modern cinema.

Films were first shown publicly in the UK in 1896 and film screenings very quickly became popular. From the beginning, British film makers became famous for clever special effects and this continues to be an area of British expertise. From the early days of the cinema, British actors have worked in both the UK and USA. Sir Charles (Charlie) Chaplin became famous in silent movies for his tramp character and was one of many British actors to make a career in Hollywood.

British studios flourished in the 1930s. Eminent directors included Sir Alexander Korda and Sir Alfred Hitchcock, who later left for Hollywood and remained an important film director until his death in 1980. During the Second World War, British movies (for example In Which We Serve) played an important part in boosting morale. Later, British directors, including Sir David Lean and Ridley Scott found great success both in the UK and internationally.

The 1950s and 1960s were a high point for British comedies. Including *Passport to Pimlico, The Ladykillers* and, later, the *Carry On films*.

Many of the films now produced in the UK are made by foreign companies, using British expertise. Some of the most commercially successful films of all time, including the two highest grossing film franchises (Harry Potter and James Bond), have been produced in the UK. Ealing Studios has a claim to being the oldest continuously working film studio facility in the world. Britain continues to be particularly strong in special effects and animation. One example is the work of Nick Park, who has won four Oscars for his animated films, including three for films featuring Wallace and Gromit.

Actors such as Sir Lawrence Olivier, David Niven, Sir Rex Harrsion and Richard Burton starred in a wide variety of popular films. British actors continue to be popular and continue to win awards throughout the world.

Recent British actors to have won Oscars include Colin Firth, Sir Anthony Hopkins, Dame Judi Dench, Kate Winslet and Tilda Swinton.

The annual British Academy Film Awards, hosted by the British Academy of Film and Television Arts (BAFTA), are the British equivalent of the Oscars.

Some famous British films
- *The 39 Steps* (1935), directed by Alfred Hitchcock
- *Brief Encounter* (1945), directed by David Lean
- *The Third Man* (1949), directed by Carol Reed
- *The Belles of St Trinian's* (1954), directed by Frank Launder
- *Lawrence of Arabia* (1962), directed by David Lean
- *Women in Love* (1969), directed by Ken Russell
- *Don't Look Now* (1973), directed by Nicolas Roeg
- *Chariots of Fire* (1981), directed by Hugh Hudson
- *The Killing Fields* (1984), directed by Roland Joffe
- *Four Weddings and a Funeral* (1994), directed by Mike Newell
- *Touching the Void* (2003), directed by Kevin MacDonald

British comedy
The traditions of comedy and satire, and the ability to laugh at ourselves, are an important part of the UK character.

Medieval kings and rich nobles had jesters who told jokes and made fun of people at Court. Later Shakespeare included comic characters in his plays. In the 18th century, political cartoons attacking prominent politicians – and sometimes, the monarch or other members of the Royal Family – became increasingly popular. In the 19th century, satirical magazines began to be published. The most famous was Punch, which was published for the first time in the 1840s. Today, cartoons continue to be published in newspapers, and magazines such as Private Eye continue the tradition of satire.

Comedians were a popular feature of British music hall, a form of variety theatre which was very common until television became the leading form of entertainment in the UK. Some of the people who had performed in the music halls in the 1940s and 1950s, such as Morecambe and Wise, became stars of television.
Television comedy developed its own style. Situation comedies or sitcoms, which often look at family life and relationships in the workplace, remain popular. Satire has also continued to be important, with shows like That Was The Week That Was in the 1960s and Spitting Image in the 1980s and 1990s. In 1969, Monty Python's Flying Circus introduced a new type of progressive comedy. Stand-up comedy, where a solo comedian talks to a live audience, has become popular again in recent years.

Television and radio

Many different television (TV) channels are available in the UK. Some are free to watch and others require a paid subscription. British television shows a wide variety of programmes. Popular programmes include regular soap operas such as Coronation Street and East Enders. In Scotland some Scotland-specific programmes are shown and there is also a channel with programmes in the Gaelic language. There is a Welsh-language channel in Wales. There are also programmes specific to Northern Ireland and some programmes broadcast in Irish Gaelic.

Everyone in the UK with a TV, computer or other medium which can be used for watching TV must have a TV licence. One licence covers all of the equipment in one home, except when people rent different rooms in a shared house and each has a separate tenancy agreement – those people must each buy a separate licence. People over 75 can apply for a free TV licence and blind people can get a 50% discount. You will receive a fine of up to £1000 if you watch TV but do not have a TV licence.

The money from TV licenses is used to pay for the British Broadcasting Corporation (BBC). This is a British public service broadcaster providing television and radio programmes. The BBC is the largest broadcaster in the world. It is the only wholly state-funded media organisation that is independent of government. Other UK channels are primarily funded through advertisements and subscriptions.

Social networking

Social networking websites such as Facebook and Twitter are a popular way for people to stay in touch with friends, organise social events and share photos, videos and opinions. Many people use social networking on their mobile phones when out and about.

Pubs and night clubs

Public houses (pubs) are an important part of the UK social culture. Many people enjoy meeting friends in the pub. Most communities will have a 'local' pub that is a natural focal point for social activities. Pub quizzes are popular. Pool and darts are traditional pub games.

To buy alcohol in a pub or night club you must be 18 or over, but people under that age may be allowed in some pubs with an adult. When they are 16, people can drink wine or beer with a meal in a hotel or restaurant (including eating areas in pubs) as long as they are with someone over 18.

Pubs usually open during the day from 11.00am (12 noon on Sundays). Night clubs with dancing and music usually open and close later than pubs. The licensee decides the hours that the pub or night club is open.

Betting and gambling

In the UK, people often enjoy a gamble on sports or other events. There are also casinos in many places. You have to be 18 to go into betting shops or gambling clubs. There is a National Lottery for draws which are made every week. You can enter by buying a ticket or a scratch card. People under 16 are not allowed to participate in the National Lottery.

Pets

A lot of people in the UK have pets such as cats or dogs. They might have them for company or because they enjoy looking after them. It is against the law to treat a pet cruelly or to neglect it. All dogs in public places must wear a collar showing the name and address of the owner. The owner is responsible for keeping the dog under control and for cleaning up after the animal in a public place.

Vaccinations and medical treatment of animals are available from veterinary surgeons (vets). There are charities which may help people who cannot afford to pay a vet.

PLACES OF INTEREST

The UK has a large network of public footpaths in the countryside. There are also many opportunities for mountain biking, mountaineering and hill walking. There are 15 national parks in England, Wales and Scotland. They are areas of protected countryside that everyone can visit, and where people live, work and look after the landscape.

There are many museums in the UK, which range from small community museums to large national and civic collections.

Famous landmarks exist in towns, cities and the countryside throughout the UK. Most of them are open to the public to view (generally for a charge).

Many parts of the countryside and places of interest are kept open by the National Trust in England, Wales and Northern Ireland and the National Trust of Scotland. Both are charities that work to preserve important buildings, coastline and the countryside in the UK. The National Trust was founded in 1895 by three volunteers. There are now more than 61,000 volunteers helping to keep the organisation running.

UK landmarks

Big Ben
Big Ben is the nickname for the great bell of the clock at the Houses of Parliament in London. Many people call the clock Big Ben as well. The clock is over 150 years old and is a popular tourist attraction. The clock tower is named 'Elizabeth Tower' in honour of Queen Elizabeth II's Diamond Jubilee in 2012.

The Eden Project
The Eden Project is located in Cornwall, in the south west of England. Its biomes, which are like giant greenhouses, house plants from all over the world. The Eden Project is also a charity which runs environmental and social projects internationally.

Edinburg Castle
The Castle is a dominant feature in the skyline in Edinburgh, Scotland. It has a long history, dating back to the early Middle Ages. It is looked after by Historic Scotland, a Scottish government agency.

The Giant's Causeway
Located on the north-east coast of Northern Ireland, the Giant's Causeway is a land formation of columns made from volcanic lava. It was formed about 50 million years ago. There are many legends about the Causeway and how it was formed.

Loch Lomond and the Trossachs National Park
This national park covers 720 square miles (1,865 square kilometers) in the west of Scotland. Loch Lomond is the largest expanse of fresh water in mainland Britain and probably the best-known part of the park.

London Eye
The London Eye is situated on the southern bank of the River Thames and is a ferris wheel that is 443 feet (135 metres) tall. It was originally built as part of the UK's celebration of the new millennium and continues to be an important part of New Year celebrations.

Snowdonia
Snowdonia is a national park in North Wales. It covers an area of 838 square miles (2170 square kilometers). Its most well-know landmark is Snowdon, which is the highest mountain in Wales.

The Tower of London

The Tower of London was first built by William the Conqueror after he became king in 1066. Tours are given by the Yeoman Warders, also known as Beefeaters, who tell visitors about the building's history. People can also see the Crown Jewels there.

The Lake District

The Lake District is England's largest national park. It covers 885 square miles (2292 square kilometers). It is famous for its lakes and mountains and is very popular with climbers, walkers and sailors. The biggest stretch of water is Windermere. In 2007, television viewers voted Wastwater as Britain's favourite view.

Check that you understand

- *Some of the ways in which people in the UK spend their leisure time*
- *The development of British cinema*
- *What the television licence is and how it funds the BBC*
- *Some of the places of interest to visit in the UK*

The UK government, the law and your role

Chapter contents

- *The development of British democracy*
- *The British constitution*
- *The government*
- *The UK and international institutions*
- *Respecting the law*
- *Fundamental principles*
- *Your role in the community*

The UK is a parliamentary democracy with the monarch as head of state. This section will tell you about the different institutions which make up this democratic system and explain how you can play a part in the democratic process.

THE DEVELOPMENT OF BRITISH DEMOCRACY

Democracy is a system of government where the whole adult population gets a say. This might be by direct voting or by choosing representatives to make decisions on their behalf.

At the turn of the 19th century, Britain was not a democracy as we know it today. Although there were elections to select members of Parliament (MPs), only a small group of people could vote. They were men who were over 21 years of age and who owned a certain amount of property.

The franchise (that is, the number of people who had the right to vote) grew over the course of the 19th century and political parties began to involve ordinary men and women as members.

In the 1830s and 1840s, a group called the Chartists campaigned for reform. They wanted six changes:

1. For every man to have the vote
2. Elections every year
3. For all regions to equal in the electoral system
4. Secret ballots
5. For any man to be able to stand as an MP
6. For MPs to be paid

At the time, the campaign was generally seen as a failure. However, by 1918 most of the reforms had been adopted. The voting franchise was also extended to women over 30, and then in 1928 to men and women over 21. In 1969, the voting age was reduced to 18 for men and women.

THE BRITISH CONSTITUTION

A constitution is a set of principles by which a country is governed. It includes all of the institutions that are responsible for running the country and how their power is kept in check. The constitution also includes laws and conventions. The British constitution is not written down in any single document, and therefore it is described as 'unwritten'. This is mainly because the UK, unlike America or France, has never had a revolution which led permanently to a totally new system of government. Our most important institutions have developed over hundreds of years. Some people believe that there should be a single document, but others believe an unwritten constitution allows for more flexibility and better government.

Constitutional institutions

In the UK, there are several different parts of government. The main ones are:

- the monarchy
- Parliament (The House of Commons and the House of Lords)
- the Prime Minister
- the cabinet
- the judiciary
- the police
- the civil service
- local government

In addition, there are devolved governments in Scotland, Wales and Northern Ireland that have the power to legislate on certain issues.

The monarchy

Queen Elizabeth II is the head of state of the UK. She is also the monarch or head of state for many countries in the Commonwealth. The UK has a constitutional monarchy. This means that the king or queen does not rule the country but appoints the government, which the people have chosen in a democratic election.

The monarch invites the leader of the party with the largest number of MPs, or the leader of a coalition between more than one party, to become Prime Minister and can advise warn and encourage, but the decisions on government policies are made by the

Prime Minister and cabinet (see the section on 'The government').

The Queen has reigned since her father's death in 1952, and in 2012 she celebrated her Diamond Jubilee (60 years as queen). She is married to Prince Philip, the Duke of Edinburgh. Her eldest son, Prince Charles (the Prince of Wales), is the heir to the throne.

The Queen has important ceremonial roles, such as the opening of the new parliamentary session each year. On this occasion the Queen makes a speech which summarises the government's policies in the year ahead. All Acts of Parliament are made in her name.

The Queen represents the UK to the rest of the world. She receives foreign ambassadors and high commissioners, entertains visiting heads of state, and makes state visits overseas in support of diplomatic and economic relationships with other countries.

The Queen has an important role in providing stability and continuity. While governments and Prime Ministers change regularly, the Queen continues as head of state. She provides a focus for national identity and pride, which was demonstrated through the celebrations of her jubilee.

The National Anthem

The National Anthem of the UK is 'God Save the Queen'. It is played at important national occasions and at events attended by the Queen of the Royal Family. The first verse is:

> 'God save our gracious Queen!
> Long live our noble Queen!
> God save the Queen!
> Send her victorious,
> Happy and glorious,
> Long to reign over us,
> God save the Queen!'

New citizens swear or affirm loyalty to the Queen as part of the citizenship ceremony.

Oath of allegiance

I (name) swear by Almighty God that on becoming a British citizen, I will be faithful and bear true allegiance to Her Majesty Queen Elizabeth the Second, her Heirs and Successors, according to law.

Affirmation of allegiance

I (name) do solemnly, sincerely and truly declare and affirm that on becoming a British citizen, I will be faithful and bear true allegiance to Her Majesty Queen Elizabeth the Second, her Heirs and Successors, according to law.

System of government

The system of government in the UK is a parliamentary democracy. The UK is divided into parliamentary constituencies. Voters in each constituency elect their member of Parliament (MP) in a General Election. All of the elected MPs form the House of Commons. Most MPs belong to a political party, and the party with the majority of MPs forms the government. If one party does not get a majority, two parties can join together to form a coalition.

The House of Commons

The House of Commons is regarded as the more important of the two chambers in Parliament because its members are democratically elected. The Prime Minister and almost all the members of the cabinet are members of the House of Commons (MPs). Each MP represents a parliamentary constituency, which is a small area of the country. MPs have a number of different responsibilities. They:

- Represent everyone in their constituency
- Help to create new laws
- Scrutinize and comment on what the government is doing
- Debate important national issues

The House of Lords

Members of the House of Lords, known as peers, are not elected by the people and do not represent a constituency. The role and membership of the House of Lords has changed over the last 50 years.

Until 1958, all peers were:
- 'Hereditary, which means they inherited their title
- Senior judges, or
- Bishops of the Church of England

Since 1958, the Prime Minister has had the power to nominate peers just for their own lifetime. These are called life peers. They have usually had an important career in politics, business, law or another profession. Life peers are appointed by the monarch on the advice of the Prime Minister. They also include people nominated by the leaders of the main political parties or by an independent Appointments Commission for non-party peers.

Since 1999, hereditary peers have lost the automatic right to attend the House of Lords. They now elect a few of their number to represent them in the House of Lords.

The House of Lords is normally more independent of the government than the House of Commons. It can suggest amendments or propose new laws, which are then discussed by MPs. The House of Lords checks laws that have been passed by the House of Commons to ensure they are fit for purpose. It also holds the government to account to make sure that it is working in the best interests of the people. There are peers who are specialists in particular areas, and their knowledge is useful in making and checking laws. The House of Commons has powers to overrule the House of Lords, but these are not used often.

The Speaker

Debates in the House of Commons are chaired by the Speaker. This person is the chief officer of the House of Commons. The Speaker is neutral and does not represent a political party, even though he or she is an MP, represents a constituency and deals with constituents' problems like any other MP. The Speaker is chosen by other MPs in a secret ballot.

The Speaker keeps order during political debates to make sure the rules are followed. This includes making sure the opposition (see the section on 'The government') has a guaranteed amount of time to debate issues which it chooses. The Speaker also represents Parliament on ceremonial occasions.

Elections

UK Elections

MPs are elected at a General Election, which is held at least every five years.

If an MP dies or resigns, there will be a fresh election, called a by-election, in his or her constituency.

MPs are elected through a system called 'first past the post'. In each constituency, the candidate who gets the most votes is elected. The government is usually formed by the party that wins the majority of constituencies. If no party wins a majority, two parties may join together to form a coalition.

European parliamentary elections

Elections for the European Parliament are also held every five years. Elected members are called members of the European Parliament (MEPs). Elections to the European Parliament use a system of proportional representation, where seats are allocated to each party in proportion to the total number of votes it has won.

Contacting elected members

All elected members have a duty to serve and represent their constituents. You can get contact details for all your representatives and their parties from your local library and from www.parliament.uk. MPs, Assembly members, members of the Scottish Parliament (MSPs) and MEPs are also listed in The Phone Book, published by BT and Yellow Pages.

You can contact MPs by letter or telephone at their constituency office, or at their office in the House of Commons: The House of Commons, Westminster, London SW1A 0AA, telephone 020 7729 3000. In addition, many MPs, Assembly members, MSPs and MEPs hold regular local 'surgeries', where constituents can go in person to talk about issues that are of concern to them. These surgeries are often advertised in the local newspaper.

Check that you understand
- *How democracy has developed in the UK*
- *What a constitution is and how the UK's constitution is different from those of most other countries*
- *The role of the monarch*
- *The role of the House of Commons and the House of Lords*
- *What the Speaker does*
- *How the UK elects MPs and MEPs*

THE GOVERNMENT

The Prime Minister

The Prime Minster (PM) is the leader of the political party in power. He or she appoints the members of the cabinet and has control over many important public appointments. The official home of the Prime Minister is 10 Downing Street, in central London, near the Houses of Parliament. He or she also has a country house outside London called Chequers.

The cabinet

The Prime Minister appoints about 20 senior MPs to become ministers in charge of departments. These include:
- Chancellor of the Exchequer – responsible for the economy
- Home Secretary – responsible for crime, policing and immigration
- Foreign Secretary – responsible for managing relationships with foreign countries
- Other ministers (called 'Secretaries of State') responsible for subjects such as education, health and defence.

These ministers form the cabinet, a committee which usually meets weekly and makes important decision about government policy. Many of these decisions have to be debated or approved by Parliament.

Each department also has a number of other ministers, called Ministers of State and Parliamentary Under-Secretaries of State, who take charge of particular areas of the department work.

The opposition
The second largest party in the House of Commons is called the opposition. The leader of the opposition usually becomes the Prime Minister if his or her party wins the next General Election. The leader of the opposition leads his or her party in pointing out what they see as the governments failures and weaknesses. One important opportunity to do this is at Prime Minister's Questions, which takes place every week while Parliament is sitting. The leader of the opposition appoints senior opposition MPs to be 'shadow ministers'. They form the shadow cabinet and their role is to challenge the government and put forward alternative policies.

The party system
Anyone aged 18 or over can stand for election as an MP but they are unlikely to win unless they have been nominated to represent one of the major political parties. These are the Conservative Party, the Labour Party, the Liberal Democrats, or one of the parties representing Scottish, Welsh or Northern Irish interests.

There are a few MPs who do not represent any of the main political parties. They are called 'independents' and usually represent an issue important to the constituency.

The main political parties actively look for members of the public to join their debates, contribute to their costs, and help at elections for Parliament or for local government. They have branches in most constituencies and hold policy-making conferences every year.

Pressure and lobby groups are organisations which try to influence government policy. They play an important role in politics. Some are representative organisations such as the CBI (Confederation of British Industry), which represent the views of British businesses. Others campaign on particular topics, such as the environment (for example, Greenpeace) or human rights (for example, Liberty).

The civil service
Civil servants support the government in developing and implementing its policies. They also deliver public services. Civil servants are accountable to ministers. They

are chosen on merit and are politically neutral – they are not political appointees. People can apply to join the civil service through and application process, like other jobs in the UK. Civil servants are expected to carry out their role with dedication and a commitment to the civil service and its core values. These are: integrity, honesty, objectivity and impartiality (including being politically neutral).

Local government

Towns, cities and rural areas in the UK are governed by democratically elected councils, often called 'local authorities'. Some areas have both district and county councils, which have different functions. Most large towns and cities have a single local authority.

Local authorities provide a range of services in their areas. They are funded by money from central government and by local taxes.

Many local authorities appoint a mayor, who is the ceremonial leader of the council. In some towns, a mayor is elected to be the effective leader of the administration. London has 33 local authorities, with the Greater London Authority and the Mayor of London coordinating policies across the capital. For most local authorities, local elections for councilors are held in May every year. Many candidates stand for council election as members of a political party.

Devolved administrations

Since 1997, some powers have been devolved from the central government to give people in Wales, Scotland and Northern Ireland more control over matters that directly affect them. There is also a Northern Ireland Assembly, although this has been suspended on a few occasions.

Policy and laws governing defence, foreign affairs, immigration, taxation and social security all remain under central UK government control. However, many other public services, such as education, are controlled by the devolved administrations

The devolved administrations each have their own civil service.

The Welsh government

The Welsh government and National Assembly for Wales are based in Cardiff, the capital city of Wales. The National Assembly has 60 Assembly members (AMs) and elections are held every four years using a form of proportional representation Members can speak in either Welsh or English, and all of the Assembly's publications are in both languages.

The Assembly has the power to make laws for Wales in 20 areas, including:

• Education and Training
• Health and Social Services
• Economic Development
• Housing

Since 2011, the National Assembly for Wales has been able to pass laws on these topics without the agreement of the UK Parliament.

The Scottish Parliament

The Scottish Parliament was formed in 1999. It sits in Edinburgh, the capital city of Scotland.

There are 129 members of the Scottish Parliament (MSPs), elected by a form of proportional representation. The Scottish Parliament can pass laws for Scotland on all matters which are not specifically reserved to the UK Parliament. The matters on which the Scottish Parliament can legislate include:

• Civil and criminal law
• Health
• Education
• Planning
• Additional tax-raising powers

The Northern Ireland Assembly

A Northern Ireland Parliament was established in 1922, when Ireland was divided, but it was abolished in 1972, shortly after the Troubles broke out in 1969.

The Northern Ireland Assembly was established soon after the Belfast Agreement (or Good Friday Agreement) in 1998. There is a power-sharing agreement which distributes ministerial offices amongst the main parties. The Assembly has 108 elected members, known as MLAs (members of the Legislative Assembly). They are elected with a form of proportional representation.

The Northern Ireland Assembly can make decisions on issues such as:

• Education
• Agriculture
• The Environment
• Health
• Social Services

The UK government has the power to suspend all devolved assemblies. It has used this power several times in Northern Ireland when local political leaders found it difficult to work together. However, the Assembly has been running successfully since 2007.

The Media and government

Proceedings in Parliament are broadcast on television and published in official reports called Hansard. Written reports can be found in large libraries and at www.parliament. uk. Most people get information about political issues and events from newspapers (often called 'the press'), television, radio and the internet.

The UK has a free press. This means that what is written in newspapers is free from government control. Some newspaper owners and editors hold strong political opinions and run campaigns to try to influence government policy and public opinion.

By law, radio and television coverage of the political parties must be balanced and so equal time has to be given to rival viewpoints.

Check that you understand

- *The role of the Prime Minister, cabinet, opposition and shadow cabinet.*
- *The role of political parties in the UK system of government*
- *Who the main political parties are*
- *What pressure and lobby groups do*
- *The role of the civil service*
- *The role of local government*
- *The powers of the devolved governments in Wales, Scotland and Northern Ireland*
- *How proceedings in Parliament are recorded*
- *The role of the media in keeping people informed about political issues*

Who can vote?

The UK has had a fully democratic voting system since 1928. The present voting age of 18 was set in 1969 and (with few exceptions) all UK-born and naturalized adult citizens have the right to vote.

Adult citizens of the UK, and citizens of the Commonwealth and the Irish Republic who are resident in the UK, can vote in all public elections. Adult citizens of other EU states who are resident in the UK can vote in all elections except General Elections.

The electoral register

To be able to vote in a parliamentary, local or European election, you must have your name on the electoral register.

If you are able to vote, you can register by contacting your local council electoral registration office. This is usually based at your local council (in Scotland it may be based elsewhere). If you don't know which local authority you come under, you can find out by visiting www.aboutmyvote.co.uk and entering your postcode. You can also download voter registration forms in English, Welsh and some other languages.

The electoral register is updated every year in September or October. An electoral registration form is sent to every household and this has to be completed and returned with the names of everyone who is resident in the household and eligible to vote.

In Northern Ireland a different system operates. This is called 'individual registration' and all those entitled to vote must complete their own registration form. Once registered, people stay on the register provided their personal details do not change. For more information see the Electoral Office for Northern Ireland website at www. eoni.org.uk.

By law, each local authority has to make its electoral register available for anyone to look at, although this has to be supervised. The register is kept at each local electoral registration office (or council office in England and Wales). It is also possible to see the register at some public buildings such as libraries.

Where to vote?

People vote in elections at places called polling stations, or polling places in Scotland. Before the election you will be sent a poll card. This tells you where your polling station or polling place is and when the election will take place. On election day, the polling station or place will be open from 7.00am until 10.00pm.

When you arrive at the polling station, the staff will ask for your name and address. In Northern Ireland you will also have to show photographic identification. You will then get your ballot paper, which you take to a polling booth to fill in privately.

You should make up your own mind who to vote for. No one has the right to make you vote for a particular candidate. You should follow the instructions on the ballot paper. Once you have completed it, put it in the ballot box.

If it is difficult for you to get to a polling station or polling place, you can register for a postal ballot. Your ballot paper will be sent to your home before the election. You then fill it in and post it back. You can choose to do this when you register to vote.

Standing for office

Most citizens of the UK, the Irish Republic or the Commonwealth aged 18 or over can stand for public office. There are some exceptions, including:

- Members of the armed forces
- Civil Servants
- People found guilty of certain criminal offences

Members of the House of Lords may not stand for election to the House of Commons but are eligible for all other public offices.

Visiting Parliament and the devolved administrations

UK Parliament

The public can listen to debates in the Palace of Westminster from public galleries in both the House of Commons and the House of Lords.

You can write to your local MP in advance to ask for tickets or you can queue on the day at the public entrance. Entrance is free. Sometimes there are long queues for the House of Commons and people have to wait for at least one or two hours. It is usually easier to get in to the House of Lords.

You can find further information on the UK Parliament website at www.Parliament.uk

Northern Ireland Assembly

In Northern Ireland elected members, known as MLAs, meet in the Northern Ireland Assembly at Stormont, in Belfast.

There are two way to arrange a visit to Stormont. You can either contact the Education Service (details are on the Northern Ireland Assembly website at www. niassembly.gov.uk) or contact an MLA.

Scottish Parliament

In Scotland the elected members, called MSPs, meet in the Scottish Parliament building at Holyrood in Edinburgh (for more information see www.scottish. parliament.uk).

You can get information, book tickets or arrange tours through visitor services. You can write to them at the Scottish Parliament, sp.bookngs@scottish.parliament.uk

National Assembly for Wales
In Wales the elected members, known as AMs, meet in the Welsh Assembly in the Senedd in Cardiff Bay (for more information, see www.wales.gov.uk).

The Senedd is an open building. You can book guided tours or seats in the public galleries for the Welsh Assembly. To make a booking contact the Assembly Booking Service on 08451 010 5500 or email assembly.bookings@wales.gsi.gov.uk

Check that you understand
- *Who is eligible to vote*
- *How to register to vote*
- *How to vote*
- *Who can stand for public office*
- *How you can visit Parliament, the Northern Ireland Assembly, the Scottish Parliament and the Welsh Assembly*

THE UK AND INTERNATONAL INSTITUTIONS

The Commonwealth
The Commonwealth is an association of countries that support each other and work together towards shared goals in democracy and development. Most member states were once part of the British Empire, although a few countries which were not have also joined.

The Queen is the ceremonial head of the Commonwealth which currently has 54 member states (listed below). Membership is voluntary. The Commonwealth has no power over its members, although it can suspend membership. The Commonwealth is based on the core values of democracy, good government and the rule of law.

Commonwealth members: Antigua, Australia, The Bahamas, Bangladesh, Barbados, Belize, Botswana, Brunei Darussalam, Canada, Cyprus, Dominica, Fiji (currently suspended), The Gambia, Ghana, Grenada, Guyana, India, Jamaica, Kenya, Kirbati, Lesotho, Malawi, Malaysia, Maldives, Malta, Mauritus, Mozambique, Namibia, Nauru, New Zealand, Nigeria, Pakistan, Papua New Guinea, Rwanda, Samoa, Seychelles, Sierra Leone, Singapore, Solomon Islands, South Africa, Sri Lanka, St Kitts and Nevis, St Lucia, St Vincent and the Grenadines, Swaziland, Tanzania, Tonga, Trinidad and Tobago, Tuvalu, Uganda, UK, Vanuatu, Zambia.

The European Union
The European Union (EU), originally called the European Economic Community (EEC) was set up by six western European countries (Belgium, France, Germany,

Italy, Luxembourg and the Netherlands) who signed the Treaty of Rome on 25 March 1957. The UK originally decided not to join this group but became a member in 1973.

There are now 27 EU member states. Croatia will also become a member state in 2013.

EU Member States: Austria, Belgium, Bulgaria, Cyprus, Czech Republic, Denmark, Estonia, Finland, France, Germany, Greece, Hungary, Ireland, Italy, Latvia, Lithuania, Luxembourg, Malta, Netherlands, Poland, Portugal, Romania, Slovakia, Slovenia, Spain, Sweden, UK.

EU law is legally binding in the UK and all the other EU member states. European laws are called directives, regulations or framework decisions.

The Council of Europe
The Council of Europe is separate from the EU. It has 47 member countries, including the UK, and is responsible for the protection and promotion of human rights in those countries. It has no power to make laws but draws up conventions and charters, the most well-known of which is the European Convention on Human Rights and Fundamental Freedoms, usually called the European Convention of Human Rights.

The United Nations
The UK is part of the United Nations (UN), an international organisation with more than 190 countries as members.
The UN was set up after the Second World War and aims to prevent war and promote international peace and security. There are 15 members on the UN Security Council, which recommends action when there are international crises and threats to peace. The UK is one of five permanent members of the Security Council.

The North Atlantic Treaty Organisation (NATO)
The UK is also a member of NATO. NATO is a group of European and North American countries that have agreed to help each other if they come under attack. It also aims to maintain peace between all of its members.

Check that you understand
- *What the Commonwealth is and its role*
- *Other international organisations of which the UK is a member*

RESPECTING THE LAW

One of the most important responsibilities of all residents in the UK is to know and obey the law. This section will tell you about the legal system in the UK and some of the laws that may affect you. Britain is proud of being a welcoming country, but all residents, regardless of background, are expected to comply with the law and to understand that some things which may be allowed in other legal systems are not acceptable in the UK. Those who do not respect the law should not expect to be allowed to become permanent residents in the UK.

The law is relevant to all areas of life in the UK. You should make sure that you are aware of the laws which affect your everyday life, including both your personal and business affairs.

The law in the UK

Every person in the UK receives equal treatment under the law. This means that the law applies in the same way to everyone, no matter how they are or where they are from.

Laws can be divided into criminal law and civil law.

- **Criminal law** relates to crimes, which are usually investigated by the police or another authority such as a council, and which are punished by the courts.
- **Civil law** is used to settle disputes between individuals or groups.

Examples of criminal laws

- **Carrying a weapon:** It is a criminal offence to carry a weapon of any kind, even if it is for self defence. This includes a gun, a knife, or anything that is made or adapted to cause injury.

- **Drugs:** selling or buying drugs such as heroin, cocaine, ecstasy and cannabis is illegal in the UK.

- **Racial crime:** it is a criminal offence to cause harassment, alarm or distress to someone because of their religion or ethnic origin.

- **Selling tobacco:** it is illegal to sell tobacco products (for example, cigarettes, cigars, roll up tobacco) to anyone under the age of 18.

- **Smoking in public places:** it is against the law to smoke tobacco products in nearly every enclosed public space in the UK. There are signs displayed to tell you where you cannot smoke.

- **Buying alcohol:** it is a criminal offence to sell alcohol to anyone who is under 18 or to buy alcohol for people who are under the age of 18. (There is one exception: people aged 16 or over can drink alcohol with a meal in a hotel or restaurant)

- **Drinking in public:** some places have alcohol-free zones where you cannot drink in public. The police also confiscate alcohol or move young people on from public places. You can be fined or arrested.

This list does not include all crimes. There are many that apply in most countries, such as murder, theft and assault. You can find out more about types of crime in the UK at www.gov.uk.

Examples of civil laws are:

- **Housing law:** this includes disputes between landlords and tenants over issues such as repairs and eviction.

- **Consumer rights:** an example of this is a dispute about faulty goods or services.

- **Employment law:** these cases include disputes over wages and cases of unfair dismissal or discrimination in the workplace.

- **Debt:** people might be taken to court if they owe money to someone.

The police and their duties

The job of the police in the UK is to:

1. Protect life and property
2. Prevent disturbances (also known as keeping the peace)
3. Prevent and detect crime

The police are organised into a number of separate police forces headed by Chief Constables. They are independent of the government.

In November 2012, the public elected Police and Crime Commissioners (PCCs) in England and Wales. These are directly elected individuals who are responsible for the delivery of an efficient and effective police force that reflects the needs of their local communities. PCCs set local priorities and the local policing budget. They also appoint the local Chief Constable.

The police force is a public service that helps and protects everyone, no matter what their background or where they live. Police officers must themselves obey the law. The must not misuse their authority, make a false statement, be rude or abusive, or commit racial discrimination. If police officers are corrupt or misuse their authority they are severely punished.

Police officers are supported by police community support officers (PCSOs). PCSOs have different roles according to the area but usually patrol the streets, work with the public, and support police officers at crime scenes and major events.

All people in the UK are expected to help the police prevent and detect crimes whenever they can. If you are arrested and taken to a police station, a police officer will tell you the reason for your arrest and you will be able to seek legal advice.

If something goes wrong, the police complaints system tries to put it right. Anyone can make a complaint about the police by going to a police station or writing to the Chief Constable of the police force involved. Complaints can be made to an independent body: the Independent Police Complaints Commission in England and Wales, the Police Complaints Commissioner for Scotland or the Police Ombudsman for Northern Ireland.

Terrorism and extremism

The UK faces a range of terrorist threats. The most serious of these is from Al Qa'ida, its affiliates and like-minded organisations. The UK also faces threats from other kinds of terrorism, such as Northern Ireland-related terrorism.

All terrorist groups try to radicalize and recruit people to their cause. How, where and to what extent they try to do so will vary. Evidence shows that these groups attract very low levels of public support, but people who want to make their homes in the UK should be aware of this threat. It is important that all citizens feel safe. This includes feeling save from all kinds of extremism (vocal or active opposition to fundamental British values), including religious extremism and far-right extremism.

If you think someone is trying to persuade you to join an extremist or terrorist cause, you should notify your local police force.

Check that you understand

- *The difference between the civil and criminal court and some examples of each*
- *The duties of the police*
- *The possible terrorist threats facing the UK*

THE ROLE OF THE COURTS

The judiciary

Judges (who are together called 'the judiciary') are responsible for interpreting the law and ensuring that trials are conducted fairly. They government cannot interfere with this.

Sometimes the actions of the government are claimed to be illegal. If the judges agree then, the government must either change its policies or ask Parliament to change the law. If judges find that a public body is not respecting someone's legal rights, they can order that body to change its practices and/or pay compensation.

Judges also make decisions in disputes between members of the public or organisations. These might be about contracts, property or employment rights or after an accident.

Criminal Courts

There are some differences between the court systems in England and Wales, Scotland and Northern Ireland.

Magistrates' and Justice of the Peace Courts

In England, Wales and Northern Ireland, most minor criminal cases are dealt with in a Magistrates' Court. In Scotland, minor criminal offences go to a Justice of the Peace Court.

Magistrates and Justices of the Peace (JPs) are members of the local community. In England, Wales and Scotland they usually work unpaid and do not need legal qualifications. They receive training to do the job and are supported by a legal adviser. Magistrates decide the verdict in each case that comes before them and, if the person is found guilty, the sentence that they are given. In Northern Ireland, cases are heard by a District Judge or Deputy District Judge, who is legally qualified and paid.

Crown Courts and Sheriff Courts

In England, Wales and Northern Ireland, serious offences are tried in front of a judge and jury in a Crown Court. In Scotland, serious cases are heard in a Sheriff Court with either a sheriff or a sheriff with a jury. The most serious cases in Scotland, such as murder, are heard at a High Court with a judge and jury. A jury is made up of members of the public chosen at random from the local electoral register. In England, Wales and Northern Ireland a jury has 12 members, and in Scotland a jury has 15 members. Everyone who is summoned to do jury service must do it unless they are not eligible (for example because they have a criminal conviction) or they provide a good reason to be excused, such as ill health.

The jury has to listen to the evidence presented at the trial and then decide a verdict of 'guilty' or 'not guilty' based on what they have heard. In Scotland, a third verdict of 'not proven' is also possible. If the jury finds a defendant guilty the judge decides on the penalty.

Youth Courts

In England, Wales and Northern Ireland, if an accused person is aged 10 to 17, the case is normally heard in a Youth Court in front of up to three specially trained magistrates or a District Judge. The most serious cases will go to the Crown Court. The parents or carers of the young person are expected to attend the hearing. Members of the public are not allowed in Youth Courts, and the name or photographs of the accused young person cannot be published in newspapers or used by the media.

In Scotland, a system called the Children's Hearings System is used to deal with children and young people who have committed an offence.

Northern Ireland has a system of youth conferencing to consider how a child should be dealt with when they have committed an offence.

Civil Courts

County Courts

County Courts deal with a wide range of civil disputes. These include people trying to get back money that is owed to them, cases involving personal injury, family matters, breaches of contract, and divorce. In Scotland, most of these matters are dealt with in the Sheriff Court. More serious civil cases – for example, when a large amount of compensation is being claimed – are dealt with in the High Court of England, Wales and Northern Ireland. In Scotland, they are dealt with in the Court of Session in Edinburgh.

The small claims procedure

The small claims procedure is an informal way of helping people to settle minor disputes without spending a lot of time and money using a lawyer. This procedure is used for claims of less than £5,000 in England and Wales and £3,000 in Scotland and Northern Ireland. The hearing is held in front of a judge in an ordinary room, and people from both sides of the dispute sit around the table.

Small claims can also be issued online through Money Claims Online (www. moneyclaim.gov.uk).

You can get details about the small claims procedure from your local County Court or Sheriff Court. Details of your local court can be found as follows.

- England and Wales: at www.gov.uk
- Scotland: at www.scotcourts.gov.uk
- Northern Ireland: at www.courtsni.gov.uk

Legal advice

Solicitors
Solicitors are trained lawyers who give advice on legal matters, take action for their clients and represent their clients in court.

There are solicitors' offices throughout the UK. It is important to find out which aspect of law a solicitor specializes in and to check that they have the right experience to help you with your case. Many advertise in local newspapers and in Yellow Pages. The Citizens Advice Bureau (www.citizensadvice.org.uk) can give you names of local solicitors and which areas of law they specialize in. You can also get this information from the Law Society (www.lawsociety.org.uk) or the Law Society of Northern Ireland (www.lawsoc-ni.org).

Solicitors charges are usually based on how much time they spend on a case. It is very important to find out at the start how much a case is likely to cost.

Check that you understand
- *The role of the judiciary*
- *About the different criminal courts in the UK*
- *How you can settle a small claim*

FUNDAMENTAL PRINCIPLES

Britain has a long history of respecting an individual's rights and ensuring essential freedoms. These rights have their roots in Magna Carta, the Habeas Corpus Act and the Bill of Rights of 1689, and they have developed over a period of time. British diplomats and lawyers had an important role in drafting the European Convention on Human Rights and Fundamental Freedoms. The UK was one of the first countries to sign the Convention in 1950.

Some of the principles included in the European Convention on Human Rights are;

- Right to life
- Prohibition of torture

270

- Prohibition of slavery and forced labour
- Right to liberty and security
- Right to a fair trial
- Freedom of thought, conscience and religion
- Freedom of expression (speech)

The Human Rights Act 1998 incorporated the European Convention on Human Rights into UK law. The government, public bodies and the courts must follow the principles of the Convention.

Equal opportunities

UK laws ensure that people are not treated unfairly in any area of life or work because of their age, disability, sex, pregnancy and maternity, race, religion or belief, sexuality or marital status. If you face problems with discrimination, you can get more information from the Citizens Advice Bureau or from one of the following organisations:

- **England and Wales:** Equality and Human Rights Commission (www.equalityhumanrights.com)

- **Scotland: Equality and Human Rights Commission in Scotland** (www.equality humanrights.com/Scotland/the-commission-in-Scotland) and Scottish Human Rights Commission (www.ScottishHumanRights.com)

- **Northern Ireland:** Equality Commission for Northern Ireland (equalityni.org)
- Northern Ireland Human Rights Commission (www.nihrc.org)

Domestic violence

In the UK, brutality and violence in the home is a serious crime. Anyone who is violent towards their partner – whether they are a man or a woman, married or living together – can be prosecuted. Any man who forces a woman to have sex, including a woman's husband, can be charged with rape.

It is important for anyone facing domestic violence to get help as soon as possible. A solicitor or the Citizens Advice Bureau can explain the available options. In some areas there are safe places to go and stay in, called refuges or shelters. There are emergency telephone numbers in the helpline section at the front of Yellow Pages, including, for women, the number of the nearest women's centre. You can also phone the 24-hour National Domestic Violence Freephone Helpline on 0808 2000 247 at any time, or the police can help you find a safe place to stay.

Female genital mutilation

Female genital mutilation (FGM), also known as cutting or female circumcision, is illegal in the UK. Practising FGM or taking a girl or woman abroad for FGM is a criminal offence.

Forced marriage

A marriage should be entered into with the full and free consent of both people involved. Arranged marriages, where both parties agree to the marriage are acceptable in the UK.

Forced marriage is where one or both parties do not or cannot give their consent to enter into the partnership. Forcing another person to marry is a criminal offence.

Forced Marriage Protection Orders were introduced in 2008 for England, Wales and Northern Ireland under the Forced Marriage (Civil Protection) Act 2007. Court orders can be obtained to protect a person from being forced into a marriage, or to protect a person in a forced marriage. Similar Protection Orders were introduced in Scotland in November 2011.

A potential victim, or someone acting for them, can apply for an order. Anyone found to have breached an order can be jailed for up to two years for contempt of court.

TAXATION

Income Tax

People in the UK have to pay tax on their income, which includes:

- Wages from paid employment
- Profits from self-employment
- Taxable benefits
- Pensions
- Income from property, savings and dividends.

Money raised from income tax pays for government services such as roads, education and the armed forces.

For most people, the right amount of income tax is automatically taken from their income from employment by their employer and paid directly to HM Revenue & Customs (HMRC), the government department that collects taxes. This system is called 'Pay As You Earn' (PAYE). If you are self-employed you need to pay your own tax through a system called 'self-assessment', which includes completing a tax return. Other people may also need to complete a tax return. If HMRC sends you a tax return, it is important to complete and return the form as soon as you have all the necessary information.

You can find out more about income tax at www.hmrc.gov.uk/incometax. You can get help and advice about taxes and completing tax forms from the HMRC self-assessment helpline, on 0845 300 0627, and the HMRC website at www.hmrc.gov.uk

National Insurance

Almost everybody in the UK who is in paid work, including self-employed people, must pay National Insurance Contributions. The money raised from National Insurance Contributions is used to pay for state benefits and services such as the state retirement pension and the National Health Service.

Employees have their National Insurance Contributions deducted from their pay by their employer. People who are self-employed need to pay National Insurance Contributions themselves.

Anyone who does not pay enough National Insurance Contributions will not be able to receive certain contributory benefits such as Jobseeker's Allowance or a full state retirement pension. Some workers, such as part-time workers may not qualify for statutory payments such as maternity pay if they do not earn enough.

Further guidance about National Insurance Contributions is available on HMRC's website at www.hmrc.gov.uk/ni

Getting a National Insurance Number

A National Insurance Number is a unique personal account number. It makes sure that National Insurance Contributions and tax you pay are properly recorded against your name. All young people in the UK are sent a National Insurance number just before their 16th birthday.

A non-UK national living in the UK and looking for war, stating work or setting up as self-employed will need a National Insurance number. However, you can start work without one. If you have permission to work in the UK, you will need to telephone the Department for Work and Pensions (DWP) to arrange to get a National Insurance Number. You may be required to attend an interview. The DWP will advise you which documents you will need to bring to an interview if one is necessary. You will usually need documents that prove your identity and that you have permission to work in the UK. A National Insurance number does not on its own prove to an employer that you have the right to work in the UK. You can find out more information about how to apply for a National Insurance number at www.gov.uk.

DRIVING

In the UK, you must be at least 17 years old to drive a car or motor cycle and you must have a driving licence to drive on public roads. To get a UK driving licence you must pass a driving test, which tests both your knowledge and practical skills. You need to be at least 16 years old to ride a moped, and there are other age requirements and special tests for driving large vehicles.

Drivers can use their driving licence until they are 70 years old. After that, the licence is valid for 3 years at a time.

In Northern Ireland, a newly qualified driver must display an 'R' plate (for restricted driver) for one year after passing the test.

If your driving licence is from a country in the European Union (EU), Iceland, Liechtenstein or Norway, you can drive in the UK for as long as your licence is valid. If you have a licence from any other country, you may use it in the UK for up to 12 months. To continue driving after that, you must get a full UK driving licence.

If you are resident in the UK, your car or motor cycle must be registered at the Driver and Vehicle Licensing Agency (DVLA). You must pay an annual road tax and display the tax disc, which shows that the tax has been paid, on the windscreen. You must also have valid motor insurance. It is a serious criminal offence to drive without insurance. If your vehicle is over three years old, you must take it for a Ministry of Transport (MOT) test every year. It is an offence not to have an MOT certificate if your vehicle is more than three years old. You can find out more about vehicle tax and MOT requirements from www.gov.uk.

Check that you understand
- *The fundamental principles of UK law*
- *That domestic violence, FGM and forced marriage are illegal in the UK*
- *The system of income tax and National Insurance*
- *The requirements for driving a car*

YOUR ROLE IN THE COMMUNITY

Becoming a British Citizen or settling in the UK brings responsibilities but also opportunities. Everyone has the opportunity to participate in their community. This section looks at some of the responsibilities of being a citizen and gives information about how you can help to make your community a better place to live and work.

Values and responsibilities

Although Britain is one of the world's most diverse societies, there is a set of shared values and responsibilities that everyone can agree with. These values and responsibilities include:

- To obey and respect the law
- To be aware of the rights of others and respect those rights
- To treat others with fairness
- To behave responsibly
- To help and protect your family
- To respect and preserve the environment
- To treat everyone equally, regardless of sex, race, religion, age, disability, class or sexual orientation
- To work to provide for yourself and your family
- To help others
- To vote in local and national government elections

Taking on these values and responsibilities will make it easier for you to become a full and active citizen.

Being a good neighbour

When you move into a new house or apartment, introduce yourself to the people who live near you. Getting to know your neighbours can help you to become part of the community and make friends. Your neighbours are also a good source of help – for example, they may be willing to feed your pets if you are away, or offer advice on local shops and services.

You can help prevent any problems and conflicts with your neighbours by respecting their privacy and limiting how much noise you make. Also try to keep your garden tidy, and only put your refuse bags and bins on the street or in communal areas if they are due to be collected.

Getting involved in local activities

Volunteering and helping your community are an important part of being a good citizen. They enable you to integrate with other people. It helps make your community a better place if residents support each other. It also helps you to fulfil your duties a citizen, such as behaving responsibly and helping others.

HOW YOU CAN SUPPORT YOUR COMMUNITY

There are a number of positive ways in which you can support your community and be a good citizen.

Jury service
As well as getting the right to vote, people on the electoral role are randomly selected to serve on a jury. Anyone who is on the electoral register and is aged 18 to 70 can be asked to do this.

Helping in schools
If you have children, there are many ways in which you can help at their schools. Parents can often help in classrooms, by supporting activities or listening to children read.

Many schools organise events to raise money for extra equipment or out-of-school activities. Activities might include book sales, toy sales or bringing food to sell. You might have good ideas of your own for raising money. Sometimes events are organised by parent-teacher associations (PTAs). Volunteering to help with their events or joining the association is a way of doing something good for the school and also making new friends in your local community. You can find out about these opportunities from notices in the school or notes your children bring home.

School governors and school boards

School governors, or members of the school board in Scotland, are people from the local community who wish to make a positive contribution to children's education. They must be 18 or over at the date of their election or appointment. There is no upper age limit.

Governors and school boards have an important part to play in raising school standards. They have three key roles:

1. Setting the strategic direction of the school
2. Ensuring accountability
3. Monitoring and evaluating school performance

You can contact your local school to ask if they need a new governor or school board member. In England, you can also apply online at the School Governors' One Stop Shop at www.sgoss.org.uk

In England, parents and other community groups can apply to open a free school in their local area. More information about this can be found on the Department for Education Website at www.dfe.gov.uk

Supporting political parties
Political parties welcome new members. Joining one is way to demonstrate your support for certain views and to get involved in the democratic process.

Political parties are particularly busy at election times. Members work hard to persuade people to vote for their candidates – for instance, by handing out leaflets in the street or by knocking on people's doors and asking for their support. This is called 'canvassing'. You don't have to tell a canvasser how you intend to vote if you don't want to.

British citizens stand for office as a local councillor, a member of Parliament (or the devolved equivalents) or a member of the European Parliament. This is an opportunity to become even more involved in political life in the UK. You may also be able to stand for office if you are an Irish citizen, an eligible Commonwealth citizen or (except for standing as an MP) a citizen of another European country. You can find out more about joining a political party from the individual party websites.

Helping with local services
There are opportunities to volunteer with a wide range of local service providers, including local hospitals and youth projects. Services often want to involve local people in decisions about the way they work. Universities, housing associations, museums and arts councils may advertise for people to serve as volunteers in their governing bodies.

You can volunteer with the police, and become a special constable or a lay (non-police) representative. You can also apply to become a magistrate. You will find advertisements for vacancies in your local newspaper or on local radio. You can also find out more about these sorts of roles at www.gov.uk

Blood and organ donation
Donated blood is used by hospitals to help people with a wide range of injuries and illnesses. Giving blood takes about an hour to do. You can register to give blood at:

- England and North Wales: www.blood.co.uk
- Rest of Wales: www.welsh-blood.org.uk
- Scotland: www.scotblood.co.uk
- Northern Ireland: www.nibts.org

Many people in the UK are waiting for organ transplants. If you register to be an organ donor, it can make it easier for your family to decide whether to donate your organs when you die. You can register to be an organ donor at www.organdonation. nhs.uk. Living people can also donate a kidney.

Other ways to volunteer

Volunteering is working for good causes without payment. There are many benefits to volunteering, such as meeting new people and helping make your community a better place. Some volunteer activities will give you a chance to practise your English or develop work skills that will help you find a job or improve your curriculum vitae (CV). Many people volunteer simply because they want to help other people.

Activities you can do as a volunteer include:

- Working with animals – for example, caring for animals at a local rescue shelter
- Youth work – for example, volunteering at a youth group
- Helping to improve the environment – for example, participating in a litter pick-up in the local area
- Working with the homeless in, for example, a homelessness shelter
- Mentoring – for example, supporting someone who has just come out of prison
- Work in health and hospitals – for example, working on an information desk in an hospital
- Helping older people at, for example, a residential care home

There are thousands of active charities and voluntary organisations in the UK. They work to improve the lives of people, animals and the environment in many different ways. They range from the British branches of international organisations, such as the British Red Cross, to small local charities working in particular areas. They include charities working with older people (such as Age UK), with children (for example, the National Society for the Prevention of Cruelty to Children (NSPCC)), and with the homeless (for example, Crisis and Shelter). There are also medical research charities (for example, Cancer Research UK), environmental charities (including the National Trust and Friends of the Earth) and charities working with animals (such as the People's Dispensary for Sick Animals (PDSA)).

Volunteers are needed to help with their activities and to raise money. The charities often advertise in local newspapers, and most have websites that include information about their opportunities. You can get information about volunteering for different organisations from www.do-it.org.uk.

There are many opportunities for younger people to volunteer and receive accreditation which will help them to develop their skills. These include the National

Citizen Service programme, which gives 16- and 17-year olds the opportunity to enjoy outdoor activities, develop their skills and take part in a community project. You can find out more about these opportunities as follows:

- National Citizen Service: at nationalcitizenservice.direct.gov.uk
- England: at www.www.vinspired.com
- Wales: at www.gwirvol.org
- Scotland: at www.vds.org.uk
- Northern Ireland: at www.volunteernow.co.uk

LOOKING AFTER THE ENVIRONMENT

It is important to recycle as much of your waste as you can. Using recycled materials to make new products uses less energy and means that we do not need to extract more raw materials from the earth. It also means that less rubbish is created, so the amount being put into landfill is reduced.

You can learn more about recycling and its benefits at www.recyclenow.com. At this website you can also find out what you can recycle at home and in the local area if you live in England. This information is available for Wales at www. wasteawarenesswales.org.uk, for Scotland at www.recycleforscotland.com and for Northern Ireland from your local authority.

A good way to support your local community is to shop for products locally where you can. This will help businesses and farmers in your area and in Britain. It will also reduce your carbon footprint, because the products you buy will not have travelled so far.

Walking and using public transport to get around when you can is also a good way to protect the environment. It means that you create less pollution than when you use a car.

Check that you understand
- *The different ways you can help at your child's school*
- *The role of school governors and members of school boards and how you become one*
- *The role of members of political parties*
- *The different local services people can volunteer to support*
- *How to donate blood and organs*
- *The benefits of volunteering for you, other people and the community*
- *The types of activities that volunteers can do*
- *How you can look after the environment*

You now have an overview of Britain's history, values, laws and constitution

"We hope that you found the book useful and interesting. Once you are confident and have read and understood the content of this book, you are ready to take the Life in the UK test. Of course it is impossible for a book of this sort to cover everything. We hope it may have inspired you to go out and read more about the history and culture of the UK."

Revision Material

There are four different types of question in the Life in the UK test

1.   True or false statements

2.   Which one of two statements is correct?

3.   One correct answer from four options

4.   Two correct answers from four options

The exact wording of the actual questions is a closely guarded secret

About the revision material
To help with your study this section of the book includes a list of 'Statements that are True' taken from each of the sections that you will be tested on. These will help you see if you've picked up key points from the official study material. There seems little point in learning things that are not true so we've picked out true statements that we believe will help you answer questions in the actual test.

Finally, this book contains a 'Practice Test' to give you an idea of the types of questions that you are likely to encounter in the actual test. The answers to the practice test are on the page immediately after the last question.

It is worth remembering that it is impossible to cover all the possible questions that might be asked in a book of this size.

Learning the statements in this book and working through the Practice Test will improve your chances of passing but there really is no substitute for reading through the official study material if you want to pass the test first time.

Make sure that you answer all the questions and if you are not sure 'guess' - you might be lucky.

Good luck with your revision.

Statements that are True

Remember that all of the following statements are TRUE and based on the official study material

What is the UK?

1. 'Great Britain' refers only to England, Scotland and Wales
2. The UK is governed by the parliament sitting in Westminster

A long and illustrious history

Early Britain

1. Julius Caesar led an unsuccessful Roman invasion of Britain in 55BC.
2. The Romans built roads, public buildings, created a structure of law and introduced now plants and animals.
3. The languages spoken by the Jutes, Angles and Saxon tribes of northern Europe are the basis of modern day English.
4. From AD789 Vikings from Denmark and Norway raided coastal towns and take away goods and slaves.
5. In 1066 the Normans invaded England led by William the Duke of Normandy.
6. The Norman Conquest was the last successful foreign invasion of England

The Middle Ages

1. Edward 1 built huge castles, including Conwy and Caernarvon, in Wales to maintain his power.
2. By 1200 the English ruled an area of Ireland known as the Pale, around Dublin
3. The Normans used a system of land ownership known as feudalism
4. After the Black Death there were labour shortages and peasants began to demand higher wages.
5. In England parliaments were called when the king needed to consult the nobles or raise money.
6. By 1400, in England, official documents were written in English and English had become the preferred language of the royal court and Parliament.
7. In 1455, a civil war started to decide who should be king of England
8. King Richard III of the House of York was killed in the battle of Bosworth Field

The Tudors and Stuarts
1. Henry VIII established the Church of England when the Pope refused him permission to divorce his first wife.
2. Henry VIII was succeeded by his protestant son Edward VI
3. The English defeated the Spanish Armada which had been sent by Spain to Conquer England and restore Catholicism in 1588
4. Sir Francis Drake was one of the first to sail right around the world in his ship the Golden Hind.
5. Elizabeth I never married or had children so when she died in 1603 her heir was her cousin James VI of Scotland.
6. James I and his son Charles I both believed in the 'Divine Right of Kings'
7. Those who supported the king were called Cavaliers and those who supported Parliament (the Roundheads).
8. The Scots had not agreed to the execution of Charles I and declared his son Charles II to be king.

A Global Power

1. The laws passed after the Glorious Revolution are the beginning of what is called a 'constitutional monarchy'.
2. Scottish Jacobites attempted to put James II on the throne but were defeated.
3. During the 'Highland Clearances' many Scottish landlords destroyed small farms (crofts) to make space for sheep and cattle.
4. The Bessemer process for mass production of steel led to the development of shipbuilding and railways.
5. William Wilberforce played an important part in changing the law in slavery.
6. In the American War of Independence (1760s) 13 American colonies declared their independence and defeated the British army.
7. The union flag consists of the cross of St George; the cross of St Andrew and the cross of St Patrick.
8. In 1847 the number of hours that women and children could work was limited by law to 10 hours a day.

The 20th century

1. There were more than 2 million British casualties in the First World War
2. In 1922 Ireland became two countries with Northern Ireland remaining part of UK.
3. When Adolf Hitler of Germany invaded Poland in 1939, Britain and France declared war.
4. 'I have nothing to offer but blood, toil, tears and sweat' is a famous line from a Winston Churchill speech.against the Germans.

5. The bombing of London and other cities during the Second World War was called 'The Blitz'
6. The German forces which invaded the Soviet Union in 1941 were ultimately repelled by the Soviets and this proved to be the turning point in the war. atom bombs on the cities of Hiroshima and Nagasaki.
7. British scientists such as Ernest Rutherford took part in the Manhattan Project which developed the Atom Bomb.

Britain since 1945
1. The National Health Service guarantees a minimum standard of care for all, free at the point of use.
2. The UK joined the North Atlantic Treaty Organisation (NATO)
3. Dylan Thomas was a Welsh poet and writer who wrote the radio play Under Milk Wood.
4. For about 25 years people from West Indies, Pakistan and (later) Bangladesh travelled to work and settle in Britain.
5. During the early 1970s Britain admitted 28,000 people of Indian origin who had been forced to leave Uganda.
6. The jet engine was invented by Sir Frank Whittle
7. Mary Peters was an athlete who won an Olympic medal in the pentathlon in 1972.
8. John Major was Prime Minister after Margaret Thatcher and helped establish the Northern Ireland peace process.

A modern thriving society

The UK today

1. The capital city of Scotland is Edinburgh
2. In Wales many people speak Welsh
3. England makes up 84% of the population; Scotland just over 8%, Wales around 5% and Northern Ireland less than 3%.
4. Women in Britain make up about half of the total workforce

Religion
1. The official Church of the state is the Church of England (Anglican church) which is Protestant
2. The chairperson of the Church of Scotland is the Moderator and is appointed for one year only
3. St Andrew is the patron saint of Scotland and St Andrew's day is 30 November
4. Very young children believe that Father Christmas (Santa Claus) brings them presents.

5. The day before Easter starts is called Shrove Tuesday or Pancake Day
6. Eid al-Fitr celebrates the end of Ramadan when Muslims have fasted for a month.
7. April Fool's Day, 1 April is a day when people play jokes on each other until midday.
8. Bonfire Night, 5 November is when people set off fireworks to celebrate the failure of plotter including Guy Fawkes to kill the Protestant king with a bomb in the Houses of Parliament.

Sport
1. Bobby Moore captained the English Football team that won the World Cup in 1966
2. Cricket orginated in England.
3. England's only international tournament victory was at the World Cup of 1966 hosted in the UK
4. Famous race horsing events include Royal Ascot, the Grand National and the Scottish Grand National
5. Modern tennis evolved in England in the late 19th century.
6. A Formula 1 Grand Prix is held in the UK each year.

Arts and culture
1. Composer Gustav Holst wrote The Planets
2. Composer Benjamin Britten is best known for his operas which include Peter Grimes and Billy Bud.
3. The Pantomime is a British tradition with shows based on fairy stories and light-hearted plays.
4. Thomas Gainsborough was a portrait painter who painted people in country or garden scenery.
5. David Hockney was an important contributor to 'pop' art of the 1960s
6. Sir Christopher Wren developed St Paul's Cathedral
7. In the 18th century Lancelot 'Capability' Brown designed the grounds around c ountry houses.
8. Leading fashion designers include Mary Quant, Alexander McQueen and Vivienne Westwood

Leisure
1. The thistle is associated with the country of Scotland
2. Most shops open 7 days a week although trading hours on Sundays and public holidays are greatly reduced.
3. Ulster fry is a traditional Northern Ireland food
4. Some of the most commercially successful films of all time, including film franchises James Bond and Harry Potter, have been produced in the UK
5. In the 18th century political cartoons attacking politicians, the monarchy and Royal Family became popular.
6. The British Broadcasting Corporation is a British public service broadcaster providing television and radio programmes.

7. At 16 people can drink wine or beer with a meal in a hotel or restaurant as long as they are with someone over 18.
8. All dogs in public places must wear a collar showing the name and address of the owner.

Places of interest

1. The Eden Project in Cornwall is a charity which runs environmental and social projects internationally
2. Loch Lomond is the largest expanse of fresh water in mainland Britain.
3. The Lake District is England's largest national park and is famous for its lakes and mountains.

The UK Government and your role

The development of British democracy

1. Women over the age of 30 gained the right to vote and stand for election to Parliament in 1918

The British Constitution

1. The UK has a constitutional monarchy which means that the king or queen does not rule the country but appoints the government.
2. The National Anthem of the UK is 'God Save the Queen'
3. The party with the majority of MPs forms the government.
4. Until 1958 all peers were 'hereditary', senior judges or bishops of the Church of England
5. The Speaker is neutral and does not represent a political party.
6. Elections to the European Parliament are held every 5 years

The government

1. The Home Secretary is responsible for crime, policing and immigration.
2. Prime Minister's Questions takes place every week while Parliament is sitting.
3. MPs who do not represent any of the main political parties are called Independents
4. Towns, cities and rural areas are governed by democratically elected councils.
   20. For most local authorities local elections for councilors are held in May every year.
5. There are 129 members of the Scottish Parliament (MSPs) elected by proportional representation.
6. The Northern Ireland Assembly can make decisions on education, agriculture, the environment, health and social services.
7. All UK-born and naturalised adult citizens have the right to vote (with a few exceptions)

The UK and international institutions
1. The Commonwealth is based on the core values of democracy, good government and the rule of law.
2. EU laws are called directives, regulations or framework decisions.
3. The UN was set up after the Second World War to prevent war and promote international peace and security.

Respecting the law
1. Civil law is used to settle disputes between individuals or groups.
2. It is illegal to sell tobacco to anyone under the age of 18.
3. Example of areas of civil law include Housing Law, Consumer Rights, Employment Law and Debt.
4. PCCs are directly elected Police and Crime Commissioners and are responsible for delivery of an efficient and effective police force.

The role of the courts
1. Judges also make decisions in disputes between members of the public or organisations such as contract, property or employment rights disputes.
2. Magistrates decide the verdict and, if the person is found guilty, the verdict they are given.
3. In England, Wales and Northern Ireland a jury has 12 members.
4. In England, Wales and Northern Ireland if an accused person is aged 10 to 17 the case is normally heard in a Youth Court.
5. The small claims procedure is for claims less than £5000 in England and Wales and £3000 in Scotland and Northern Ireland.

Fundamental principles
1. If you face problems with discrimination you can get more information from the Citizens Advice Bureau or the Equality and Human Rights Commission.
2. Female genital mutilation (FGM) also known as cutting or female circumcision is illegal in the UK.

Taxation
1. If you are employed your employer typically deducts income tax through a system called PAYE
2. People who are self employed need to pay National Insurance contributions themselves.

Driving
1. There are other age requirements and special tests for driving large vehicles.
2. If you are registered in the UK your car or motorcycle must be registered at the Driver and Vehicle Licensing Authority (DVLA)

Your role in the community
1. Governors and school boards have an important role in raising school standards.
2. You don't have to tell a canvasser how you intend to vote.
3 Donated blood is used by hospitals to help people with a wide range of injuries and illnesses.
4. Crisis and Shelter are charities to do with the homeless.
5. The National Citizen Service programme gives 16- and 17-year olds the opportunity to enjoy outdoor activities.

Practice Test

The pages that follow contain a practice test. Answers are found on the page that follows the test.

As a reminder, the key points about the real Life in the UK Test are:

* The test contains 24 multiple choice questions in English
* You can listen to the questions using headphones provided by the test centre
* You have 45 minutes to complete the test (about 2 minutes per question)
* The pass mark is 75% (18 questions correct out of 24)

Question 1 - Which TWO British fighter aircraft took part in the Battle of Britain?
A. Hurricane
B. Vulcan
C. Spitfire
D. Dornier

Question 2 - Is the statement below True or False?
In the English Civil War those who supported the king were called 'Cavaliers'
A. True
B. False

Question 3 - Which TWO of the people below are famous British inventors?
A. Bradley Wiggins
B. John Logie Baird
C. Gustav Holst
D. Frank Whittle

Question 4 - When is Boxing Day?
A. 24 December
B. 25 December
C. 26 December
D. 27 December

Question 5 - Which of these statements is correct?
A. Tudor King Henry VIII is famous for breaking away from the Church of Rome and marrying six times.
B. Tudor King Henry VIII is famous for his successful victory against the French at the battle of Agincourt.

Question 6 - Which of these statements is correct?
A. You need to be at least 17 years of age to drive a car or motorcycle.
B. You need to be at least.18 years of age to drive a car or motorcycle.

Question 7 - Which body created the European Convention on Human Rights?
A. The United Nations
B. The European Union
C. The Council of Europe
D. The North Atlantic Treaty Organisation

Question 8 - Which of these statements is correct?
A. Today girls leave school, on average with better qualifications than boys
B. Today girls leave school, on average with poorer qualifications than boys.

Question 9 - In the 2009 citizenship ceremony what proportion of people identified themselves as Christian?
A. Ten per cent (10%)
B. Thirty per cent (30%)
C. Fifty per cent (50%)
D. Seventy per cent (70%)

Question 10 - Is the statement true below True or False?
Margaret Thatcher was Britain's first woman Prime Minister
A. True
B. False

Question 11 - Which of these statements is correct?
A. In the 1840s there was a famine in Ireland and more than a million people died.
B. In the 1970s there was a famine in Ireland and more than a million people died.

Question 12 - Which are the TWO homes of the Prime Minister?
A. 10 Downing Street
B. Chequers
C. 11 Downing Street
D. Marble Arch

Question 13 -Name the TWO scientists that developed penicillin into a usable drug?
A. Clement Attlee
B. Howard Florey
C. Ernst Chain
D. Roald Dahl

Question 14 - St David is the Patron Saint of which country?
A. Wales
B. England
C. Scotland
D. Northern Ireland

Question 15 - Who chairs debates in the House of Commons?
A. The Prime Minister
B. The Speaker
C. The Chancellor of the Exchequer
D. The Leader of the Opposition

Question 16 - The Wars of the Roses was fought between which TWO families?
A. The House of York
B. The House of Windsor
C. The House of Lancaster
D. The House of MacDonald

Question 17 - When did women get the right to vote at 21, the same age as men?
A. 1857
B. 1918
C. 1928
D. 1960

Question 18 - Which of these statements is correct?
A. People under 18 are not allowed to participate in the National Lottery
B. People under 16 are not allowed to participate in the National Lottery

Question 19 - Which of these statements is correct?
A. William of Orange defeated James II at the Battle of Culloden in Scotland
B. William of Orange defeated James II at the Battle of the Boyne in Ireland

Question 20 - Is the statement below True or False?
Members of the army are allowed to stand for public office.
A. True
B. False

Question 21 - Is the statement below True or False?
Cricket is the UK's most popular sport..
A. True
B. False

Question 22 - Is the statement below True or False?
Female genital mutilation is illegal in the UK
A. True
B. False

Question 23 - Is the statement below True or False?
The Church of England is a Roman Catholic Church
A. True
B. False

Question 24 -Is the statement below True or False
The British Constitution is written down in a single document.
A. True
B. False

See the next page for answers to this practice test.

Practice Test answers

Question 1 = A, C
Question 2 = A
Question 3 = B, D
Question 4 = C
Question 5 = A
Question 6 = A
Question 7 = C
Question 8 = A
Question 9 = D
Question 10 = A
Question 11 = A
Question 12 = A, B
Question 13 = B, C
Question 14 = A
Question 15 = B
Question 16 = A,C
Question 17 = C
Question 18 = B
Question 19 = B
Question 20 = B
Question 21 = B
Question 22 = A
Question 23 = B
Question 24 = B